व्यंकटेश माडगूळकर

I0631741

ओझं

दलित जीवनावरील कथा

संपादक

गो. मा. पवार

मेहता पब्लिशिंग हाऊस

OZA by VYANKATESH MADGULKAR

ओझं / कथासंग्रह
व्यंकटेश माडगूळकर

© ज्ञानदा नाईक

मराठी पुस्तक प्रकाशनाचे हक्क,
मेहता पब्लिशिंग हाऊस, पुणे.

प्रकाशक
सुनील अनिल मेहता

मेहता पब्लिशिंग हाऊस,
१९४१, सदाशिव पेठ,
माडीवाले कॉलनी, पुणे - ३०.

अक्षरजुळणी
इफेक्ट्स, २१/६ब,
आयडिअल कॉलनी,
कोथरूड, पुणे - ३८.

मुखपृष्ठ व मांडणी
चंद्रमोहन कुलकर्णी

मुखपृष्ठावरील
लेखकाचे छायाचित्र
शेखर गोडबोले

प्रकाशनकाल
पहिली आवृत्ती १९८७
दुसरी आवृत्ती २००७
मेहता पब्लिशिंग हाऊस यांची
तिसरी आवृत्ती
मे, २०१२
पुनर्मुद्रण : ऑक्टोबर, २०१३

ISBN
978-81-8498-351-7

प्रस्तावना

मोठी गुणवत्ता असणाऱ्या लेखकाच्या लेखनाला अनेकविध पैलू असतात. हे सगळे पैलू सकृद्दर्शनी जाणवतातच असे नव्हे. अशा लेखकाच्या चित्रणक्षेत्राची व्याप्ती, त्याने घडविलेल्या जीवनदर्शनातील बारकावे, उपयोगात आणलेल्या निवेदनाच्या पद्धती, शब्दयोजनेतील साक्षेप, त्याच्या गद्याची लय आणि त्याच्या लेखनपिंडाची प्रगल्भता अशा अनेकविध पैलूंमुळे त्याच्या लेखनाला गुणवत्ता प्राप्त झालेली असते. अशा लेखकाची सारी गुणवत्तावैशिष्ट्ये पूर्णपणाने उलगडलेली असतातच असे नव्हे. विशिष्ट काळात, विशिष्ट दृष्टिकोनातून त्यांचे आकलन, मूल्यमापन झालेले असते. त्यामुळे त्याच्या गुणवत्तेच्या काही पैलूंचाच विचार झालेला असतो. म्हणूनच काही काळ गेल्यानंतर अशा लेखकाच्या लेखनातील एकेका वैशिष्ट्याचे नव्याने आकलन व मूल्यमापन करणे, हे त्या लेखनाचे यथार्थ आकलन होण्याच्या दृष्टीने आवश्यक असते.

व्यंकटेश माडगूळकर हे अशा प्रकारचे मोठी गुणवत्ता असणारे लेखक आहेत. त्यांच्या लेखनाला अनेकविध पैलू आहेत व त्यांच्या चित्रणक्षेत्राची व्याप्तीही मोठी व

मराठी साहित्यात अपूर्व वाटावी अशी आहे. निसर्ग, प्राणी हे त्यांच्या चित्रणाचे काही विषय, तर ग्रामीण जीवनातील शेतकरी, ब्राह्मण, मुसलमान तसेच स्पृश्यास्पृश्य बलुतेदार हे समाजातील अनेकविध घटक त्यांच्या कथांचे विषय झालेले आहेत. त्यांच्या चित्रणक्षेत्राची व्याप्ती आणि वैशिष्ट्यपूर्णता ध्यानात यावी व लेखक म्हणून त्यांचे यथार्थ आकलन करण्यास मदत व्हावी, या हेतूने त्यांच्या चित्रणक्षेत्राचा एक भाग म्हणून त्यांनी लिहिलेल्या दलितांच्या जीवनावरील कथा नव्याने संकलित करून त्यांचा विचार करावा असे वाटले. हे करण्याच्या पाठीमागे दुसराही एक हेतू आहे. १९४७-४८मध्ये त्यांच्या काही कथा व 'माणदेशी माणसे' प्रसिद्ध झाली आणि श्रेष्ठ दर्जाचे लेखक म्हणून त्यांना निरपवादपणे मान्यता मिळाली. त्यांनी आपल्या अनुभवाच्या ग्रामीण जीवनावरच स्वाभाविकपणे लिहिले. चित्रणक्षेत्र म्हणून ग्रामीण जीवनाचा वेगळेपणा समीक्षकांनी ध्यानात घेतला; परंतु ग्रामीण कथाकार म्हणून वेगळी चिठ्ठी त्यांच्यासाठी तयार केली नाही. मराठी कथेचे नवप्रवर्तन घडविणाऱ्या प्रमुख चार नवकथाकारांत त्यांची लेखनगुणाच्या बळावर गणना होऊ लागली. वाङ्मयीन वातावरणाच्या निकोपपणाचे ते स्वाभाविक लक्षण होते. बाबूराव बागुल यांच्या बाबतीतही असेच घडले. त्यांनी आपल्या अनुभवाच्या ग्रामजीवनावर व झोपडपट्टीच्या जीवनावर कथा लिहिल्या. त्यांच्या कथांच्या गुणवत्तेमुळे श्रेष्ठ दर्जाचे कथाकार म्हणून त्यांना लगेच मान्यता मिळाली. त्यांची योग्यता निश्चित करण्यासाठी दलित या विशेषणाची प्रारंभिक काळात कोणाही समीक्षकाला गरज वाटली नाही.

स्वातंत्र्य मिळाल्याचा स्वाभाविक परिणाम म्हणून नंतरच्या या काळात सामाजिक परिवर्तनाला गती आली. ग्रामीण क्षेत्रातील तरुणांना व दलित वर्गीयांना शैक्षणिक क्षेत्रात सवलतींचा लाभ मिळू लागला. बदललेल्या सामाजिक वातावरणाचा परिणाम म्हणून ग्रामीण भागातून व दलित वर्गातून लेखकांचा मोठा वर्ग निर्माण झाला. ग्रामीणांच्या, दलितांच्या जीवनावर पूर्वीच्या मानाने अधिक कथात्मक साहित्य निर्माण होऊ लागले. ग्रामीण व दलित साहित्य यांचा वेगळा वाङ्मयविभाग निर्देशिला जाऊ लागला. चित्रणक्षेत्राचा वेगळेपणा दाखविण्यापुरता ग्रामीण साहित्य असा वेगळा वाङ्मयविभाग निर्देशिने यात काही वावगे नाही. चित्रणक्षेत्राच्या वेगळेपणाच्या जोडीने निर्मितीहेतूचा वेगळेपणा दलित साहित्याच्या संदर्भात सांगितला जाऊ लागला. काही लेखकांनी ग्रामीण आणि दलित जीवनाचे चित्रण करून मराठी साहित्य समृद्ध करणारी भर घातली. इथपर्यंतचा भाग स्पृहणीय वाटावा असा आहे; परंतु स्पृहणीय वाटू नयेत, अशा काही प्रवृत्ती अलीकडच्या काळात साहित्यक्षेत्रात बळावू लागलेल्या

दिसतात. साहित्याची एक परंपरा असते, आपल्या आधीच्या लेखकांनी काही महत्त्वाची कामगिरी केलेली असते, याचा विसर पडू लागल्यासारखा दिसतो. जणू काय आपल्यापासूनच विशिष्ट प्रकारच्या साहित्याची खरीखुरी निर्मिती होऊ लागली आहे, असा अभिनिवेश काहींच्यामध्ये दिसतो. साहित्याचे क्षेत्र कलुषित करणाऱ्या राजकारणी प्रवृत्ती बळावू लागल्यासारखे वाटते. घोषणाबाजीने सत्य धूसर होऊ लागल्याचे जाणवते. तेव्हा आपले वाङ्मयीन वातावरण निकोप होण्याच्या दृष्टीनेही जरा मागे जाऊन व्यंकटेश माडगूळकरांनी लिहिलेल्या दलितांच्या जीवनावरील कथा नव्याने संकलित करून त्यांची वैशिष्ट्ये मांडून दाखविणे फलदायी ठरेल असे मला वाटले.

ग्रामीण आणि दलित या संज्ञांनी निर्देशित होणाऱ्या साहित्याचे वैशिष्ट्य नीट उमगण्याच्या दृष्टीने या दोन्ही चित्रणक्षेत्रांच्या भूमीवर ठाम उभे असणारे व्यंकटेश माडगूळकर हे महत्त्वाचे आणि वैशिष्ट्यपूर्ण कथाकार आहेत. 'ग्रामीण जीवन' हेच त्यांच्या कथांचे प्रमुख चित्रणक्षेत्र म्हणून त्यांना 'ग्रामीण लेखक' असे स्वाभाविकपणेच म्हटले जाते. ग्रामीण जीवनाचे आणि समाजरचनेचे चित्रण कोणत्याही ग्रामीण लेखकाच्या कथांतून यावे अशीच वस्तुतः अपेक्षा असावयास पाहिजे. सुतार, लोहार, न्हावी इत्यादी बलुतेदारांप्रमाणे महार, मांग, चांभार, रामोशी इत्यादी अस्पृश्यवर्गीय बलुतेदार हे ग्रामजीवनाचे अपरिहार्य घटक असतात. त्यांच्याशिवाय गावाचे चालू शकत नाही आणि त्यांचेही गावाशिवाय चालू शकत नाही. हे दोन्ही घटक ग्रामजीवनात अपरिहार्यपणे असतात. एखाद्या लेखकाला गाव नीट कळला आहे, असे आपण केव्हा म्हणू शकतो? गाव कळायचा असेल तर गावाच्या केंद्रस्थानी असणारा शेतकरी, त्याचा शेतीचा व्यवसाय, त्याचे शेतावरील प्रेम, त्याची भावनिक आस्थाकेंद्रे कळावी लागतात. तेथील कुटुंबपद्धती, जातिव्यवस्था, बहुसंख्याक, अल्पसंख्यांकांचे संबंध यांचे आकलन असावे लागते. खेडेगावातील लोकांच्या धार्मिक श्रद्धा, अंधश्रद्धा, तेथील रूढी-रिवाज यांची समज असावी लागते. या सगळ्याचे त्याला जितके आणि जसे आकलन असावे लागते, तसेच गावकऱ्यांचा अपरिहार्यपणे संबंध येणाऱ्या महारमांगादी अस्पृश्यवर्गाचे आणि पारधी, नंदीवाले अशा गावावर अवलंबून असणाऱ्या फिरस्त्यांचे आकलन असावे लागते. हे आकलन नुसत्या बौद्धिक पातळीवरचे असून चालत नाही. सगळ्या सांस्कृतिक, आर्थिक, भावनिक संबंधांसह हे आकलन त्याला असावे लागते व लेखकाच्या विशाल भूमिकेवरून त्यांच्याकडे पाहण्याची क्षमता त्याच्या मन:पिंडात असावी लागते. ग्रामजीवनातील सामाजिकतेचा सामग्र्याने विचार केला तर अस्पृश्य वर्ग हा तेथील सामाजिकतेचा अविभाज्य भाग आहे, हे आपल्याला ध्यानात घ्यावे लागते. तेव्हा गावाशी

संबंधित असणाऱ्या या दलितवर्गीयांचे चित्रण करण्याची क्षमता एखाद्या ग्रामीण लेखकात कितपत आहे, यावरून त्याची ग्रामीण लेखक म्हणून असणारी समृद्धता, व्यापकता व त्याचा अस्सलपणा आपण आजमावू शकतो. ग्रामीण लेखक आणि दलित जीवनाचे चित्रण यांचा संबंध आहे, तो अशा प्रकारचा. तेव्हा ग्रामीण लेखकाने दलित जीवन कथाविषय बनविणे, ही बाब स्वाभाविक आहे. दलित जीवनाचे चित्रण न येणे, ही ग्रामीण लेखकाची 'ग्रामीण लेखक' म्हणून उणीव मानावी लागेल. व्यंकटेश माडगूळकर यांचा ग्रामीण जीवनाच्या सामाजिकतेच्या आकलनाचा आवाका फार मोठा आहे. त्यांनी दलितांच्या जीवनावर विपुल कथा लिहिल्या, ही त्याची एक प्रमुख निदर्शक बाब आहे.

२

माडगूळकरांनी गावाशी संबंधित असणाऱ्या अस्पृश्य आणि फिरस्ते अशा दलितांच्या जीवनावर ज्या कथा लिहिल्या आहेत त्यांचा विचार इथे करावयाचा आहे. कथाकार म्हणून त्यांचा सर्वांगीण विचार करणे इथे अभिप्रेत नाही. माडगूळकरांनी दलितांच्या जीवनावर लिहिलेल्या कथांची संख्या तीसेक आहे. कथांच्या संख्येवरूनही लेखक म्हणून दलित जीवन हा त्यांच्या किती आस्थेचा विषय होता, याची कल्पना येते. त्यांच्या कथांचे विषय बनलेल्या व्यक्ती महार आहेत (देवा सटवा महार, गणा महार, कालगती, वारी, गोडे पाणी, बेत, अखेर आकण्या घरी आला, विपरीत घडले नाही, असंच); मांग आहेत (नामा मास्तर, गावाकडं, न्याय, पडकं खोपटं), व्हरल आहेत (रामा मैलकुली, आडिट, वहाणा, खेळ); रामोशी आहेत (धर्मा रामोशी, न्याय, हे पाप कुठं फेडू?) वडार आहेत (वडरवाडीच्या वस्तीत). तसेच गाढवी सोनार (असलं लई बघितल्यात), पारधी (पारधी), नंदीवाले (नंदीवाला), कातकरी (गोविंदा कातकरी), वैदू (भाऊ वैद), माकडवाले (गंगाराम), गोसावी (गोसाव्याचा पोर) या भटक्या जातींतील व्यक्तीही त्यांच्या चित्रणाचा विषय बनलेल्या आहेत. त्यांच्या चित्रणक्षेत्राची ही व्याप्ती हे ग्रामजीवनाशी समरस झाले याची, त्याचप्रमाणे त्यांच्या व्यापक सहानुभावाची द्योतक आहे. त्यांच्या कथांतील व्यक्ती केवळ काही जातीच्या म्हणून कथांमध्ये उल्लेखिलेल्या नसतात, तर त्या-त्या जातीची म्हणून असणारी वैशिष्ट्ये ते प्रत्ययाला आणून देतात; त्यांच्या बाह्य आणि अंतरंग जीवनाचे विविध पदर उलगडून दाखवितात व त्यांचे मनाला भिडणारे दर्शन घडवितात. तसेच गावराहाटीचेही वास्तव आणि अंतर्भेदी चित्र ते उभे करतात. दलितांच्या जीवनाचे चित्रण करणाऱ्या त्यांच्या कथा बहुसंख्य आहेत, तशाच त्या वाङ्मयीन

गुणवत्तेच्या दृष्टीने वरच्या दर्जाच्या आहेत.

गावाबाहेर राहणाऱ्या या दलितवर्गीयांना सवर्ण कसे वागवितात, गाव कसा वागवितो आणि ते गावाशी कसे वागतात, या दोघांच्या संबंधाला किती वेगवेगळ्या बाजू असतात, याचे उत्तम चित्रण माडगूळकरांच्या या कथांतून केले गेलेले आहे. त्यांची पहिली कथा 'काळ्या तोंडाची' ही एक कुत्रीबद्दल लिहिलेली म्हणजे एका प्राण्याबद्दलची आहे. त्यांची माणसावर लिहिलेली व १९४७मध्ये प्रसिद्ध झालेली कथा 'देवा सटवा महार' ही एका दलित मनाचा सवर्णाविरुद्धचा प्रक्षोभ प्रकट करणारी, त्यांच्याकडून होणाऱ्या अन्यायाचा बंडखोरपणाने प्रतिकार करायला उद्युक्त झालेल्या दलित माणसाची कथा म्हणावी लागेल. ही बाब अर्थपूर्ण असली तरी केवळ योगायोगाची नव्हे. माणसाचे मन आणि समाजाचे अंतरंग ओळखणाऱ्या या लेखकाला जणू बदलत्या वातावरणाची आणि दलित मनाच्या आकांक्षेची चाहूल त्याच्या द्रष्टेपणामुळे लागली होती. या कथेतील देवाच्या प्रक्षोभाचा उद्रेक अत्यंत स्वाभाविक वाटावा असेच लेखकाने चित्रण केले आहे.

देवा अतिशय सज्जन महार – आपल्या दरिद्री अवस्थेतही समाधानाचे कौटुंबिक जीवन जगणारा, तराळकीचे काम निष्ठावंतपणे करणारा, गावकऱ्यांचे मन कधी न मोडणारा, दुसऱ्या दिवशी देवी-डागदर येणार असल्याची दवंडी देऊन बायकोमुलांबरोबर समाधानाने भाकरतुकडा खाऊन रात्री तो तक्क्यात बसायला जातो. आता तक्क्यात डॉ. बाबासाहेब आंबेडकरांचे चित्र रंगवून घेतलेले असते. मुंबईत गवंडी कामासाठी राहून आलेला 'म्हारुती इंजेणेर' जाणतेपणाने इतरांना माहिती देत असतो. गांधीबाबा आन् न्हेरूंच्या हातात समदा कारभार आल्याने तेस्नी हे म्हार, हे चांभार, हे वडार असली भेदभावाची भाषा पसंत नसल्याचे तो सांगतो. 'आपल्या महार लोकांना आता लई चांगलं दीस येत्याल, कुनी शिवचील, बाजूला हो असं म्हननार न्हाई, काई न्हाई. आपला जातवाला बाबासाब आंबेडकर परदान झालाय तकडं दिल्लीला, पाक गांधी-न्हेरूंच्या मांडीला मांडी लावून बसतो. आरं, त्यो आपला बा हाय, लेकरावानी त्यो आपनाला जपनार हाय. त्येनंच बडव्यास्नी हुकूम दिला अन् पंढरीचा इटोबा म्हारापोरास्नी भेटविला', असं तो सांगतो.

> "मग आता आपल्या पोरास्नीबी साळा शिकून मोटमोठ्या नौकऱ्या मिळतील का रं, मारुती? कुनीबी यावं अन् म्हाराला चेंडूवानी ठेचलावं, वाईट वंगाळ बोलावं, हे समदं बंद हुईल का?" कुणीसे मध्येच विचारले.

"अलबत हुईल. वाईच दीस जाऊ दे."
हे ऐकून देवाचं हुर्दं भरून आलं. आपल्या जातीचा परदान आणि तो गांधीबाबाच्या मांडीला मांडी लावून बसतो? केवढे हे आक्रीत! धन्य-धन्य तो बाबासाब!
"मग आमालाबी कुणी वाली हाय म्हनंनास!"
या देवाच्या उद्‌गारावर मारुती ठासून बोलला, "तर, तर! उद्या त्यो भडाडा सरकारी नौकऱ्या दील आपल्या लोकास्नी. ही गावकी अन् तराळकी पाक जाईल कुटल्या कुठं! अरं देवा, बामनाच्या बराबरीनं हुत्याल म्हारं आता!"
हे मारुतीचं बोलणं ऐकून देवाला नवाच आनंद झालेला असतो.

या पार्श्वभूमीवर देवाचा दुसरा दिवस लेखकाने रेखाटला आहे. पोरसवदा उर्मट देवी-डॉक्टर येतो. आपल्या लेकराला टोचून घ्यायचे टाळावे, यासाठी बायकांत पळापळ होते. टोचून घ्यायला तान्ही पोरं फारशी कुणी घेऊन जात नाहीत. पोरं देवी टोचायला घेऊन या म्हणून देवा घरोघर सांगून येतो. पण त्याचा फारसा उपयोग होत नाही. देवी-डॉक्टर पुन्हा त्याला शिव्या घालून माणसांना बोलावून आणायला सांगतो. उन्हाच्या कहारात तो जाऊन येतो. उपासाचा दिवस. एक-दोघा बहाद्दरांनी तेवढ्यात त्याच्याकडून लाकडं फोडून घेतलेली असतात. पुन्हा पाटलाच्या सांगण्यावरून तो दोन-चार वस्त्यांवर जातो. फुकट पायपीट करून त्याला परतायला तिसरा प्रहर येतो. वस्तीवरची माणसं गावी गेली, हे देवा सांगतो न सांगतो, तोच देवी-डॉक्टर पिसाळल्या कुत्र्यासारखा देवावर ओरडतो,

"बक-बक बंद कर. धेडाची जात, तू गेला नसशील वस्तीवर."
देवा म्हणतो, "अन्नाच्यान्, मी समद्यास्नी सांगून आलोया सरकार."
त्यावरही देवी डॉक्टरचा शिव्यांचा सपाटा चालूच असतो,
"चूप! मगरुरासारखी उलटी उत्तरं करतोस आणखी, हरामखोरा! उठता बसता लाथाडायला पाहिजे तुम्हा धेंडांना म्हणजे सुतासारखे सरळ याल."
माडगूळकर पुढे वर्णन करतात, काठीच्या टोकावर टेकलेल्या दोन्ही हातांच्या पंज्यांवर हनुवटी ठेवून देवा टक लावून साहेबाकडे पाहात होता. बघता-बघता त्याचे डोळे वटारले, तांबडे लाल झाले, नाकपुड्या फुरफुरू लागल्या, दातावर

दात घट्ट बसले आणि दंडांना कापरे भरले.
डागदर ओरडला, ''ऐकतोस काय भेंचोत –''
देवा सटक्याने खाली वाकला आणि पायातले धुळीने भरलेले
तुटके पायताण उपसून घेऊन ओरडला, ''अरं ए, बांबलीच्या,
चावडीचं जोतं उतरून खाली ये. शिव्या देणारं तुजं थोबाड
फोडतो या तुटक्या जोड्यानं!''

एक सवर्ण व्यक्ती अस्पृश्य जातीतील एका माणसाची अकारण अवहेलना करते, तिच्यावर अन्याय करते, तिच्या जातीचा उद्धार करून शिव्या घालते, याबद्दलचा देवा या सज्जन महाराच्या मनातील प्रक्षोभाचा स्फोट लेखकाने स्वाभाविक वाटावा अशा पद्धतीने या कथेत चित्रित केला आहे. सवर्णांने दलितावर केलेल्या अन्यायाविरुद्धचा प्रक्षोभ मराठी कथात्मक साहित्यात पहिल्यांदाच यथातथ्यपणे या कथेत आविष्कृत होतो, असे आपण म्हणू शकतो.

या कथेत एका सवर्ण व्यक्तीने एका दलित व्यक्तीवर 'दलित' म्हणून केलेल्या अन्यायाचे चित्रण येते, परंतु गावकरी गाव म्हणून एखाद्या अस्पृश्य जातीवर स्वार्थाच्या पोटी किती अन्याय करू शकतात, याचे चित्रण माडगूळकरांनी 'गोडे पाणी' या कथेत केलेले आहे.

दुपारच्या वेळी तक्क्यासमोर आळसावलेली महार मंडळी पाण्याची फार आबदा चालल्याच्या गोष्टी करतात. गावातल्या लोकांना आड असतात, ते सारे खाऱ्या पाण्याचे. त्यांना पिण्यासाठी गोडे पाणी लांब असलेल्या नदीवरून आणावे लागते. महारांना खाऱ्या पाण्याचाही आड नसतो. जे पाणी आणायचे ते दूरवर असलेल्या नदीवरून! पाण्यावाचून त्यांचे हालहाल होत असतात. समजूतदार वृद्ध येताळानाना पुढाकार घेऊन आपल्या महार मंडळींना विहीर खोदायची कल्पना सांगतो, उत्तेजन देतो. विहीर खांदायचे ठरते. महारवाड्याजवळच्या ओढ्याची जागा ते निश्चित करतात. परागंदा झालेल्या जागेच्या मालकाच्या भावकीतील येदू बकूकडे जाऊन महारमंडळी त्याची परवानगी घेतात. मग उत्साहाने ही महारमंडळी येताळनानाच्या देखरेखीखाली कित्येक दिवस खपून, धुमधडाक्याने काम करून विहीर खोदतात. पाणी लागते आणि ते गोडे पाणी असते. दोन दिवसांत विहीर पाण्याने भरते. महारमंडळी आनंदून जातात. महारांनी खणलेल्या विहिरीला गोडे पाणी लागले, हे समजताच गावकऱ्यांची बुद्धी फिरते. आधी ते येताळानानाला मारुतीच्या पायरीला हात लावायला लावून, पाणी गोडे असल्याची खात्री करून घेतात व 'मग, लेकानूं, तुमच्यावर फिर्याद केली पायजेल. दुसऱ्याची जागा दांडगाव्यानं घेऊन त्यात हीर काढली तुमी. ही काय

मोगलाई हाय व्हय रं? तुम्ही चढ झाला गावाला?’ असं दटावून कोर्टाचा दम भरतात. परवानगी देणारा येदू बकूही बदलतो. कोर्टाची भाषा ऐकून महार घाबरून जातात. गावकरी बिथरण्याचं कारण येताळानानाच्या लक्षात आलेलं असतं. ‘गोडं पाणी लागून सगळा घोटाळा झाला... गावानं खारं पाणी प्याचं आन् म्हारवाड्यानं गोडं! ही गोष्ट गावकऱ्यांना कशी बरी वाटंल!’ असं तो सांगतो. घाबरलेले महार गावकऱ्यांकडे जातात, त्यांचे पाय धरतात, विनंत्या करतात. कोर्टात जाणार नाही, असा शब्द त्यांच्याकडून घेतात. केल्या कष्टाबद्दल पन्नासभर रुपये महारांच्या हाती ठेवून गोड्या पाण्याची विहीर गावकरी आपल्या ताब्यात घेतात. ती नीट बांधून घेऊन तिला दोन रहाट लावतात. आता गावातल्या मराठ्यांच्या, वाण्यांच्या, बामणांच्या बाया तक्क्याच्या विहिरीवरून पाणी नेतात. महारवाड्याच्या बाजूने काटेरी तार लावून गावकऱ्यांनी विहीर आपल्या हद्दीत घेतली आहे. त्या तारेपलीकडे उभ्या राहून महारणी कधी-कधी गयावया करीत असतात, ‘ताई, मला योक हंडा वाढा हो! काकी मला एक घागर वाढा हो!’ पण या याचनेकडे कोणी विशेष लक्ष देत नाही. फारच चिकाटी लावली म्हणजे एखादी बाई घागर शेंदून ती महारणीच्या हंड्यात ओतते, आणि मग अनेक महारणी गलका करून हंडे पुढे करू लागतात.

गावातल्या बायका चिडून म्हणतात, “त्यांच्यावर उपकार करायचीसुद्धा सोय नाही. काय तरी गं बाई मानसं!”

असे चालले आहे.

या कथेत माडगूळकरांनी समग्र गावकऱ्यांकडून अस्पृश्य जातीवर होणाऱ्या अन्यायाचे, मनाला उदास करणाऱ्या विपरीत व्यवहाराचे विदारक चित्र रेखाटले आहे.

अस्पृश्य व्यक्ती निरापराध असली आणि सवर्ण वर्गातील व्यक्तीने अस्पृश्यांवर अन्याय केलेला असला तरी गावकरी सदैव बाजू घेणार ती सवर्ण व्यक्तीचीच. अशी जणू गावरहाटी असल्याचे दर्शन माडगूळकरांच्या कथांतून घडते. ‘अखेर आकण्या घरी आला,’ या कथेतील निवेदक आहे कुलकर्ण्यांचा मुलगा. बाबा कुलकर्णी त्यांचा पिढीजात वैरी. आकण्या महार त्यांचा जवळचा म्हणून निवेदक ब्राह्मण तरुणाचा आकण्यावर भयंकर राग. थोरल्या भावाच्या सांगण्यावर हा बळेच कुरापत काढून त्याला वैरणीचा भारा उचलावा, तसा चांगला ‘डोस्क्याइतका उचलून’ जमिनीवर हबकतो. माराने तो करुण ओरडतो. त्याची आई येऊन ओरडते, रडते तेव्हा पाटील तिच्यावर खेकसतो, ‘लेकरू आपलं कंच्या गुनाचं हाय, तुला ठावं न्हाई? जा मुकाट्यानं घरी.’ चावडीत बसलेल्या भाऊ सोनार,

बाबा, तुका कंडऱ्या या गावातील प्रतिष्ठित मंडळींपुढे आकण्या जातो व 'समद्या पांढरीनं न्याय करावा' अशी दाद मागतो. सोनारबाबा म्हणतात, 'अरं, कशाचा न्याय आन् काय घेऊन बसलास, आगळीक झाल्याशिवाय मारायला ते काय वेडे आहेत? तुम्ही लेको, कायतरी कुठे बोलता शहाणपणानं आणि मग मार खाता.' कुलकर्णी मुलाने आकण्याची कोणतीही चूक नसताना त्याला मारलेले असते. परंतु गावकऱ्यांना याबाबत शहानिशा करावीशी वाटत नाही. ब्राह्मणाला निर्दोष समजून महाराचीच चूक हे ते गृहीत धरून बोलतात. 'फिर्याद-बिर्याद करण्याच्या फंदात कुणी पडला तर माझ्याइतका वाईट कुणी न्हाई, सगळा म्हारवाडा पेटवून देईन,' असा या कुलकर्णी मुलाचा दम असतो. या अन्यायामुळे महार मंडळी कुलकर्ण्यांवर बहिष्कार घालायचं ठरवू पाहतात. त्यांचे काम बंद करायचा विचार करतात. पण अखेर महारांना पडतं घ्यावं लागतं. आकारामाची समजूत घालण्यासाठी आव आणावा लागल्याचं म्होरक्या शिदा सांगतो. आकाराम मात्र संतापून बोलतो, 'आरं, तुम्ही समदं बामनाला भेला. थू: तुमच्या थोबाडावर... ह्यो आकाराम मात्र बामनाचं काम जिवात जीव हाय, तोवर करनार न्हाई. पुना या वाड्यात जो पाऊल ठेवील, तो म्हाराच्या वसाचा न्हवं.'

पण आकारामासारख्या महाराला ब्राह्मणाशी वैर करून राहणं परवडणारं नव्हतं, वर्ष-सहा महिने गेल्यावर एके दिवशी म्हातारा कुलकर्णी स्वत: लाकडं फोडताना पाहून आकण्या त्यांच्या घरात जातो आणि दमगीर झालेल्या म्हाताऱ्याच्या हातातली कुऱ्हाड घेऊन लाकडं फोडायला लागतो. दलितांना त्यांची चूक नसली, जोरा दुसऱ्यांनी केलेला असला, तरी नेहमी नमतं घेऊनच वागावं लागतं. नाहीतर त्यांना जगणं कठीण. गावकरी आणि महारमांग मंडळी यांच्या संबंधांचा हा एक पैलू.

अस्पृश्याने वरिष्ठवर्णीयांशी बरोबरी करायचा प्रयत्न केला, त्याच्या वागणुकीतून तसे दिसून आले, तर वरिष्ठवर्णीयांना त्याचा राग आल्यावाचून राहात नाही. त्याने नेहमी हीनदीन होऊनच राहावे, अशीच जणू काय वरच्या जातींतल्या लोकांची अपेक्षा असते. त्यानं पटक्याची कोच काढून हिंडलेलंही गावकऱ्यांना रुचत नसतं (अखेर वाकण्या घरी आला.).

'खेळ' या कथेतील टोपा होलार वरच्या वर्गातल्या माणसासारखे वागतो आणि त्याची ही चूक बाकी मंडळी त्याच्या पदरात घालतात. वाघाला कोंबड्याची शिकार करायला लावण्यासाठी बाबाखान दरवेशी गावकऱ्यांना कोंबडा मागतो. कुणी तयार होत नाही, असं पाहताच इसाळ येण्यासारखं

तो बोलतो. बळवंतराव पाटील आपल्याला कोंबडा द्यायचा. ह्या साली त्यो गावात न्हाई, परगावी हाय, तेव्हा एकजण पुढे येऊ नये काय, असं इरसरीचं भाषण तो करतो. गणा चलपत्याच्या शेतात कामाला निघालेला टोपा होलार त्याचं आव्हान स्वीकारतो. आपल्या घरून कोंबडा आणून देतो. कोंबडा खाण्यासाठी वाघ किती उंच किरण मारतो, हा खेळ होतो. अखेर वाघाला कोंबडा खाऊ दिल्यावर खेळ खलास होतो. चलपत्याच्या शेतावर काम करून टोपा रात्री घरी येतो. पोरगी तापानं फणफणलेली आढळते. त्याची पहिली दोन मुलं चांगली कळती होऊन असाच ताप येऊन गेलेली असतात. त्याची बायको घाबरून दु:खी झालेली असते. रामा महाराच्या बायकोनं 'कोंबडा कापा तीन रस्त्यांवर, गुण येतोय,' असं सांगितलेलं असतं. पण घरचा कोंबडा सकाळीच त्यानं घालविलेला असतो. चलपत्याकडं जाऊन तो कोंबड्याची मागणी करतो. 'पोरगी बेजान पडलीया तापानं, उतरून टाकायचा हाय,' असं सांगतो. तेव्हा चलपते चिडून त्याला म्हणतो, 'भडव्या, हुता त्यो कोंबडा दरवेश्याला दिलास. गावकऱ्यांचा अपमान केलास. पाटलाची बरूबरी करावीशी वाटतीय तुला, असा रंगलाल गडी तू आन् कोंबडा मागायला आलायस! तुला लाथा का बरं घालू नेत?' टोपा दुसरीकडेही प्रयत्न करतो. वेड्यासारखा होऊन टोपा हातापाया पडला; पण एकाने त्याला कोंबडा दिला नाही. सगळ्यांनी त्याला शिव्याच घातल्या. 'तुम्ही होलार लोक फार माजला आहात.' असे सुनावले. वरच्या जातीची बरोबरी करण्यासारखं वागणं हा त्याचा फार मोठा गुन्हा होता. गावकऱ्यांचा दलितांकडे बघण्याचा हा दृष्टिकोन माडगूळकरांच्या अनेक कथांतून प्रतीत होतो.

व्यक्तीव्यक्तीमधील भांडण जातीजातीच्या भांडणाच्या पातळीवर कसे जाते आणि बहुसंख्याक जात अल्पसंख्याक अस्पृश्य जातीला कशी नामोहरम करते, याचे चित्रण 'आडिट' कथेत पाहावयास मिळते. दलित जातीतील माणसांच्या स्वभावाची विविधता माडगूळकर ध्यानात घेतात. 'आडिट'मधील गोपा व्हरल हा देवा सटवासारखा सज्जन नाही. वागण्यात त्याच्याकडेही काहीएक दोष असतो. एरवी दरिद्री असणारा गोपा व्हरल त्याच्या पाटेला दोन सुरेख बोकडं झाल्यावर तालेवाराच्या तोऱ्यानं वागायला लागतो. बोकड विकत घ्यायला आलेल्या गणा चलपत्याला 'तुमाला दाम परवडणार न्हाई,' असे अकारण अपमानकारक बोलतो. गोपाने सांगितलेला तीस रुपये हा दाम न पटून गणा बोकड वीस रुपयाला मागतो. त्यावर 'मग रेडा कापून खा की एखादा. बोकडाची चव कशाला तुमाला?' असं गोपा म्हणतो. त्यावर 'गावात ऱ्हानार न्हाईस तू.

देशोधडीला लावीन तुला!' असे संतापाने त्याला बोलून गणा पाटलाकडे येतो आणि 'तुमची माझी जात कोणची?' असे त्यांना विचारतो. 'अलबत, मऱ्हाट्याची', असं पाटलांनी म्हणताच गोपा व्हरलानं आपल्याला म्हार केलं, त्याच्या हिशेबी आपण रेडं खाणारं हाय असं पाटलांना सांगून गणा त्यांना संताप आणतो आणि पाटील चावडीवरती सगळ्या व्हरलांना बोलावून घ्यायचं ठरवतात. रात्री चावडीवर जमल्यावरही गोपा नीट उत्तरं देण्याऐवजी खवचट बोलू लागतो. तेव्हा मराठे मंडळी फार तापतात. इतर जातींची मंडळीही मराठ्यांनाच साथ देतात. गोपा व्हरलवर तुटून पडतात. त्याच्या भाऊबंदांनाही बदडतात. 'सगळेच माजलाय तुमी. तुमची खोपटं जाळली पाहिजेत' असं भाना रागानं म्हणतो. गणा सगळ्यांना उद्देशून म्हणतो, 'व्हरलं माजलीत. जो कोणी मऱ्हाट्याच्या पोटचा आसंल, त्यानं व्हरलांना धडा द्यावा.' आणि हे आव्हान स्वीकारून मंडळी भिंतीशी बसलेल्या मूठभर व्हरलांशी भिडतात. तालमीत शरीरं कमावलेली तरणी पोरं व्हरलांची हाडं न् हाडं खिळखिळी करतात. त्यांना रक्तबंबाळ करतात. गोपा व्हरलाचं वागणं गैर असलं तरी गोपा व्हरल आणि गणा चलपते या दोन व्यक्तींमधील भांडण हे दोन जातींमधील भांडणाच्या पातळीवर कसे जाते आणि अखेर बहुसंख्य सवर्ण मराठे मूठभर दलितवर्गीय व्हरलांना कसे रक्तबंबाळ करतात या सामाजिक वास्तवाचे चित्रण या कथेत माडगूळकरांनी उत्तम प्रकारे केले आहे.

अस्पृश्य वर्गातील माणसाने गुन्हा केला तर समाज त्याचा असा न्यायनिवाडा करतो की, त्याला आणखी गुन्हा करणे भाग पडावे. हऱ्या मांगाने संताच्या शेतातले पीक कालवडीला चारलेलं असतं. त्याचा तलास नामज्या नाईक करतो. हऱ्या आपला गुन्हा कबूल करतो आणि माफी मागतो, परंतु समाज त्याला दंड म्हणून मारुतीच्या दिव्याला चार धडं तेल द्यायला सांगतो. दारिद्र्यामुळे एवढा मोठा दंड त्याला भरता येणे शक्य नसते. त्यासाठी त्याला चोरी करण्याचाच विचार करावा लागतो. गुन्ह्याची परंपरा अशीच चालू राहते.

सवर्ण गावकरीच अस्पृश्यावर सतत अन्याय करीत असतात आणि अस्पृश्यवर्गीयाचे वर्तन मात्र नेहमी रास्त असते असे एकांगी आकलन माडगूळकरांच्या कथांतून प्रकट होत नाही. दारिद्र्यामुळे मांस खाण्याची चव कित्येक दिवस महारांना घेता आलेली नसते. पोटुशी असलेल्या बायकोची खाण्याचीही हौस भागावी व आपल्या सगळ्यांनाही खायला मिळावं, या अपेक्षेनं संदीपान व इटुबा पाटलाच्या पोरानं पोटच्या पोराप्रमाणं वाढविलेला जातिवंत खोंड विष घालून

मारतात. तो खायला मिळाला नाही, म्हणून नंतर केल्या कृत्याची हळहळ त्यांना वाटते, हेही माडगूळकर दाखवितात **(बेत)**. सताचं भरलं पीक हऱ्या मांग कालवडीला खाऊ घालतो **(न्याय)**. परिस्थिती जराशी बरी झाली की, गोपा व्हरल गावकऱ्यांशी सरळ बोलायचं विसरून जातो आणि नेहमी वाकड्यातच शिरतो **(आडिट)**. बलुतेदारांतही श्रेणी असतात. महार, मांग, रामोशी यांना गावकऱ्यांना अडवायची फारशी संधी नसते. त्यांना नेहमी गावकऱ्यांपुढे नमून वागावं लागतं. निदान त्यांच्या तोंडासमोर वाकडं बोलण्याची हिंमत त्यांना दाखविता येत नाही. चांभार, व्हरल यांच्यावाचून मात्र शेतकऱ्यांचा खोळंबा होत असतो. एरव्ही अपमानित जिणं जगावं लागणारा चांभार, व्हरल शेतकऱ्याची नड बघून म्हणा की, आपल्याला कमाई व्हावी म्हणून म्हणा, संधी मिळेल तेव्हा त्याचा पाणउतारा होईल असे लागट बोलतो. हा बोलण्याचा वाकडेपणा शिदा चांभारात असतो. 'पायताण बांधशील का' या प्रश्नावर 'हे काय पुसणं झालं का जी? मी बांधणार न्हाई तर कोण नाना न्हावी? अवं, धंदाच करतोय तो!' दोन तळांच्यामध्ये माती घालण्याचा खोटेपणा तो करतो. 'लेका शिद्या, माती घातलीस व्हय मधी?' असं विचारल्यावर 'माती हाय व्हय, जी? कराल हाय की', असे उत्तर देतो. गांधीवधानंतर बामणांच्या घरातला माल पळवून चैन करताना त्याच्या मनाला खंत वाटत नाही **(शिदा चांभार)**. अत्यंत फाटकं पायताण पांडानं सांधायला आणल्यावर गोपा व्हरल 'कशाला आनलं जी, हे!' असं उपरोधिकपणे म्हणतो, 'कुत्र्यापुढे टाकून बघा, तेसुद्धा तोंड लावणार नाही' असं भाष्य करतो **(वहाणा)**. मात्र अस्पृश्यांच्या या गैरवर्तनाच्या मुळाशी त्यांचं भयानक दारिद्र्य असतं. बोलण्याच्या वाकुडपणापाठीमागे नेहमी अपमानित जिणं जगावं लागतं, त्याची भरपाई करण्याची सुप्त प्रेरणा असते, अशीच प्रचीती माडगूळकरांच्या या चित्रणावरून येते.

मात्र गावकरी आणि दलित यांचे संबंध नेहमीच ताणलेले असतात अशातला भाग नसतो. धर्मा रामोश्याची स्थिती अत्यंत हलाखीची आहे, हे समजताच ब्राह्मण निवेदकाला हळहळ वाटते. त्याच्या आईला धर्मा रामोश्याबद्दल पोटातून प्रेम असते. गावावरून येताना डोक्यातलं पडलेलं सोन्याचं फूल शोधायला भाकर न खाता कंदील घेऊन धर्मा रामोशी गेलेला असतो. निवेदकाची आई म्हणते 'आणि तशा रात्री ते एवढंसं फूल शोधायसाठी बाहेर अंधारात पडला आणि सांगायचं कारण म्हणजे चांदणी उगवायला फूल घेऊन आला माझा सासरचा धर्मा नाईक.' तिच्या बोलण्यातून धर्माबद्दलची माया प्रकट होते. 'मी बरा उपाशी मरू देईन रे त्याला.' असे म्हणून चार-आठ पायली धान्य घेऊन

जायला सांगते. शिवताशिवत न मानता रोजचं दळण बजीला न्यायला सांगून त्यांच्या मीठ-मिरचीची तरतूद ती करते.

अस्पृश्य बलुतेदार आणि गावकरी या दोघांचं एकमेकांशिवाय चालत नाही. दोघांनी एकमेकांशी समजुतीनं वागायला पाहिजे, याची जाणीव 'अखेर आकण्या घरी आला!' या कथेतील निवेदकाच्या पोक्त वडलांना असते. आपल्या मुलानं आकण्याला मारल्यानंतर त्यांचं काम न करण्याचा विचार महार मंडळी सांगतात. रागावलेला पोरगा 'ना करीनात काम! त्यांच्याशिवाय काही अडून राहात नाही. आम्ही रोजगारानं घेऊ काम. जोरा नको लोकाचा,' असं ज्या वेळेला म्हणतो त्या वेळी त्याचा पोक्त बाप समजावणीच्या स्वरात सांगतो, 'तसं नसतं बाळा. त्यांच्याबरोबर जन्म काढायचाय तुम्हाला. त्यांना तुम्हाला सोडून भागायचं नाही आणि तुम्हाला त्यांना सोडून चालायचं नाही.' गावरहाटीत हे परस्परावलंबित्व आवश्यकच असते. गावकरीही काही-काही बाबतीत जबाबदारी या बलुतेदारांवर टाकतात. सताचं पीक कुणीतरी चोरलेलं असतं. ते शोधून काढायची जबाबदारी तो नामज्या नाईकावर टाकतो. गावाची राखण रामोश्याकडे असते. चोरी, दरवडा शोधण्याचं काम त्याच्याकडे असतं म्हणून हक्कानं तो त्याला 'मला पत्त्या लावून दे न्हाईतर तू दे समदं नुकसान भरून,' असं दटावतो आणि संध्याकाळपर्यंत हऱ्या मांगानं आपली कालवड त्याच्या रानात चारली, याचा तो नुसताच तपास लावीत नाहीतर बारीकसारीक तपशीलाने निष्णातपणे तो सिद्धही करून दाखवितो **(न्याय)**.

आपल्या समाजव्यवस्थेतील जन्मजात अस्पृश्यतेचा एक अटळ परिणाम म्हणजे त्यांच्या वाट्याला आलेले भयंकर दारिद्र्य. सगळ्याच दलितांच्या जीवनाला भयानक दारिद्र्य कसे व्यापून राहिलेले असते, याचे कलात्मक संयमाने केलेले व म्हणून अतिशय प्रत्ययकारी ठरणारे विदारक चित्रण माडगूळकरांच्या अनेक कथांतून येते.

आयुष्यभर मरमर काम केलेल्या धर्मा रामोश्याला अतिवार्धक्याच्या अवस्थेत अंग झाकण्यापुरता कपडा नसतो की, पोटाची खळगी भरेल एवढे अन्न मिळत नसते. उकडलेल्या पालेभाजीचा लगदा आणि तांबड्या रंगाची अर्धी, तीन चतकोर भाकर खाऊन त्याला कशीतरी गुजराण करावी लागते. त्याहूनही भयंकर गोष्ट म्हणजे त्याच्या जाणत्या नातीला अब्रु झाकण्यापुरतं अंगावर घेण्याइतकं धडुतं मिळत नाही. म्हणून ती आपल्या खोपटातही कुणा पुरुषासमोर येऊ शकत नाही. म्हणून धर्माला जुनंपानं धोतर मिळाल्यावर तेच लुगड्यासारखं नेसून

कामासाठी बाहेर पडणं तिला शक्य होतं **(धर्मा रामोशी)**. रामा मैलकुलीला निवेदक जेव्हा आपल्याजवळच्या तुपानं माखलेल्या मऊसूत चपात्या, मोकळं पिठलं, लिंबाचं लोणचं, लसणाची चटणी असं सुग्रास अन्न देतो, तेव्हा ते अप्रुप अन्न स्वत: न खाता आपल्या भाच्यासाठी ठेवतो **(रामा मैलकुली)**. गोपा व्हरल दरिद्री असताना त्याला कुणी पानाचा विडा खायला दिला, तर उशीरपर्यंत तोंडात घोळवत ठेवून तो त्याची मजा घेई. तहान लागली तर तोंडातला चोथा काढून दगडावर ठेवी व पाणी पिऊन झाल्यावर तो चोथा पुन्हा तोंडात टाकी **(आडिट)**.

कर्त्या माणसाची जर ही स्थिती तर विधवेची दैना विलक्षणच. **'असंच...'** या कथेतील येसा विधवा झालेली असते. तिचा पोरगा संदीपान 'कायतरी खायला दे' म्हणून आईच्या मागे लागलेला असतो. 'मग कर की ग भाकरी. किती दीस झालं खाल्लिया का? सारका भोपळा उकडलेला आन् भाजी.' तिला खायला देण्याजोगं काहीही नसतं. बाळबुद्धीचा तो पोर 'दे की ग! पोटात चावाय लागलंय...' असं म्हणत असतो. मनाचा धोंडा करून ती म्हणते, 'पाणी पे रांजनातलं, म्हंजे व्हाईल. शेना हाय माजा, बाबा. पीट न्हाई रं जुंदळ्याचं. न्हाई तर आता करून दिली असती भाकर!' तो म्हणतो, 'मग नुसतं जुंदळं दे. मी खातो. बारीक चावून खाल्ल्यावर भाकरीवानी लागत्यात जुंदळं. दे!' लेकराच्या पोटात घालायला कोरभर भाकरीसुद्धा नाही या जाणिवेने ती कष्टी होते. अंधार होता. रात्र झाली होती. पाऊस कोसळत होता, कुठे बाहेर जायला येत नव्हते आणि बाहेर तरी कोण देणार? उपाशी मरणारी ती काय एकटीच होती? सारा महारवाडा, मांगवाडा, व्हरलवाडा हातावर पोट असलेले सारेच गोरगरीब पालापाचोळा खाऊन जगत होते. भुकेने वखवखलेले ते पोरगे गाडगी, मडकी, डबडी धुंडाळते. उतरंडीचं एक गाडगं खाली फुटून साऱ्या घरभर खापरं होतात आणि संदीपान आनंदानं ओरडतो, 'आई घावलं मला खायला.' त्याला धुळीनं भरलेलं एक हळकुंड मिळतं. ते पुसून दिव्याच्या ज्योतीवर धरून ते तो भाजतो आणि ओल्या खोबऱ्याचा तुकडा खावा, तसे ते हळकुंड थोडे-थोडे मिटक्या मारीत संपवितो. एवढा वेळ हे सारे पाहात असलेली येसा संदीपानाला पोटाशी धरून ढसढसून रडायला लागते. म्हणते, 'देवा, यापरीस पटकीसारख्या एकांद्या रोगानं मारून का रं टाकलं न्हाईस गरिबाला?' लेखक शेवटी म्हणतो, 'देव तिला मारून टाकणार नव्हता. उपाशीपोटाने ती अशीच खोपटात पडून राहणार होती आणि तिचे एकुलते एक बापावेगळे पोरगे भुकेने वखवखून हळकुंड खाऊन झोपणार होते आणि ती आतडे तुटेपर्यंत ओरडून म्हणणारी होती, "देवा, यापरीस पटकीसारख्या एकांद्या रोगानं मारून का रं टाकत न्हाईस गरिबाला?"

हे असंच चालणार होतं.

दारिद्र्यामुळे होणारा भावनिक कोंडमारा किती विदारक असतो, याचे चित्रण या कथेत जसे येते तसेच **'ओझं'** या कथेतही पाहावयास मिळते. झोपडपट्टीत राहणाऱ्या लाडाबाईचे बाळंतपण तोंडावर आलेले होते. झोपडपट्टीत बाळंतपण करणं त्यांना शक्य नव्हतं. सोमाचं म्हणणं होतं की, लाडाबाईनं एखादी बारीकासारीक चोरी करावी आणि तुरुंगात जावं, तिथं सगळं बाळंतपण व्यवस्थित होईल. गरिबी झाली म्हणून माणसानं अब्रू सोडावी आणि तुरुंगात जावं, हे तिला भावतही नव्हतं आणि तसा प्रयत्न करून तिला ते जमतही नाही. नैसर्गिकपणे ज्या गोष्टी आनंददायक वाटाव्यात त्याबाबतीत केवळ दारिद्र्यामुळे माणसाच्या मनाची जीवघेणी ओढाताण होते. जगणं हेच ओझं होऊन बसतं. सगळ्याच दलितांच्या जिण्याला हा दारिद्र्याचा शाप असल्याचे प्रत्यक्षपणे या कथांतून चित्रित झाले आहे.

समाजव्यवस्थेने लादलेल्या अस्पृश्यतेमुळे सगळ्या समाजालाच भोगावी लागणारी काही दुःखे निर्माण होत असतातच; शिवाय त्यामुळे व्यक्तिगत पातळीवरील भावनिक कोंडमारा सहन करण्याचेही त्यांच्या नशिबी येते. माडगूळकरांनी **'कालगती'** या कथेत जन्माने ब्राह्मण असलेल्या, पण नंतर व्यवसायाने आणि साहचर्याने अस्पृश्य बनलेल्या व्यक्तीच्या मनाची तगमग दाखविली आहे. तमाशाचा व्यवसाय महार-मांग यांनीच करावयाचा असतो, असा समज आणि वहिवाट ज्या काळात होती, त्या काळात एक नादी गुणवंत ब्राह्मण तमासगीर होतो... त्याची जात बदलली व तो महार झाला असं समाज मानतो व आपली जात बदलून आपण महार झालो, ही त्याचीही धारणा असते. निष्ठा बदलणाऱ्या पवळीनं त्याला सोडल्यानंतर वार्धक्याच्या अवस्थेत त्याची एकेकाळची चाहती असलेल्या ताई महारणीसमवेत तो महारवाड्यात दारिद्र्यात दिवस कंठीत असतो. त्याच्यावर लादलेल्या परिस्थितीने त्याच्या साध्या गरजा भागत नाहीत, इच्छा पूर्ण होऊ शकत नाहीत.

जोगतीण बनलेली बहिणा महार, हवालदार विठ्ठल देशपांड्याचं मन आकृष्ट करून घेते, त्याचं मन तिच्याकडे ओढ घेत असते; परंतु जातिश्रेष्ठत्वाच्या खोल संस्कारांमुळे ही बाब तो मनाच्या बाहेर टाकायचा प्रयत्न करतो. बहिणाचं मन या तरुण पोलिसावर बसलेलं असतं. त्याच्यासाठी तिचा जीव झुरतो, मन कशात लागत नाही. ती व्याकूळ होते. त्यांचं मीलन या सामाजिक व्यवस्थेत होणं

कठीण असतं. बहिणा जोगतीण मनात झुरत राहते. विठ्ठल पोलीस मनाला खात राहतो. या दोघांच्याही मनाची दैना लेखकाने चित्रित केली आहे. **(विपरीत घडले नाही!)** दलित जीवनाच्या अनेकविध पैलूंना माडगूळकरांनी हृदयस्पर्शी रूप दिलेले आहे.

अस्पृश्यांच्या जीवनातील दुःख हे केवळ सवर्णांनी त्यांच्यावर केलेल्या अन्यायामुळे निर्माण होते अथवा समाजव्यवस्थेचा परिपाक म्हणून त्यांच्या वाट्याला आलेल्या दारिद्र्यामुळे होते, असे माडगूळकर मानताना दिसत नाहीत. मानवी मनाच्या विविध वृत्तिप्रवृत्तींची त्यांना यथायोग्य जाणीव आहे. म्हणून दलितांच्या जीवनातील दुःख विविध कारणांनी निर्माण झाल्याचे यथार्थ आकलन माडगूळकर दाखवितात. हे दुःख निर्माण करायला अनेकदा आपल्याच जिवाभावाची, रक्ताच्या नात्याची माणसेही कारणीभूत होतात. व्यसनासारखे व्यक्तिगत दोष कारणीभूत होतात, तर कधी माणसाच्या ठिकाणी असणारा व्यक्तिगत दुष्टपणा कारण असतो. मुंबईच्या तमाशाच्या फडातील निष्ठा बदलणारी बाई हिरा, बंडाशी काही दिवस प्रेमाने वागल्यानंतर त्यानं मारलं म्हणून त्याच्यावर सूड घ्यायची संधी पाहात असते. बंडाचा तरणाबांड भाऊ बापू याला ती जवळ करते आणि त्याच्याकरवी थोरल्या भावाला वहाणेने मारायला लावते. एकमेकांवर उत्कट प्रेम करणारे भाऊ-भाऊ दुष्मनासारखे एकमेकांना मारतात. बंडा हा थोरला भाऊ आहे, याची पर्वा न करता धाकटा बापू त्याला जाड वहाणेने ठेचून काढतो. दोघेही दुःखी होतात **(गावाकडं).**

राव्या आणि भाव्या हे दरोडे घालणारे भाऊ-भाऊ एकमेकांवर जिवापाड प्रेम करीत असतात. कर्तबगार धाकटा भाव्या तर आपल्या थोरल्या भावाचा मुलगा मार्तंडा याला स्वतःचा मुलगा समजून खारीकखोबरं खाऊ घालून, तालीम करायला लावून आपल्या धंद्यात निष्णात करू पाहात असतो. मार्तंडावर पोटच्या मुलाप्रमाणे माया करीत असतो; पण त्यांच्यात एकदा बेबनाव झाल्यानंतर ते दोघे एकमेकांचा जीव घेऊ पाहतात आणि या वैमनस्याचा परिणाम म्हणून तिघांचाही विनाश होतो **(पडकं खोपटं).** माडगूळकर कौटुंबिक प्रेमाचे जसे उत्तम चित्र रेखाटतात, त्याचप्रमाणे भावकीतील वैराचेही प्रभावी दर्शन घडवितात.

'वडरवाडीच्या वस्तीत' या कथेतील वडराची लक्षी बाप मेल्यानंतर सावली म्हणून काळ्या वडराचा आधार घेते. त्यात तिची फसगत होते. दारूची नशा करणारा लक्षा तिच्यावर हुकमत गाजवतो व गुरासारखी मारून तिला छळीत असतो, तिच्या जीवावर उठतो. तिच्या आयुष्यातील हा दैवदुर्विलास असतो.

आपल्या घराच्या भरभराटीला कारणीभूत होणाऱ्या रत्ना गाईवर उमा रामोशी जिवापाड प्रेम करीत असतो, तिला जपत असतो. परंतु दारूच्या नशेत या

गाभण गाईला वर्मी मारून तिचा जीव जायला कारणीभूत होतो व स्वत:ला आणि घराला दु:खी करतो **(हे पाप कुठं फेडू?)**.

माडगूळकर दलितांचे जीवन चित्रित करीत असताना सामाजिकतेचे यथायोग्य भान सदैव ठेवताना दिसतात; मात्र ते व्यक्तिविशिष्टतेची अथवा माणसाच्या ठिकाणी असणाऱ्या विविध तसेच परस्परविरुद्ध वृत्तिप्रवृत्तींची जाणीवही प्रकट करतात. म्हणून त्यांचे कथाविश्व जिवंत माणसांनी गजबजल्याचे प्रत्ययाला येते. त्यांच्या कथांत 'आपलं गाव, घर, नात्यागोत्याची माणसं सोडून कुठे जावं देसांतराला,' असं म्हणणारा रामा मैलकुली आहे, तर गाव सोडून मुंबईला आलेल्या गणाला गावकीच्या कामातून सुटका झाल्याचं समाधान वाटतं. सूड घेण्याच्या हेतूनं पुरुषाला शरीर देणारी हिरी आहे, तर प्रेमभावनेच्या उदात्त पातळीवर तळमळणारी जोगतीण बहिणा आहे. निष्ठा बदलून मास्तराला सोडून जाणारी तरुण पवळा आहे, तर म्हातारपणी तरुणपणची ओळख ठेवून मास्तराला आपल्या खोपटात घेऊन राहणारी ताई महारीण आहे. दारिद्र्य तर सगळ्यांच्याच पाचवीला पुजलेलं आहे. पण त्याला तोंड देण्याच्या तऱ्हा माणसामाणसागणिक बदलतात. हरिजनांना पंढरीचे देऊळ खुले झाल्यावर तुका महार पाक आत जाऊन देवाच्या पायावर डोकं टेकून येतो, तर अर्जुना महार मात्र भावव्याकूळ होऊन नामदेव पायरीवरूनच विठोबाला साष्टांग दंडवत घालतो, देवळात जायला काही त्याचे मन घेत नाही **(वारी)**. माडगूळकरांनी आपल्या कथांत अनेकांच्या व्यवहारीपणाचे रोखठोक चित्रण केले आहे, तसे अर्जुनाच्या आध्यात्मिक तळमळीचे अत्यंत हळुवार दर्शन घडविले आहे. त्यांनी अस्पृश्य वर्गातील वेगवेगळ्या परिस्थितीतील विविध प्रवृत्तींची माणसे जिवंत केली आहेत. दलितांच्या जीवनाला असलेले सामाजिकतेचे विविध पैलू जसे त्यांनी दाखविले, तशीच व्यक्तिवैशिष्ट्येही दाखविली आहेत. ऐहिकाच्या पलीकडचे आध्यात्मिक परिमाणही त्यांनी चित्रित केले आहेत.

माडगूळकरांनी केलेले दलितांच्या जीवनाचे चित्रण एकसुरी होत नाही. ते सवर्णांकडून दलितांवर होणाऱ्या अन्यायाचे आणि त्यांना भोगाव्या लागणाऱ्या दारिद्र्याचेच केवळ चित्रण करीत नाहीत. मानवी जीवनातील विविधता आणि आनंददायकता हीही त्यांच्या कथांतून आविष्कृत होते. अवहेलना, कुचंबणा, दारिद्र्य हे जरी दलितांच्या वाट्याला येत असले, तरी त्यांच्या कौटुंबिक जीवनातल्या आनंददायक भागाचे चित्रणही स्वाभाविकपणे त्यांच्या कथांतून होताना आढळते.

'देवा सटवा महार' या कथेत प्रेममय कौटुंबिक वातावरणाचे चित्र माडगूळकर सहजपणे रेखाटतात, 'कडु तेलाच्या दिव्याचा मंद प्रकाश शाडूने सारवलेल्या

भिंतींवर पडला होता. धाकला ईश्वरा हाताची बोटे नाचवून भिंतीवर सावलीचे हरण करीत होता. त्याला खेटून तानी मांजरागत बसली होती. डोळे मोठे करून ती भावाची करामत बघत होती.' देवा घरी येताच पदराखालचं पोर राणी भुईवर ठेवते आणि नवऱ्याला 'कोरड्यास झालंया. भाकरी खाऊन घ्या' म्हणते. पोरंही खायला बसतात. परलादाला मांडीवर घेऊन राणी पण जेवायला लागते. जेवताना गोष्टी चालतात. देवी-डागदर येणार आहे म्हटल्यावर 'मी न्हाई परलादाला देवी काढू द्यायची' असं ती नवऱ्याला हक्कानं सांगते. ईश्वरा बापाला विचारतो, 'मग देवा, मलाबी काडनार काय रं फोड्या?' त्यावर देवा हसतो आणि म्हणतो, 'अरं ए गाढवा, तू का आता ताना आहेस? परलादाएवढा हुतास; तवा काढल्यात तुला फोड्या.' ईश्वराने आपल्या दंडावरल्या वणाकडे पाहिले. तानीनेही आपल्या दंडाकडे पाहिले आणि मग एकमेकांच्या दंडाला दंड लावून कुणाचे वण जास्त मोठे आहेत, याबद्दल ती दोघे हुज्जत घालू लागली.' या कथेत कौटुंबिक प्रेममय वातावरणाचे चित्रण माडगूळकर अशा प्रकारे रेखाटतात.

रामा मैलकुल्याची बायको आपला नवरा हौसमौज भागवत नाही म्हणून आणि त्याच्या दारिद्र्याला कंटाळून रामाला सोडून गेलेली असते. त्यानंतर रामा आपल्या विधवा बहिणीवर आणि भाच्यावर माया करून जगत असतो. अंमलदाराबरोबर कामाला निघताना भाच्याच्या पोटावर रामा मायेनं चापट मारतो आणि त्याच्या धुळीनं भरलेल्या तोंडाचा मुका घेतो. अंमलदारानं दिलेलं चांगलंचुंगलं अन्न आपण न खाता भाच्यासाठी तो राखून ठेवतो. बायको पळून गेल्यावर बहीण व भाचा हेच आपल्या प्रेमाचे आधार करून तो आपले जिणे सुसह्य करतो.

मुंबईत तमाशात असलेल्या बंडा मांगाला आपला भाऊ बापू भेटण्यासाठी आलेला बघताच विलक्षण आनंद होतो. आनंदातिरेकानं आपल्या बापूरायाला 'लई हिंडावं लागलं का रं, पत्त्यापाई? लई पडला का तकाटा?' असे प्रश्नामागून प्रश्न विचारतो. हॉटेलातील काउंटरवर बसलेल्या शेठजींना 'ह्यो बापू, भाऊ माजा धाकला' असं सांगतो. 'एक खिमा पिलेट' आणि 'चार चपात्या'ची ऑर्डर देऊन पोऱ्याला लवकर आणायला सांगतो. 'भुक्याजला असशील बापू. खा अगोदर,' असा प्रेमाचा आग्रह करतो. बंडाच्या सगळ्या बोलण्यातून आणि वागण्यातून भाऊ भेटल्याचा आनंद ओसंडल्याचे माडगूळकरांनी दाखविले आहे **(गावाकडं)**.

'वारी' कथेतील थकलेल्या अर्जुनाची काळजी त्याचा मुलगा व सून परोपरीने घेतात. तो वारीला जायचं म्हणताच 'म्हातारा थकिस्त जीव घेऊन कसा जाईल,

त्याच्यानं वाटचाल कशी हुईल, मायंदाळ गर्दीत त्याचा निबाव कसा लागंल,' असं वाटून पहिल्यांदा दोघंही म्हातार्‍याच्या काळजीनं आणि प्रेमानं मोडता घालतात. परंतु त्याची तीव्र इच्छा लक्षात घेऊन जायला परवानगी देतात. अर्जुनाची सून सासर्‍याच्या अंगावरची धडुती सवळेच्या मातीने खळणी करते. लेक बापाचा फाटका जोडा चांभाराकडून शिवून आणतो. सून व्हंडीच्या आठ-दहा जाड भाकरी करून त्यांच्यामध्ये मिरचीकांदा घालून शिदोरी तयार करते. त्याच्या वारीला जाण्याची साग्रसंगीत तयारी दोघेहीजणं मोठ्या प्रेमानं करतात. जायला निघालेल्या अर्जुनाचा घरातून पाय काही लवकर निघत नाही. त्याचा धाकला नातू धोतराला लोंबकाळीत म्हणतो, 'आमाला डाळं-चिरमुरं, बत्तासं आन, बरं का.' कौटुंबिक जीवनातील प्रेमाचे माडगूळकर हृद्य असे दर्शन घडवितात.

ग्रामजीवनाशी अपरिहार्यपणे संबंधित असणारे अस्पृश्य बलेतुदार हे माडगूळकरांच्या कथांचे विषय बनलेले आहेतच. शिवाय आपल्या उपजीविकेसाठी, काही प्रमाणात का होईना, गावावर अवलंबून असणार्‍या भटक्या, आदिवासी जातींतील लोक हेही त्यांच्या चित्रणाचा विषय झालेले आहेत. गाढवी सोनार, पारधी, नंदीवाले, माकडेवाले, गोसावी **(गोसाव्याचा पोर, दीपावली, दिवाळी १९८४)** या जातींतील लोकांवर त्यांनी लिहिले आहे. 'असलं लई बघितल्यात' या माडगूळकरांच्या कथेत गाढवी सोनार या जातीचे चित्रण येते. भटक्या जातींतील लोकांचे चित्रण करणारी मराठीतील ही बहुधा पहिली कथा म्हणावी लागेल. (भटक्या जातींवर पाच-सहा उत्तम दर्जाच्या कथा अलीकडच्या काळात चारुता सागर यांनी लिहिल्या आहेत.) पारधी गंगाराम, गोविंदा कातकरी, भाऊ वैद ही कथात्मक अंश असली तरी प्राधान्याने व्यक्तिचित्रे आहेत. 'नंदीवाला' हा ललित लेख म्हणता येईल. महत्त्वाची गोष्ट ही की, गावाशी जे-जे संबंधित आहे, ते-ते माडगूळकरांचा चित्रणविषय झालेले आहेत. लेखक म्हणून भटक्या जाती त्यांच्या आस्थेचा व म्हणूनच अनुभवाचा व चित्रणाचा विषय झालेल्या आहेत.

बायांची अब्रू घेण्यास चटावलेल्या पाटलाच्या रंगेल भगवंताचे नाक गाढवी सोनाराची मुलगी लक्ष्मी कशा हिकमतीने आणि निधडेपणाने कापते, याचे चित्रण हा 'असलं लई बघितल्यात!' या कथेचा मुख्य विषय आहे. परंतु कथेची पार्श्वभूमी म्हणून गाढवी सोनार या भटक्या व्यावसायिक जातीचे चित्रण येते. गाढवांच्या पाठीवर सगळे सामानसुमान लादून या गाढवी सोनारांचे लटांबर एका गावाहून दुसर्‍या गावी कसे जाते, चार-दोन दिवसांचे बिर्‍हाड ते तिथे कसे

करतात, सगळा व्यवहार नि:संकोचपणे उघड्यावर कसा चालतो हे ते सांगतात. व्यावसायिक म्हणून गावाला त्यांची गरज असते. दिरंगाईने दागिन्याची कामे करणाऱ्या व ती करताना चार-दोन मासे सोने काढून घेणाऱ्या गावच्या सोनारापेक्षा निदान सक्षम कडीतोडे ठोकून देणारे, झटपट काम करणारे हे गाढवी सोनार परवडतात. शिवाय घरच्या मालकाला चोरून धान्यधुन्य विकून जमविलेल्या पैशाचे दागिने करू पाहणाऱ्या खेडुत बायकांचीही ती गरज कशी असते, याचे रास्त वर्णन माडगूळकर करतात.

गावकऱ्यांचा महार, मांग, रामोशी इत्यादी बलुतेदार जातींतील माणसांप्रमाणे भटक्या जातींतील लोकांचा निकटचा संबंध येणे शक्य नसते. मात्र माडगूळकरांच्या ठिकाणी असणारी आस्था, कुतूहल आणि मनोवृत्तीचा व्यापकपणा यामुळे भटक्या जातींतील माणसांशी संबंध आल्यावर त्यांचे जगणे ते न्याहाळतात. आस्थेवाईकपणाने माहिती मिळवितात व छोटेखानी व्यक्तिचित्रांतून ती माणसे त्यांचा जीवनक्रम, त्यांचा व्यवसाय याचे प्रत्ययकारी चित्रण करतात.

लेखकांचा पारध्याशी जास्त संबंध आल्याने त्यांचे पारध्यांवरचे लेखन केवळ व्यक्तिचित्राच्या स्वरूपाचे राहिले नाही. त्याला बरेचसे कथात्मक स्वरूप आले आहे. मिठू शिपायी या पारध्याचे सगळे कौटुंबिक जीवन लेखक माहीत करून घेतो. उतरलेल्या पालाचे शब्दचित्रमय वर्णन त्यांनी केले आहे. त्यांची नावे मिठू शिपायी, रमजान, फाकत्या, मेदवाऱ्या अशी. आडनाव भोसले. दैवत हिंदूंचेच. पोरीचा पैसा घेणारे व वस्तूप्रमाणे तिचा व्यवहार करणारे. जातीचे देणं म्हणून लंगोटीच वापरणार. संकटाच्या वेळी देवी भवानी त्यांच्या अंगात येते. संकटात तिला शरण जाणार. गिधाड, घुबड यांची शिकार आवडीने खाणार. चितुरासारखा आवाज काढून चितूर कौशल्याने पकडणार. त्यांच्या गाई-घोड्यांप्रमाणे पाउंडावर चालणाऱ्या. पोरे काहीही कपडे न घालणारी, झिंज्या सावरीत पळणारी. वेगवेगळ्या प्रसंगांच्या अनुरोधाने आणि संभाषणातून पारधी जातीबद्दल कितीतरी माहिती प्रकट होते.

निवेदक आणि मिठू पारधी यांच्यात बोली ठरते. चितूर पकडून पारध्यांनी निवेदकाला द्यायचा आणि बदल्यात निवेदकाने त्यांच्यासाठी बंदुकीने गिधाड पाडायचे. चितूर त्यांना काही मिळत नाही आणि गिधाडे उतरावीत म्हणून त्यांनी गावातील कुत्रे मारून टाकलेले असते. निवेदक गिधाड पाडतो खरा; परंतु पारधी आधीच पाले गुंडाळून दूर गेलेले असतात. दोन जीव फुकट गेले म्हणून निवेदकाचा रामोशी मित्र हळहळतो. लेखकाने कथात्मक आकार दिला आहे तो असा.

३

महार, मांग, व्हरल, चांभार, रामोशी इत्यादी दलित जातींतील व्यक्तींवर त्यांच्या जीवनाचे अनेक अंगांनी सखोलपणाने चित्रण करणाऱ्या इतक्या विपुल कथा माडगूळकर कसे लिहू शकले, तसेच भटक्या जातींतील लोकही त्यांच्या चित्रणाचा विषय कसे होऊ शकले, याचे वरवर पाहिले असता एखाद्याला नवल वाटेल. त्यांच्या व्यक्तिमत्त्वाची घडण पाहिली तर या गोष्टीचा उलगडा होऊ शकतो.

व्यंकटेश माडगूळकरांनी संवेदनशीलता ग्रामजीवनाच्या वैशिष्ट्यांनी घडविली गेली. खेडेगावातील जीवन हे मूलतः सामूहिक जीवन असते. सवर्णातील ब्राह्मण-मराठे असोत की, दलितांतील महार-मांग-चांभार-रामोशी असोत, ते सगळे एकमेकांवर अवलंबून असतात. माडगूळकरांच्या व्यक्तिमत्त्व-घडणीचा काळ खेडेगावात गेला. घरच्या प्रतिकूल परिस्थितीने ते अगदी लहानपणी शिक्षण वगैरेसाठी शहरात जाऊ शकले नाहीत. म्हणून समजूत येण्याचा आणि सर्वांगीण व्यक्तिमत्त्व घडण्याचा त्यांचा काळ खेडेगावातच गेला. आपण सगळ्यांशी संबंधित असावे, दुसऱ्यांना समजून घ्यावे, त्यांच्याशी समरस व्हावे असा त्यांचा स्वभाव बनला. कदाचित घरच्या दारिद्र्यामुळे खालच्या समजल्या जाणाऱ्या, स्तरावरील लोकांशी ते सहज मिसळू शकत होते. जातीय उच्चभ्रूपणाचा अडथळा त्यांना कधी झाला नाही. घरातील संस्काराच्या जोडीनेच ग्रामजीवनाचे सारे संस्कार त्यांच्यावर झाले होते. त्यांचे घर रामोसवाड्याशेजारी. रामोश्यांबरोबर ते रानामाळात जात होते. रामा रामोशी त्यांना मजेशीर गोष्टी सांगायचा. मुसलमानाचा अकबऱ्या, महाराचा लखू, राखणदार बळी रामोशी अशा कित्येकांशी त्यांचा निकट सहवास होता. वेगवेगळ्या जातींतील मंडळींशी नाते जोडून जवळीक साधण्याचा संस्कार आईकडून झाला होता. गोवऱ्या विकत देणाऱ्या वडारणीलासुद्धा मुलांनी गोवऱ्यावाली मावशी म्हणावे, असे त्यांच्या घरातील वळण होते. रामोश्यांच्या मुलांबरोबर रानोमाळ हिंडून त्यांनी वनविद्या संपादन केली. खेडेगावातील सामूहिक जीवनाचा प्रत्यय व स्वतःच्या घरातील उदारमतवादी प्रेमळ वातावरण यांचे संस्कार लहानपणीच होऊन माडगूळकरांचे व्यक्तिमत्त्व, त्यांचा संवेदनस्वभाव घडला असल्यामुळे समाजातल्या सगळ्या स्तरांवरील व्यक्ती आणि त्यांचे जीवन समजून घेण्याची, अनुभवण्याची क्षमता त्यांच्या ठिकाणी निर्माण झाली असावी असे वाटते. दलित लोकांच्या जगण्या-वागण्याच्या पद्धतीचे अत्यंत सूक्ष्म निरीक्षण तर त्यांचे होतेच, शिवाय त्यांच्या वृत्तिप्रवृत्ती आणि बारीकसारीक

प्रतिक्रिया समजून घेण्याची क्षमता त्यांच्या ठिकाणी निर्माण झाल्याचे दिसते. या सगळ्या लोकांबद्दल त्यांना मनोमन किती जवळीक वाटते, हे त्यांच्या लेखनाच्या ओघातही वारंवार प्रकट होते.

मुंबईला गणा महार भेटताच लेखकाला उल्हास वाटतो. 'आपला गाववाला, महार आणि तमासगीर! गणाशी गप्पा मारण्यात खरी मजा होती.' आणि तो म्हणतो, 'चल गड्या, चहा पिऊ हॉटेलात. फार दिवसांनी तू गाववाला भेटलास.' गणाचा तमाशा बघितल्यावर लेखक त्याच्या घामेजल्या पाठीवर थाप टाकून म्हणतो, 'गणा, कान निवले माझे, तुझे ढोलके ऐकून!' **(गणा महार)**. वर्गसोबती नामा मांग मास्तर झाल्यावर भेटताच तो सलगीनं नामाच्या पाठीवर थाप टाकून जवळ ओढतो. नामाच्या भाषेकडेही लेखक व्यापक दृष्टिकोनातून पाहतो. तो म्हणतो, शिकला सवरला तरी नामाची भाषा पूर्वीचीच होती. हेल जुनेच होते. याच बोलीत तो शिकवीत असणार. पण शुद्ध भाषेची तिथं जरुरी होतीच कुठे? धनगर, कुणबी, महार, मांग यांची वस्ती असलेल्या त्या एवढ्याशा खेड्यात तांबडं मुंडासं आणि गोल कुडती घालून शाळेत येणाऱ्या दहा-पाच पोरांना नामासारखाच शिक्षक योग्य! शुद्ध बोलणाऱ्या उच्चवर्णीय शिक्षकापेक्षा तोच त्यांना अधिक जवळचा. **(नामा मास्तर)**. (महात्मा ज्योतिबा फुले यांच्या विचाराचा बोलबाला होण्याच्या आधीच्या काळात म्हणजे १९४८ साली माडगूळकरांनी हे लिहिले, ही बाब लक्षात घेण्याजोगी आहे.) रामा व्हरलाशी तो अशा आपुलकीनं बोलतो की, त्याला आपलं अंत:करण लेखकासमोर उलगडून दाखवावंसं वाटतं.

आगगाडीच्या डब्यात गंगाराम भेटताच व तो माकडवाला जातीचा आहे, हे समजताच लेखक त्याच्याशी मनाने लागाबांधा जोडतो. 'आम्ही माकडवाले' असं तो म्हणताच लेखकाला उल्हास वाटतो. 'वाहवा! देवजी धसाडे आणि भागाबाई या माकडांच्या जोडप्याला घेऊन कुडबुडे वाजवीत फिरणारे माकडवाले म्हणजे लोकांची करमणूक करणारे कलावंत. आम्ही एका पातळीवरचेच.' कुणाच्याही अंत:करणाचे कवाड उघडण्याचे सामर्थ्य लेखकाच्या ठिकाणी आहे.

लेखकाला माणसाबद्दल असणारी जवळीक जाणवून गंगाराम त्याच्याशी मोकळेपणाने बोलतो. मिठू शिपायाची भीड चेपते व तोही त्याच्याशी मन खुले करून बोलायला लागतो. दीर्घ परिचयाचे गोविंदा कातकरी आणि भाऊ वैदू यांच्याबद्दल, तर लेखकाला अपार प्रेम वाटते. भाऊ वैदूलाही लेखकाची मुले बघावी वाटतात व आपल्या मुलांची आणि लेखकाच्या मुलांची मैत्री राहावी, मैत्रीचे हे नाते पुढच्या पिढीतही दृढ असावे, असे त्याला वाटते. लेखकाच्या ठायी व्यापक सहानुभाव असल्यामुळे रामा मैलकुलीची वेदना त्याला समजू शकते. धर्मा रामोश्याची दैना बघून तो कळवळतो. महारांनी बांधलेली विहीर

बळकविण्यात गावकऱ्यांनी त्यांच्यावर किती घोर अन्याय केला आहे, हे त्याच्या मनाला भिडते. देवा महाराचा क्षोभ त्याला समजतो व जुन्या संस्कारांनी घडविलेल्या अर्जुना महाराची तगमग त्याला उमगते. व्यंकटेश माडगूळकरांच्या ठिकाणी ही खरीखुरी ग्रामीण संवेदनशीलता असल्याने दलित वर्गातील हरप्रकारच्या लोकांच्या मनापर्यंत ते भिडू शकतात. त्यांच्या वागण्याचा व विविध भावनिक प्रतिक्रियांचा अन्वयार्थ ते लावू शकतात व म्हणूनच दलितांच्या जीवनाचे विविध अंगांनी अंतर्भेदी चित्रण ते करू शकतात. 'माडगूळकर कुलकर्ण्यांसारख्या वरिष्ठ वर्गातून आलेले असल्यामुळे त्या अंगानेच ते अनुभव घेतात आणि त्या अंगानेच त्यांचा ग्रामीण माणूस आकाराला येतो,' असे म्हणणे विपर्यस्त आहे, हे सहजच ध्यानात येते.

व्यंकटेश माडगूळकरांच्या संबंधी विशेषत: त्यांच्या 'बेत' या कथेबद्दल काहीजण आक्षेप घेताना दिसतात. त्याचा आपण येथे विचार करू. माडगूळकरांनी अस्पृश्य वर्गातील काही व्यक्तींमध्ये व्यसनासारखी वैगुण्ये कशी असतात, जीवघेणी भाऊबंदकी कशी असते किंवा दुष्टपणा कसा असतो, याचे चित्रण करणाऱ्या कथा लिहिलेल्या आहेत. अस्पृश्यांच्या दारिद्र्याचे, त्यांच्यावर होणाऱ्या अन्यायाचे चित्रण करणाऱ्या कथांपेक्षा त्यांची वैगुण्ये दाखविणाऱ्या कथा तुलनेने अत्यल्प आहेत. माडगूळकरांना मानवी जीवनाचे अनेक अंगांनी चित्रण करावे, अशी लेखक म्हणून स्वाभाविक इच्छा असणार म्हणून अस्पृश्यवर्गीयांच्या जीवनातील वेगवेगळ्या पैलूंचे चित्रण करताना त्यांच्यांतील वैगुण्याचेही चित्रण करावेसे वाटलेले असणार.

इटुबा आणि संदीपान हे महार बरेच दिवस गावात जनावर पडलेले नसल्यामुळे पाटलाच्या खोंडाला विष घालून मारतात व अखेरीस तो त्यांना खायला मिळत नाहीच म्हणून त्यांचा हिरमोड होतो, याचे 'बेत' या कथेत चित्रण येते. काहीजणांचा या गोष्टीबाबत माडगूळकरांवर रोषही झाला. अस्पृश्यांबद्दल त्यांचा दृष्टिकोन दोष दाखविण्याचा, अवहेलनेचा आहे, असे सांगण्यासाठी या गोष्टीचा निर्देश केला जातो. (माडगूळकरांचा अस्पृश्यवर्गीयांच्याबद्दलचा दृष्टिकोन कसा आहे, हे आपण वर विस्ताराने पाहिले आहेच.) इथे आपण हे लक्षात घ्यावयास पाहिजे की, लेखक म्हणून माडगूळकरांना सर्व प्रकारच्या मानवी व्यवहारांबद्दल आस्था आहे. विविध वृत्तिप्रवृत्तींचे चित्रण करावे असे त्यांना वाटते. लेखक म्हणून असलेल्या त्यांच्या भूमिकेचा अशा प्रकारची चित्रणे हा स्वाभाविक आविष्कार होय. माडगूळकरांना लेखक म्हणून कोणत्याही एका जातीबद्दल आकस नाही की, कोणत्याही विशिष्ट जातीबद्दल पक्षपातीपणाची भावना नाही. ब्राह्मण जातीत जन्मलेल्या माणसांची

भांडखोर वृत्ती, त्यांचा स्वार्थीपणा, वृत्तीचा क्षुद्रपणा एवढेच नव्हे, तर अतर्क्य स्वरूपाचा निखळ दुष्टपणाही ते काही कथांतून चित्रित करतात. यादृष्टीने त्यांच्या 'दीर भावजय', 'कलागत', 'सीताराम एकनाथ' या कथा बघण्यासारख्या आहेत. लग्न लावायला गेल्यावर आंतरपाटाचे कापड पळवून आणणारा दरिद्री व अहंकारी सखाराम पांडुरंग कुलकर्णी त्यांनी 'कलागत' या कथेत चित्रित केला आहे. बयेचा मुलगा तुळशीराम हा आपल्या आईला दम भरल्याबद्दल पायातला बूट उपसून त्याला मारतो, त्याचे चित्रण या कथेत येते. आपल्या तालेवार दिराचे नाक खाली व्हावे म्हणून जुनेर आडवे लावून त्याच्या समोरून चावडीवरून ती नदीवर जाते **(दीर भावजय)**. 'सीताराम एकनाथ' या कथेतील सीताराम हा ब्राह्मण इनामदाराचा मुलगा दुष्टपणाचा केवळ अर्क दाखविला आहे. बायांना फूस लावणारा, दुसऱ्याच्या जमिनी बळकावणारा कसाबकरणीचा सीताराम सुंदा माळणीच्या विधवा लेकीला फूस लावून पोटुशी करतो, तिचा मुलगा भाबडा शामू याच्यावर कुभांड रचून अटक करवितो व त्याला सोडविण्याची खटपट करण्याचा देखावा करून त्याची जमीन घशात घालतो. त्याची ही कसाबकरणी ध्यानात आल्यावर या विधवा मायलेकी त्याला आडरानात गाठून कुऱ्हाडीने व भाल्याने त्याचा निकाल लावतात **(सीताराम एकनाथ)**. माणसांमधील विविध वृत्तिप्रवृत्तींचे चित्रण करणे, ही माडगूळकरांची लेखक म्हणून भूमिका आहे. सगळ्याच जाती-पातींकडे माडगूळकर लेखकाच्या व्यापक भूमिकेतून बघतात. त्यांचे साहित्य सामग्र्याने वाचले तर पक्षपातीपणाचा अथवा आकसबुद्धीचा लेशही त्यांच्या लेखनात आढळणार नाही. दलित जीवनाचे अनेक अंगांनी चित्रण करावे, या लेखनप्रेरणेतूनच त्यांनी वर निर्देशिलेल्या प्रकारच्या कथा लिहिल्या असाव्यात असे म्हणावे लागते.

४

काहीजणांना व्यंकटेश माडगूळकरांच्या वाङ्मयीन गुणवत्तेचे सामर्थ्य आकलन होताना दिसत नाही. माडगूळकर कालानुक्रमाने गोष्ट सांगावी असे लिहितात, बघितले ते लिहितात. तपशिलाचा भरणा करतात, ते मनाचे चित्रण करीत नाहीत, तर प्रसंगांचे वस्तुनिष्ठ चित्रण करतात, त्यांच्या लेखनात नवनिर्मिती नसते; यांसारखी त्यांच्याबद्दलची मते यथार्थ आकलन प्रकट करणारी नाहीत. ती दिशाभूल करणारी आहेत. वस्तुतः माडगूळकरांच्या लेखनात अभिजात साहित्याचा संयम आहे. हा अभिजात संयम त्यांच्या कथेच्या रचनेत, भावनेच्या प्रकटीकरणात आणि भाषेच्या वापरात दिसून येतो.

एखादा लेखक बघितले तेच लिहितो असे म्हणणे निर्मितीप्रक्रियेबद्दल अज्ञान प्रकट करणारे म्हणावे लागेल. जे दिसत असते, त्यातील काय बघायचे आणि चित्रित करायचे ते लेखक ठरवीत असतो. ही निवड करण्यातही त्याची निर्मितीक्षमता असते.

माडगूळकरांची कथा कालानुक्रमाने लिहिलेली असते. पारंपरिक गोष्टीचे रूप त्यांनी टिकवून ठेवले आहे. त्यांच्या कथेचे हे अभिजातपण म्हणावे लागेल. निवेदनाचा ओघ खंडित करून पूर्वनिवेदनासारखी क्लुप्ती परिणामकारकतेसाठी वापरणे माडगूळकरांसारख्या अभिजात कलावंताला अप्रगल्भपणाचे वाटत असले पाहिजे. मात्र निवेदनातील कालानुक्रमाचा ते सर्जकतेने उपयोग करतात. वरवर कालक्रमानुसार केलेल्या त्यांच्या निवेदनात कार्यकारणभाव अनुस्यूत असतो, आणि कालक्रमाने निवेदिलेल्या घटनांचे स्वरूप आणि क्रम असा असतो की, त्यामुळे आशय अधिक अर्थघन होतो. ते तपशिलाचा चित्रणासाठी तर उपयोग करतातच शिवाय अनेकदा अशा तपशिलाला सूचकतेचे सामर्थ्य देऊन त्याचे नाते आशयाशी जोडून ते तो अधिक समृद्ध करतात. त्यांच्या कथेचा सकृद्दर्शनी दिसणारा सोपेपणा, खरे म्हणजे त्यांच्या लेखनाच्या अभिजाततेचे लक्षण म्हणावे लागेल.

'देवा सटवा महार' ही कालानुक्रमाने सांगितलेली कथा आहे. यातील कालक्रम हाही अतिशय महत्त्वाचा आहे. संध्याकाळच्या वेळेला दवंडी देण्याचे काम तो निष्ठावंतपणाने बजावतो. नंतर घरी आल्यावर बायकोमुलांसमवेत आनंदाने भाकरी खातो. बायकोशी बोलतानाच 'परलादाला मी देवी काढू द्यायची न्हाई', या तिच्या बोलण्यातून एकंदरीतच आपल्या तान्या पोराला, गावातल्या बायकांना देवी काढण्याला असणारा विरोध सूचित होतो. तक्क्यात म्हारुती इंजणेर दिवस बदलल्याचे आणि जातवाला बाबासाब आंबेडकर परदान झाल्याचं सांगतो. ही सगळी माहिती ऐकून महारांना आता चांगले दिवस येणार, सरकारातही आपला कुणी वाली आहे, या जाणिवेने देवाची आकांक्षा वाढल्याचे त्याच्या ठिकाणी आत्मविश्वास निर्माण झाल्याचे सूचित होते. दुसरा दिवस काम करण्यात कसा जातो, हे लेखकाने तपशिलाने सांगितले आहे. त्यावरून त्याने कामात किंचितही कसूर केलेली नसते, हे प्रत्ययाला येते. त्याचा हा उपवासाचा दिवस असतो आणि दिवसभर पोटात अन्न नसताना कामासाठी त्याने वणवण केलेली असते हा तपशीलही महत्त्वाचा आहे. या पार्श्वभूमीवर देवी-डागदराने दिलेल्या शिव्या व देवाचा प्रकट झालेला क्षोभ याचे लेखकाने चित्रण केलेले आहे. देवाच्या मनाच्या हालचालींचे कुठेही वर्णन केलेले नसताना, त्याचा प्रकट होणारा क्षोभ अर्थपूर्ण आहे. वाचकांच्या प्रत्ययाला आणून दिला आहे, तो घटना

कालक्रमाने सांगून आणि तपशील सूचक बनवून देवाला शिक्षा होते व तो तुरुंगात असतो. आपला कुणीतरी वाली सरकारात आहे, असं देवा महाराला वाटत असतं, हा भाग गृहीत धरून लेखक शेवटी लिहितो, 'देवा सटवा महार या सज्जन महाराचे काय झाले याची बिलकूल माहिती नामदार बाबासाहेब आंबेडकर यांना नाही आणि ती कधी होईल, याचाही संभव नाही!' देवाच्या मनातलं चित्र आणि वास्तव यांतली तफावत अर्थपूर्ण रीतीने वाचकांच्या प्रत्ययाला येते.

'गोडे पाणी' या कथेतील तपशीलही नवनिर्मिती करण्याच्या स्वरूपाचा आहे. दुपारच्या वेळेला तक्क्याच्या समोर महार मंडळी बसलेली असतात. गणा महार निंबाच्या मुळीला उसे देऊन, गुडघे उभे करून पडलेला असतो आणि गुडघ्यांना हाताची मिठी घालून बसलेला संदीपान दंडाला सुटलेली खाज हनुवटीने चोळीत बोलतो आणि गोष्टी चाललेल्या असतात पाण्याची आबदा होत असल्याच्या! या दोघांच्या वर्णनाच्या तपशिलातून महारमंडळींच्या आळशीपणाची यथायोग्य कल्पना येते. अशी मंडळी अपार कष्ट करून विहीर खणू लागतात. म्हाताऱ्या बाया आपल्या पोरांना पाणी घेऊन येत. उन्हाच्या वेळेला पोरं हातातली कुदळ टाकून पाणी पिऊ लागली की, त्यांच्या घामेजल्या पाठी पदराने पुसीत म्हातारी माणसं काम बघत आणि 'शाबास रं बहाद्दर! वा रं नर!' असे ओरडून तरण्या पोरांना गौरवीत. घामाने त्यांची अंगे निथळत. हातांचे दोन्ही बाव्हटे आणि पायांच्या पिंढऱ्या भरून येत, इत्यादी तपशिलांतून या महार मंडळींनी विहीर खणण्यासाठी किती कष्ट घेतले हे सुचविले जाते. अशा कष्टांनी खणलेली विहीर गावकरी जेव्हा बळकावतात, तेव्हा या घटनेची विपरीतता आणि विदारकता प्रत्ययाला येण्याच्या दृष्टीने आधीचा सगळा तपशील महत्त्वाचा ठरतो.

'आडिट' या कथेतीलही कालानुक्रम अर्थपूर्ण बनविला गेला आहे व तपशिलाचा उपयोग लेखकाने सूचकपणाने व आशय समृद्ध व्हावा अशा पद्धतीने केलेला आढळतो. एके दिवशी सकाळी त्या दिवशी रात्री, दुसऱ्या दिवशी सकाळी घडणाऱ्या घटनांचे चित्रण या कथेत केलेले आहे. आदल्या दिवशी सकाळचा प्रसंग गोपा व्हलराच्या घरी घडतो. गणा चलपते त्यांच्या घरी आलेला असतो. तो त्याला बोकड विकत मागत असतो व गोपा व्हरल त्याच्याशी उद्दामपणे बोलत असतो. रात्रीच्या वेळी गोपाला व इतर व्हरलांना मराठा मंडळी रक्तबंबाळ होईपर्यंत पिटून काढीत असतात. या घटनेने चित्र बदलते. दुसऱ्या दिवशी सकाळचा प्रसंग गणा चलपत्याच्या घरी घडतो. गोपा व्हरल दीनवाणा होऊन गणाच्या घरी गेलेला असतो. बोकड विकत घ्या, असं त्याला विनवतो. आता चलपते उद्दामपणाने वागत असतो व गरजू गोपा त्याच्यापुढे डोकं टेकीत असतो.

'आडिट' कथेतील तपशील मनोवृत्तीचे संसूचन करण्यासाठी लेखकाने वेधकपणे उपयोगात आणलेला आहे. गणा आला तरी गोपा अंगरख्याच्या शिवणीतील उवा बघण्याचे काम चालूच ठेवतो. त्याच्याशी आपण होऊन बोलत नाही की रामराम करीत नाही. गोपाचे खाली बघून छातीवरचे केस उपटणे, दोन्ही पायांमध्ये थुंकून बोलणे या तपशिलातून त्याचा उद्दामपणा सूचित होतो. त्याचं काळंभोर बोक्यासारखं पोर शेळीची थानं ओढते. बोकड बाँऽ असे ओरडतो इत्यादी तपशील वातावरणाच्या प्रतिकूलतेचा परिणाम घडवितात व अत्यंत सूचकपणे उद्दामपणाचा परिणाम गडद करतात. माडगूळकरांच्या कथांतील कालानुक्रमाचे व तपशिलाचे वैशिष्ट्य त्यांच्या सगळ्याच कथांतून प्रत्ययाला येते व जाणवते.

सगळ्या परिणामांनी प्रसंग साक्षात करण्याचे कार्य माडगूळकर अभिजातपणे तपशिलाच्याद्वारा साधतात. अवकाश वातावरण, माणसाची सशरीरता, त्यांची भावनिक अवस्था आणि कृती या साऱ्यांचा प्रत्यय तपशिलाद्वारे देण्याचे त्यांचे सामर्थ्य अपूर्व म्हणावे लागेल आणि लेखनकृतीची बुद्धिपुरस्सरता वाचकांना अजिबात जाणवू न देता, अत्यंत सहजतेने हा प्रत्यय येत असतो.

विहीर पाडण्याचा निश्चय करून एकेक मंडळी उठतात. तक्क्याची इमारत मोकळी झाली, एवढेच लिहून माडगूळकर थांबत नाहीत. त्या परिच्छेदानंतर स्वतंत्र वाक्य लिहितात, 'सारवलेल्या जमिनीवरून चिमण्या नाचू लागल्या.' आणि रिकाम्या तक्क्याचा अवकाश प्रत्ययाला आणून देतात **(गोडे पाणी)**.

खुंटीवरचा अंगरखा अंगात चढवीत आणि पटक्याचा गुंडाळा भूमीवर उलगडून टाकीत येदू बकू बोलतो, या तपशिलातूनही अवकाश आणि माणसाची कृती ते प्रत्ययाला आणून देतात.

लेक आणि सून वृद्ध अर्जुनाला वारीला जायची परवानगी देतात. लेकाच्या चांगुलपणामुळे त्याला गहिवरल्यागत होते. यापुढे माडगूळकर लिहितात, 'मग त्याने नातवाला आपल्याशी ओढून घेऊन त्याचे पटापट मुके घेतले.' या कृतीतून त्याची भावना जी प्रकट होऊ शकते ती वर्णनपर शब्दांतून प्रकट होणे कठीण.

विहीर पाडायला जागेची परवानगी मागण्यासाठी महार मंडळी येदू बकूकडे आलेली असतात. 'हां बोल गा, येताळानाना!' असे संदीपनानाने म्हटल्यावर पुढचे वर्णन येते – 'येताळानाना बूड उचलून दोन पायांवर बसला आणि खाकरला. हाताशेजारी पडलेले दोन-तीन खडे आणि चिपाडे उचलून त्याने दरवाज्याबाहेर फेकली आणि मग बेताने सुरुवात केली...' **(गोडे पाणी)**. या तपशिलातून येदू बकूशी बोलण्याला असलेले महत्त्व, कशी सुरुवात करावी,

याबद्दल त्याला वाटणारी साशंकता आणि सभ्यता, सभ्यतेमुळे बोलण्याला होणारा उशीर या संमिश्र भावनिक अवस्थेचा, त्याच्या मनाच्या ओढाताणीचा प्रत्यय दिला जातो. तपशिलाचा अशा तऱ्हेने सर्जक उपयोग करून मनाच्या अत्यंत संमिश्र अवस्थेचा प्रत्यय देण्याची माडगूळकरांची रीत व त्यांचा संयम अभिजात वाटतो. म्हणून त्यांनी अशा तऱ्हेने केलेले माणसाच्या व्यथांचे, वेदनांचे चित्रण वाचकांच्या मनाला जणू अबोलपणे भिडते आणि त्याच्याही ठिकाणी नि:शब्द वेदना निर्माण करते. काही लेखक मनाचे आणि मनावरच्या ताणाचे चित्रण करताना त्याच त्या भावनांचे नाव घेऊन, तोच तो अर्थ पुन्हा-पुन्हा वेगळ्या शब्दांत मांडून अथवा मनाशी न जुळणाऱ्या प्रतिमांचा व्याजकाव्यात्म उपयोग करून गद्यात शब्दकल्लोळ उठवीत असताना जेव्हा आपण पाहतो, तेव्हा माडगूळकरांच्या या संयत शैलीचे श्रेष्ठपणे आपल्या मनावर विशेषत्वाने ठसते.

तपशिलाचा एवढा सर्जक उपयोग करू शकणारा लेखक हरतऱ्हेच्या प्रसंगाची आपल्या कथांतून चित्रे काढू शकतो, याचा आवर्जून उल्लेख करण्याची गरज असू नये. व्हरलांवर आडिट काढून त्यांना मराठ्याची पोरं पिटून काढतात या प्रसंगाचे, मुंबईतील तमासगिराच्या बिऱ्हाडाच्या बकालपणाचे आणि भावाभावांतील भांडणाचे, बाबाखान दरवेश्याच्या खेळाचे, पंढरीच्या विठोबाच्या दारी असलेल्या व परंपरा मोडण्याचे धाडस नसणाऱ्या अर्जुनाचे, नंदीबैल घेऊन गावकऱ्यांच्या दाराशी येणाऱ्या नंदीवाल्याचे, महार मंडळी तमाशा कसा उभारतात याचे – **(तमाशा आणि तमासगीर, मौज, खास अंक, १९४७)** अशा विविध प्रसंगांचे चित्र माडगूळकर साक्षात करतात.

विलायती पाखराची जोडी शेतात उतरावी अशी पारध्यांची पडलेली पाले घोड्याप्रमाणे पाउंडावर चालणाऱ्या त्यांच्या गाई, अंगात कपडे नसलेली, झिंज्या वाढलेली त्यांची पोरे, गाईवर बसून गिधाडा(च्या शिकारी)वर निघालेली मंडळी यांचे वर्णन असो की रानडुक्कर चवताळून अंगावर आल्यावर गर्द जाळीत अधांतरी उभी उडी घेऊन पाठीवर आडवा होऊन पडणारा व स्वत:चा बचाव करणारा गोविंदा कातकरी याचे वर्णन असो, अथवा नंदीवाल्याच्या सजविलेल्या प्रचंड नंदीचे वर्णन असो, ही सारी वर्णने मार्मिक तपशिलाच्या व अकृत्रिम भाषाशैलीच्या साह्याने माडगूळकर प्रत्ययकारी करतात. नंदीवाल्याच्या 'अरं माझ्या संभू संकराच्या बैला...' या नुसत्या संबोधनानेच प्रसंग डोळ्यासमोर येतो.

माडगूळकरांच्या कथांत कालानुक्रमाने निवेदनात घटना सांगितल्या जात असताना त्यात घटनांचा कार्यकारणभावही अनुस्यूत असतो, हे आपण वर पाहिले. याशिवाय त्यांच्या निवेदनांची अन्य वैशिष्ट्येही आहेत. त्यांच्या कथेतील

निवेदकाच्या दृष्टिकोनाने त्यांच्या लेखनाला आधुनिकतेचे वैशिष्ट्य प्राप्त होते. त्यांचे निवेदन कधी भावविवश होत नाही. एवढेच नव्हे तर ते भावनाप्रधानपणेही केलेले नसते. माडगूळकरांनी ज्या काळात कथा लिहायला प्रारंभ केला, त्या काळातील कथात्मक साहित्यात त्यांच्या निवेदनातील भावनाप्रकटीकारणावरील नियंत्रण एकंदरीत निवेदनशैलीत अपूर्व म्हणावे लागेल. १९६०नंतरच्या नव्या पिढीतील आधुनिक लेखकांना माडगूळकर जवळचे लेखक वाटतात, त्याचे हे प्रमुख कारण म्हणावे लागेल.

त्यांच्या कथेतील निवेदक कधी कथेतील प्रसंगात आणि जीवनात समाविष्ट असणारी व्यक्ती असते. अनेकदा सर्वसाक्षी लेखकाच्या भूमिकेतून तृतीय पुरुषी निवेदन केलेले असते. दोन्ही प्रकारच्या निवेदनांत भावनाप्रकटीकरणावर सारखेच नियंत्रण आढळते. प्रथमपुरुषी निवेदनात भावनाप्रकटीकरणावर नियंत्रण असते, ही तर विशेष बाब म्हणावी लागेल. धर्मा रामोशी या व्यक्तिचित्रात निवेदक, बजा ही धर्माला दिलेले धोतर लुगड्यासारखे नेसून आली होती, एवढेच सांगून निवेदन संपवितो. रामा मैलकुली दिलेले सुग्रास अन्न भाच्यासाठी ठेवतो एवढेच निवेदन केले जाते. त्याचे दारिद्र्य, दुःख वगैरेंबद्दल लेखक शाब्दिक भाष्य करीत नाही. त्यामुळे वाचकांच्या मनावर घडणारा भावनिक परिणाम अधिक सखोल, गंभीर आणि अंतर्मुख करणारा ठरतो. तृतीयपुरुषी निवेदन करणाऱ्या 'आडिट', 'गोडे पाणी' इत्यादी कथांचा परिणामही असाच असतो, एवढे नमूद केले तर पुरे. पात्रमुखी निवेदन करणारी त्यांची 'अखेर आकण्या घरी आला', ही कथा अपवादात्मक म्हणावी लागेल. एखाद्या अहंमन्य ब्राह्मण तरुणाची अस्पृश्याबद्दल मनोवृत्ती कोणती असते याचा निवेदनातून एका अंगाने प्रत्यय येतो, तर दुसऱ्या बाजूने महारांवर अकारण अन्याय करणाऱ्या ब्राह्मणाबद्दल प्रतिकाराची भावनाही दाखविता येत नाही. उलट त्यांच्यापुढे शरणागतीच पत्करावी लागते, या विदारक वास्तवाचा अस्वस्थ करणारा प्रत्यय वाचकांना येतो. एकंदरीत माडगूळकरांच्या निवेदनशैलीच्या या वैशिष्ट्यामुळे भावनाप्रकटीकरणावर नियंत्रण ठेवले जाते. त्यामुळे भावुकपणा येत नाही. तसेच वस्तुनिष्ठ चित्रणावरची पकड अजिबात ढिली होत नाही.

माडगूळकरांच्या कथेतील निवेदकाचे आणखी एक वैशिष्ट्य जाणवते. हा निवेदक लेखकाच्या व्यापक भूमिकेतून सर्व माणसांकडे आणि जीवनव्यवहाराकडे पाहत असतो, आणि हे पाहत असता त्याची समरसता एकंदर ग्रामजीवनाशी, ग्रामीण समूहमनाशी असते. त्यांच्या कथांचा निवेदक या दृष्टीने माणसांकडे, घटनांकडे पाहात असतो. निवेदनातील शब्दप्रयोगही या दृष्टीने वापरले गेलेले असतात. त्यांच्या कथांतून 'महार, महारं' असा शब्दप्रयोग येतो, तो उच्च

भूमिकेतून तुच्छता दर्शविण्यासाठी येत नाही. ज्या सहजतेने निवेदनाच्या ओघात 'महार, महारं' असा शब्दप्रयोग केला जातो, त्याच सहजतेने 'बामण, बामणं' असा शब्दप्रयोग केल्याचे सातत्याने दिसून येते. ग्राममनाचा प्रत्यय देणारी, अस्सल ग्रामीण संवेदनशीलता त्यांच्या निवेदकाच्या भाषावापरातूनही प्रकट होते.

माडगूळकरांच्या भाषाशैलीचा विस्ताराने विचार करणे इथे अभिप्रेत नाही. एखाद्यालाच जन्मजात देणगी मिळावी अशा प्रकारची भाषेची देणगी माडगूळकरांना लाभलेली आहे, असेच कोणालाही वाटावे. त्यांच्या भाषेत एकाच वेळी स्वाभाविक सहजता व विलक्षण सामर्थ्य यांचा आढळ होताना दिसतो. भाषेच्या स्वरूपाची आणि सामर्थ्याची जाण माडगूळकरांना आहे व भाषेचा ते अत्यंत जाणीवपूर्वक उपयोग करताना दिसतात. भाषेचे अनुभवाच्या सच्चेपणाशी असलेले नाते त्यांना ठाऊक आहे. ते म्हणतात, 'मी चार दिवसांचे शिळे तुकडे ओढ्यातील पाण्यात भिजवून खाल्ले असले, तर त्याचा परिणाम माझ्या वाक्यावर होईल. मी जे भोगले, जे पाहिले, जे ऐकले, त्या-त्या सगळ्यांनी भाषा बनलेली आहे.' या अनुभवाच्या बळानेच त्यांची भाषा सामर्थ्यवान बनली आहे.

वेगवेगळ्या जातींचे लोक जी भाषा बोलतात, तिचे बारकावेही माडगूळकर नीट टिपतात. महार-मांगांच्या भाषेत असणारा अजीजीचा सूर विमुक्त जीवन जगणाऱ्या भटक्यांच्या भाषेत नसतो. आदरार्थी बहुवचनाला त्यांच्या भाषेत स्थान नाही. 'तू घुबड खाल्लेस कंदी?' हा मिठू शिपायाचा लेखकाला निरागस प्रश्न. 'इकडे वलीन म्हनलो तर जागा नाय. बाजूस जालकट, मागं जालकट, वर जालकट. आन् हा तर सामने धडकला', ही गोविंदा कातकऱ्याची भाषा. मूळची भाषा तमिळ-तेलगूशी मिळतीजुळती असल्याने मराठी बोलताना लिंगाचा भयंकर घोळ करणाऱ्या भाऊ वैदूची भाषा आणखी वेगळी. ब्राह्मण-मराठ्यांपासून तो स्पृश्यास्पृश्य बलुतेदार आणि मागतकरी, भटके या सगळ्या जातींतील लोकांची बोलण्याची भाषा माडगूळकरांनी परिणामकारक रीतीने वापरून मराठी कथात्मक भाषा समृद्ध केली. विविध जातिधर्मातील आणि विविध प्रदेशांतील बोलींचे सामर्थ्य मराठी कथात्मक साहित्याला प्राप्त करून देणारे दुसरे मातब्बर लेखक भालचंद्र नेमाडे हे होत.

वर तपशिलासंबंधी विवेचन करण्यासाठी जी उदाहरणे घेतली आहेत, त्यातून ते नामाचा, विशेषणांचा आशयाशी संबंध ठेवून किती समर्थपणे उपयोग करतात हे ध्यानात येईल. नाचायला प्रारंभ करणाऱ्या बहिणेचे ते वर्णन करतात, 'बहिणाने पदर सावरून छातीवर धरला आणि उजवा पाय उचलून चवड्यावर ठसकावला. चाळाचा झुसऽ ईऽऽ ईऽऽ आवाज झाला. तुणतुणेवाल्याने टँवऽऽ

टॅंवऽ केले. चौंडके 'टांग गुडगुड टांग', वाजू लागले **(विपरीत घडले नाही)**. यातील 'ठसकावला' या क्रियापदाची आणि इतर ध्वन्यनुकारी शब्दांची योजना, प्रसंगाची नादचित्रमयता प्रत्ययाला आणून देते. माडगूळकर व्यक्तीचे वर्णन करताना विशेषणांचा वापर काटकसरीने आवश्यक तेव्हाच करतात. साध्या शब्दवापरातूनही चित्र डोळ्यांसमोर उभे करण्याचे कसब त्यांच्या शैलीत आहे. 'मिठूचा हा मुलगा रंगाने करवंदासारखा काळाभोर होता, अंगाने सडसडीत आणि मोठा चलाख होता; त्याने केस वाढवून त्याची वेणी पाठीवर सोडली होती. खाली माधुकरी मुलासारखी सुरेख लंगोटी ठेवून दिली होती.' (**पारधी**). त्यांच्या उपमा, या उपमा म्हणून डोळ्यांत न भरता प्रत्यक्षतेचा आल्हाददायक प्रत्यय देतात.

माडगूळकरांच्या संवेदनशीलतेचे एक वैशिष्ट्य असे की मनुष्य, प्राणी आणि वनस्पती यांचे एकच जग ते कल्पितात व अनुभवतात. त्यांच्या उपमांमधून हे वैशिष्ट्य प्रकट होताना दिसते. पिले असलेल्या कोंबडीचे वर्णन 'लेकुरवाळी' या विशेषणाने ते करतात. मिठू पारध्याजवळ त्याची मुले बसतात, त्याचे वर्णन असे: 'कोंबडीच्या पंखांखाली पिले बसावीत तशी त्याची पोरे त्याच्या मांडीवर, काखेतून बसली होती.' काळ्या वडराचा आणि लक्षीचा शिनवा झाल्यानंतर तिच्यातला बदल वर्णन करताना माडगूळकर लिहितात, 'बाप गेल्यापासून घुमी झालेली लक्षी कोकाटीसारखी कलकलू लागली. काळ्याने आणलेल्या साड्या नेसून भिंगरीगत फिरू लागली **(वडरवाडीच्या वस्तीत)**.

अतिशय साधी, आखूड-लांब वाक्यांची रचना करून माडगूळकर गद्यलय निर्माण करतात व आशयायी तिचे नाते निर्माण करून एखाद्या भाववृत्तीच्या प्रत्यय देऊ शकतात. गद्याच्या अंगभूत लयीत असलेल्या सामर्थ्याचा विरळा प्रत्यय त्यांच्या लेखनात येतो. 'वारी' या कथेतील अर्जुनाचे ते वर्णन करतात:

'आता अर्जुना थकला होता. आता त्याचे भरत आले होते. हे त्याचे त्याला उमगले होते आणि त्यामुळेच त्याला उदास-उदास वाटत होते. प्रपंचाच्या उसाभरीतून तो आता अलग होऊ पाहात होता. घरात काय आहे, काय नाही याची चौकशी करीत नव्हता. म्हातारपणी आपली आबाळ होते, म्हणून कुणापाशी कधी कुरकुरत नव्हता. फारसा कुणाशीही कधी बोलतही नव्हता. घरच्या एखाद्या अंधाऱ्या कोपऱ्यात हात-पाय आखडून विचार करीत बसत होता. सून देईल ते खात होता. नातवंडाच्या पाठीवर हात फिरवीत होता.'

या संपूर्ण परिच्छेदाला एक प्रकारची लय आहे व तिचे नाते अर्जुनाचे थकलेपण, त्याचे उदास वाटणे याच्याशी आहे. केवळ 'होता' आणि 'नव्हता' ही क्रियापदाची रूपे वापरून त्यांनी हा संपूर्ण परिच्छेद लिहिला आहे व लय

निर्माण केली आहे. अतिशय साधेपणाने व सामर्थ्याने गद्य लिहिण्याची अशी उदाहरणे दुर्मिळ! व्यंकटेश माडगूळकर असे थोर ग्रंथलेखक आहेत की, त्यांच्या पुस्तकाचे कोणतेही पान उघडून वाचावे, मन प्रसन्न होते.

५

१९४०-४१च्या सुमारास 'बन्सीधर! तू आता कुठे रे जाशील?', 'कृष्णाकाठचा रामवंशी', 'एका अस्पृष्टाच्या डायरीतील पाने' यांसारख्या मोजक्या कथा लिहून श्री. म. माटे यांनी दलितांचे जीवन हा चित्रणाचा विषय होऊ शकतो, हे प्रथम दाखवून दिले. अस्पृश्यांच्या मनाचा सुगावा त्यांना योग्य प्रकारे लागला होता, हे त्यांच्या 'एका अस्पृष्टाच्या डायरीतील पाने' या लेखनावरून उत्तम जाणवते. माट्यांनी दलित जीवनाचे वैपुल्याने चित्रण केले आहे असे नाही, अथवा हे सगळे लेखन उत्तम कसाचे आहे, असेही नव्हे; परंतु चित्रण हा कथात्मक साहित्याचा विषय होऊ शकतो, हे त्यांनी दाखवून दिले, हे ऐतिहासिकदृष्ट्या महत्त्वाचे आहे. १९४७ सालापासून कथालेखनाला प्रारंभ करणाऱ्या व्यंकटेश माडगूळकरांनी आपल्या लेखनकालाच्या पहिल्या तीन-चार वर्षांतच दलितांच्या जीवनावर विपुल आणि श्रेष्ठ दर्जाच्या कथा लिहून मराठी कथेच्या चित्रणक्षेत्राचा अपूर्व विस्तार केला. ग्रामीण जीवन हा माडगूळकरांच्या अनुभवाचा आणि लेखनाचा प्रमुख आस्थाविषय म्हणून स्वाभाविकपणेच ग्रामीण समाजातील अन्य घटकांच्या जोडीने तेथील अस्पृश्य वर्गातील लोकांच्या जीवनाचे दर्शन घडविणाऱ्या कथा त्यांनी लिहिल्या. ग्रामीण परिसरातून येणाऱ्या लेखकाने स्पृश्य आणि अस्पृश्य अशा दोन्ही समाजांवर लिहिणे खरे तर अत्यंत स्वाभाविक आहे. बाबूराव बागुल आणि वामन होवाळ या दलित लेखकांनी दोन्ही समाजांवर कथा लिहिलेल्या आहेत. मात्र चारुता सागरांचा अपवाद वगळता माडगूळकरांशिवाय दलितांच्या जीवनावर कथा लिहिणारे ग्रामीण कथाकार फारसे आढळत नाहीत, ही विचार करायला लावणारी बाब आहे. माडगूळकरांनी अस्पृश्य वर्गातील लोकांच्या जीवनाचे अनेक अंगांनी दर्शन घडविणाऱ्या कथा लिहिल्या. दलितांचे अनेक अंगांनी चित्रण करून दलित वा दलितेतर वाचकांना अंतर्मुख करायला लावणाऱ्या उत्तम दर्जाच्या कथा बागुलांच्या नंतर केशव मेश्राम, अमिताभ, योगिराज वाघमारे हे आजचे आघाडीचे दलित कथाकार लिहीत आहेत. माडगूळकरांनी ग्रामजीवनाशी संबद्ध असणाऱ्या भटक्या जातींचेही चित्रण केले आहे. अस्पृश्य आणि भटक्या जातींचे त्यांनी केलेले हे चित्रण पाहिले म्हणजे लेखक म्हणून माडगूळकरांच्या आकलनाचा व सहानुभावाचा आवाका किती

दांडगा आहे, याची कल्पना येते. त्यांच्या कथांची वाङ्मयीन गुणवत्ता हीही किती अव्वल दर्जाची आहे, हे आपण पाहिले आहेच.

काही कथा आणि 'माणदेशी माणसं' ही व्यक्तिचित्रे प्रसिद्ध झाल्याबरोबर व्यंकटेश माडगूळकरांची श्रेष्ठ कथाकार म्हणून गणना व्हायला लागली. 'माणदेशी माणसं' या त्यांच्या पुस्तकाचा उल्लेख काही समीक्षक आधुनिक अभिजात साहित्यकृती अशा वरवर विरोधात्म वाटणाऱ्या शब्दप्रयोगाने करू इच्छितात. अस्सल जीवनानुभवाचा आधार घ्यायचा ही लेखक म्हणून त्याची निष्ठा आहे. या निष्ठेने लेखन करणाऱ्या व अभिजात गुणवत्ता असणाऱ्या माडगूळकरांचा ग्रामीण परिसरातून आलेल्या व लेखनाची उमेद असणाऱ्या नवोदित लेखकावर प्रभाव पडणे स्वाभाविक होते. आनंद यादवांकडून 'मातीखालची माती' हे व्यक्तिचित्रणात्मक चांगले लेखन व्हायला हा प्रभाव कारणीभूत झाला. ते म्हणतात 'माणदेशी माणसं' बी.ए.ला आल्यावर वाचून काढली. याचा परिणाम असा झाला की, आपल्याही गावाकडची माणसं आपणही रेखाटावीत या हेतूनं मी 'मातीखालची माती'मधील व्यक्तिचित्रे रेखाटली.' **(खळाल, दुसरी आवृत्ती पृ. १८७)**.

दलित जीवनावर अनेक उत्तम कथा लिहिणारे बंधुमाधव हे आद्य दलित कथाकार समजले जातात. व्यंकटेश माडगूळकर यांच्या सांगण्यामुळे त्यांच्या लेखनाला वळण मिळाल्याचे ते नमूद करतात. ते म्हणतात, 'कथावाचन ऐकत वयात आलो. तारुण्याची गुलाबी स्वप्नं मला पडू लागली. गुलाबी स्वप्नातील कथाच मी प्रेमकथा म्हणून लिहू लागलो. नाणावलेल्या मासिकांतून, दर्जेदार साप्ताहिकांतून त्या कथा प्रसिद्ध होऊ लागल्या. हळूहळू साहित्यविश्वात कथालेखक म्हणून माझं नाव होऊ लागलं.

'त्याच सुमारास माझे एक लेखकमित्र व्यंकटेश माडगूळकर यांची माझी सांगलीस आकस्मिक भेट झाली. त्या वेळी माडगूळकरसुद्धा 'मौज'व 'सत्यकथा'मधून त्यांच्या माणदेशी माणसांवर कथाच लिहीत होते. त्यांचंही नाव त्या वेळी हळूहळू ग्रामीण कथाकार म्हणून होत असलेलं! माझ्या केवळ गुलाबी प्रेमकथाच निरनिराळ्या मासिकांतून, साप्ताहिकांतून त्यांनी वाचलेल्या! त्यामुळेच त्या भेटीत मला असंच काहीसं म्हणाले, 'काय हे, तुम्ही केवळ प्रेमकथाच लिहीत बसलाय? मी जशा माणदेशी माणसांवर कथा लिहीत आहे, तशाच तुम्हीही तुमच्या दलित बांधवांवर कथा लिहा.' व्यंकटेश माडगूळकरांचा हा सल्ला मला विचार करायला लावणारा असल्यानं, त्या काळी माझ्याही मनात असंच नित्य घोळत असल्यानं, मी अंतर्मुख होऊन विचार करू लागलो. त्याप्रमाणे 'विखारी भाकरी' नामक माझी पहिली ग्रामीण

कथा, नव्हे दलित कथा माझ्या येताळा आजोबांच्या वास्तव जीवनावर आधारित अशी त्या वेळी मी लिहिली. ती माझी पहिली 'दलित कथा' (**अस्मितादर्श, दिवाळी अंक १९८६, पृष्ठ १६७-१६८**).

पुढच्या काळात ग्रामीण आणि दलित म्हणून ओळखल्या जाणाऱ्या कथालेखकांना प्रेरणा आणि वळण देण्याचे कार्य व्यंकटेश माडगूळकर यांच्याकडून झाले, हे स्वाभाविक म्हणावे लागेल.

गो. मा. पवार
मराठी विभाग,
शिवाजी विद्यापीठ,
कोल्हापूर.

क/था/नु/क्र/म

नुकतीच दिवेलागण झाली होती. रानातून परतलेल्या कुरवाड्याच्या बायकांनी घाईघाईने चुली पेटविल्या होत्या आणि टोपल्यातले पीठ काटवटात ओतून घेऊन भाकरी बडविण्यासाठी त्या फतकल घालून बसल्या होत्या. दिवसभर रानात आंबून गेलेल्या बाप्यांनी गुरे-ढोरे गोठ्यात गुंतवली होती. वैरणीच्या पेंढ्या त्यांच्या पुढ्यात टाकल्या होत्या आणि मुंडासे गुडघ्यावर ठेवून हुश्शऽऽ करत ते ओसरीशी टेकले होते. मारुतीच्या देवळापुढल्या पटांगणात पोरे हुंदड्या मारीत होती. त्यांचा गलका कानावर येत होता. सोनाराच्या घरापुढल्या भल्या मोठ्या लिंबावर शेकड्यांनी जमलेले कावळे जागेपायी एकमेकात भांडत होते, फडफडत होते.

चावडीला वेढा घालून येऊन देव्या महार आणि टोपा व्हरल पाटलाच्या वाड्यानजीक थांबले. देवाने उजव्या हातातील घुंगरे लावलेली काठी डाव्या हातात घेतली आणि उजवा हात मुंडासे वर करून कानावर ठेवत तो ओरडला, "तालुक्याचा डागदर तानी पोरं टोचन्यापायी उद्या सकाळच्या पारी येणार आहे. गावकऱ्यांनी आपली पोरं चावडीत आनून टोचून घेवं जीऽऽ"

टोप्याने हातातले डफडे सावरले आणि देव्याच्या मागोमाग ते बडवले.

"समद्या गावाला म्हाजूर झालं का रं?" टोप्यानं देव्याला विचारले.

"दहान् डाव वराडलूं. बास झालं. आता फिरू मागारी!"

असे म्हणून देव्या माघारी फिरून महारवाड्याच्या रोखाने चालू लागला. टोपाही मांगवाड्याच्या अंगाने वळला.

यानंतर घरी जाऊन देवा टोपले घेऊन येणार होता आणि न्हावी, परीट, सुतार, सोनार इत्यादी बलुतेदारांची घरे सोडून प्रत्येक घरापुढे उभा राहून ओरडणार होता, "भाकरी वाढा जीऽऽऽ तराळाला!"

होय, तो त्याचा हक्कच होता. कारण चालू बेंदरापासून तराळकीची काठी

देवा सटवा महार

/१/

त्याच्याकडे आली होती. गाव आणि सरकार यांची चाकरी आता तो पुढल्या बेंदरापर्यंत बिनबोभाट करणार होता. पुढच्या बेंदराला हातातली काठी पाटलाच्या देखत दुसऱ्या महाराच्या हवाली करणार होता; आणि जगला-वाचला, तर पुन्हा सोळा वर्षांनी आठीसोळा भाऊबंदात फिरून आलेली तराळकीची पाळी फिरून एक वर्षभर करणार होता. हे सारे कित्येक डुयांपासून चालत आले होते आणि पुढेही कित्येक दिवस तसेच चालणार होते.

अगदी शंभर टक्के नाही, पण देवा पुष्कळसा सज्जन महार होता. सज्जन अशासाठी म्हणायचे की, सामान्यत: खेड्यातील महारांच्या अंगी असलेला मुर्दाडपणा, आगाऊपणा त्याच्यात फारसा नव्हता. त्यांच्यातही हे दोष उपजत असतात असे नाही, पण इतरांकडून मिळणाऱ्या वागणुकीमुळे ते तसे बनतात. कुणबी, वाणी, ब्राह्मण हे त्यांना ढोरासारखे वागवतात, वाटेल तसे ताबडतात. लाकूड फोडणे, रानातून वैरण आणणे, ती रचणे, अंगण झाडणे, गुरे चारणे असली नाना कामे त्यांना अगदी अल्प मोबदल्यात करावी लागतात. सर्वांची मर्जी सांभाळावी लागते. त्यामुळे साहजिकच त्यांची प्रवृत्ती अशी होते; पण देवाची तशी नव्हती. तो पुष्कळसा सज्जन होता; थोराड हाडाचा, बुटक्या बांध्याचा आणि मवाळ प्रकृतीचा होता. दुसऱ्या महारांसारखे छक्के-पंजे त्याला माहीत नव्हते. कुणाचे मन सहसा मोडू नये, कुणाचे वाईट सहसा चिंतू नये, अंग मोडून काम करावे आणि ओलावाळला तुकडा चावून ढेकर द्यावी असा त्याचा साधा स्वभाव! दुसऱ्या महारांप्रमाणे तो कुणाची "त्यो लुकडा बामन? व्हय का हाय त्येच्यांत? ना का घरात दाणं असनाती खायाला, पन फुका महारांस्नी दम!" अशी निंदा करीत नसे. कोणी "अरं, एवढ्या चार फाळी काढ" असं सांगताच तोंड वाकडेतिकडे करून "काडल्या असत्या जी, पन हात पार कामातनं गेलाय ह्यो डावा. जनावरानं ढुश्शी दिलीया. आज धा रोज तळमळतुया नव्हं!" असे खोटेनाटे सांगून बिगार टाळीत नसे. कोणी "देवा, जरा बाटूक घेऊन ये जा रानातनं" असे म्हणताच "जी व्हय, आलो हातनं माघारी." असे म्हणून झुकापुरी देत नसे. छे, देवाला हे कधी जमले नाही. सकाळपासून संध्याकाळपर्यंत तो राबराब राबे. घट्टे पडलेल्या तळव्यावर थुंक टाकावी आणि भर उन्हात घामाने निथळत बाभळीच्या खोडाच्या चिंध्या उडवून फाळींचा ढीग पाडावा. पदरात पडेल ती ओली-वाळली भाकरी घ्यावी आणि पुन्हा कोणी हाक मारी तिकडे जावे. त्याची शे-पाचशे वैरण रचावी. शेर-मापटे जोंधळे धोतराच्या खोच्यात घ्यावेत. गावाचा व्याप सांभाळून सरकारी कामातही कधी कुचराई होऊ देऊ नये. दासवृत्तीला अखंड जागावे, असा त्याचा बाणा होता.

घराकडून तो टोपले घेऊन आला. साऱ्या गावात फिरून भाकरी मागितली. गरम व गारढोण भाकरीच्या तुकड्यांनी अर्धेअधिक टोपले भरले. सारी घरे मागून

झाली, तसा देवा पुन्हा काठी आपटीत घराकडे आला.

कडू तेलाच्या दिव्याचा मंद प्रकाश शाडूने सारवलेल्या भिंतीवर पडला होता. धाकला ईश्वरा हाताची बोटे नाचवून भिंतीवर सावलीचे हरण करत होता. त्याला खेटून तानी मांजरागत बसली होती. डोळे मोठ्ठे करून ती भावाची करामत बघत होती. तिच्या अंगात नाना बामणाच्या सुनेने दिलेला ढगळ पोलका होता आणि कपाळावर लोंबत असलेल्या झिंज्या ती वरचेवर सारीत होती. ईश्वराने टाळू राखलेली होती आणि त्याच्या अंगात बिनबाह्यांचा मळका कोट होता, पण तो त्याला अगदी झोकात येत होता.

राणी धाकल्या परलादाला पाजत बसली होती. ती देवाची अर्धांगी असूनही त्याच्यापेक्षा अंगापिंडाने थोराड दिसे. ती चालायला लागली म्हणजे दाणदाण पाय आपटी आणि बोलायला लागली म्हणजे एखाद्या मामलेदारीणीवाणी गोष्टी करी. तीही दादल्याप्रमाणे ढोरागत राबे; वेळप्रसंगी हातात कुऱ्हाड घेऊन लाकडे फोडायचीसुद्धा तिची तयारी असे. आपली तीन पोरे आणि राणी या सर्वांएकी देवाच्या पोटात अपार 'मया' आहे.

चुलीत निखारा होता. घरात थोडा धूरही घुटमळत होता. जाळलेल्या चिपाडाचा करपट वास आणि चुलीवरल्या लोटक्यात शिजत असलेल्या दोडक्याच्या कोरड्याशाचा खमंग वास एकमेकांत मिसळले होते.

देवा येताच राणीने पदराखालचे पोर भुईवर ठेवले आणि चटकन उभी राहून ती म्हणाली, ''कोरड्यास झालंया. भाकरी घ्या खाऊन.''

तिचे ते शब्द ऐकून ईश्वराने शिनेमा बंद केला आणि उजव्या मनगटाने नाक जोरजोराने घाशीत आईपाशी येऊन म्हणाला, ''आये, आमालाबी दे भाकरी.''

तशी तानीही गडबडीने उठली आणि उघडे पोट दोन्ही हातांनी थोपटीत रडक्या आवाजात म्हणाली, ''आन् आये, आमालाबी.''

देवा बाहेरून हात-पाय धुऊन आला. चुलीवरल्या गाडग्यातले कोरड्यास वाढून राणीने त्याच्यापुढे काश्याची थाळी सारली. टोपले अलीकडे ओढून घेऊन देवाने त्यातल्या चतकोराची चवड उचलून घेतली. पितळीच्या पुढल्या अंगाला टेकण लावले आणि भाजीच्या रसात भाकरीची चौत कुस्करली.

तानीने आणि ईश्वराने हातातच भाकरीचे तुकडे घेतले आणि एका मोठ्या वाटीत वाढलेल्या कोरड्यासात तुकडे बुडवून ती दोघे खाऊ लागली. परलादाला मांडीवर घेऊन राणीपण जेवू लागली. जेवता-जेवता तिने विचारलं, ''कंचा कामगार येनार हाये वं?''

''देवी-डागदार, फोड्या काढणारा.''

''या बया! मग आपल्या परलादाच्याबी काडायच्या का?''

“काडल्या पाहिजेत.”

“मी न्हाई काडू द्यायची. उंद्या चांदनी उगवायला मी जानार हाय आप्पा बामनाच्या मळ्यात भांगलायला.”

“अगं, पर मला काय भाकरटुकडा?”

राणीने तोंडापाशी नेलेला घास खाली घेतला आणि मान वाकडी करून ती म्हणाली, “आवं, इसारला जनूं. उंद्या बेस्तरवार हाय!”

देवा सज्जन होता तसा थोडा भाविकही होता. तो प्रत्येक गुरुवारी उपवास करी. सकाळपासून संध्याकाळपर्यंत तोंडात काही घालत नसे. संध्याकाळी राणी नवे-जुने, गोडधोड करी आणि मग देवा उपवास सोडी. बायकोने आठवण देताच तो म्हणाला, “अगं, व्हय गं व्हय, डागदार येन्याच्या गरबडीत इसारलोच म्हनिनास!”

त्यावर राणी केवळ कौतुकाने हसली आणि मांडीवर मुठी चोखत पडलेल्या परलादाचा तिने गालगुच्चा घेतला.

गडवा तोंडाला लावून ढसाढसा पाणी पेणारा ईश्वरा एकदम थांबला आणि तोंडातल्या पाण्याचा घुटका घेऊन म्हणाला, “मग देवा, मलाबी काडनार काय रं फोड्या?”

ईश्वरा देवाला ‘ये रे-जा रे’च म्हणतो. महारांची बहुतेक पोरे वडील माणसांना तसेच म्हणतात.

त्यावर देवा हसला आणि बोलला, “अरं ए गाढवा, तू का आता ताना हायेस? परलादाएवडा हुतास तवा काडल्यात तुला फोड्या.”

ईश्वराने आपल्या दंडावरल्या वणाकडे पाहिले. तानीनेही आपल्या दंडाकडे पाहिले आणि मग एकमेकांच्या दंडाला दंड लावून कुणाचे वण जास्त मोठ्ठे आहेत, याबद्दल ती दोघे हुज्जत घालू लागली. लवकरच सर्वांची जेवणे झाली. देवा काठी घेऊन बाहेर पडला आणि तक्क्याकडे गेला.

तक्क्या ही महारवाड्यातील सार्वजनिक इमारत असते. फावल्या वेळी महार या तक्क्यात येऊन टेकतो. प्रत्येक महारवाड्यात ही छोटीशी, पण चांगले बांधकाम केलेली इमारत असतेच. तडवळ्याच्या महारवाड्यातही ती होती. भेंडाच्या ओबडधोबड भिंती आणि वर धाबे किंवा काडाचे छप्पर, क्वचित एखाद्या गबर महाराची कडेपाट इमारत, अशी पाच-पंचवीस घरे असलेल्या त्या महारवाड्यात तक्क्याची घडीव फाडींनी बांधलेली इमारत मोठी उठून दिसे. तिच्या आतल्या भिंती तर गुळगुळीत गिलावा केलेल्या होत्या. पांढरा रंगही दिला होता आणि काही हौशी मंडळींनी चार रुपये खर्चून तालुक्याच्या गावच्या पेंटर रंगनाथ सोनाराकडून डॉ. बाबासाहेब आंबेडकरांचे चित्रही एका भिंतीवर रंगवून घेतले होते.

देवा तक्क्यात आला तेव्हा सात-आठ जण भिंतीखांबाशी टेकून बसले होते. कोनाड्यात लामणदिवा अंधार दाखवत होता. गोरट्याला मारुती महार काही गिन्यानाचे सब्द सांगत होता. तो चार बुके शिकला होता. शिवाय गवंडीकाम करण्यासाठी तो मुंबईत बरेच दिवस राहिला होता. त्यामुळे त्याला नाना गोष्टींची माहिती होती. तडवळ्याच्या साऱ्या महारांची मारुतीच्या जाणतेपणावर श्रद्धा होती. सारा महारवाडा त्याला 'म्हारुती इंजणेर' म्हणून ओळखी व मानी. देवा भिंतीशी टेकून मारुती महाराचे बोलणे कान देऊन ऐकू लागला.

"आता काय आपनावर विंग्रज सरकारचं राज न्हाई. कांग्रेस लोकांनी त्येच्यापासनं राज जितून घेतलं हाय. गांधीबाबा आन न्हेरू ह्या दोघांच्या हातात समदा कारभार हाय. गांधीबाबा म्हणजे एकनाथमहाराजांचा अवतार. तेस्नी हे म्हार, हे चांभार, हे वडार असली भेदभावाची भाषा पसंत न्हाई. इटाळचंडाळ न्हाई. समदी सारखीच!"

देवाला ही गोष्ट मोठी आक्रित वाटली. त्या भल्या राजाएकी त्याच्या मनात भलताच आदरभाव आणि कौतुक निर्माण झाले. त्याने मध्येच विचारले, "खरं म्हनतोस काय मारुती?"

"तर! खोटं कशापायी सांगीन? आपल्या महार लोकांना आता लई चांगलं दिस येत्याल. कुनी 'शिवचील, बाजूला हो.' असं म्हननार न्हाई, काई न्हाई. आपला जातवाला बाबासाब आंबेडकर परदान झालाय तकडं दिल्लीला. पाक गांधीन्हेरूच्या मांडीला मांडी लावून बसतोय. अरं, त्यो आपला 'बा' हाय. लेकरावानी त्यो आपनाला जपनार हाय. त्येनच बडव्यास्नी हुकूम दिला आन् पंढरीचा इटोबा म्हारापोरांस्नी भेटवला."

"मग आता आपल्या पोरास्नीबी साळा शिकून मोटमोट्या नौकऱ्या मिळतील का रं मारुती? कुनीबी यावं आन म्हाराला चेंडूवानी ठेचलावं, वाईट-वंगाळ बोलावं, हे समदं बंद हुईल का?" कुणीसे मध्येच विचारले.

"अलबत हुईल! वाईच दिस जाऊ दे."

देवाचे हुर्द भरून आले. 'आपल्या जातीचा परदान आणि तो गांधीबाबाच्या मांडीला मांडी लावून बसतो? केवढे हे आक्रित! धन्य-धन्य तो बाबासाब!'

देवाला बोलल्यावाचून राहवले नाही, "मग आमालाबी कुनी वाली हाय म्हनंनास!"

मारुती पुन्हा ठासून बोलला, "तर तर! उंद्या त्यो भडाडा सरकारी नौकऱ्या दील आपल्या लोकांस्नी. ही गावकी आन् तराळकी पाक जाईल कुटल्या कुटं! अरं देवा, बामनाच्या बराबरीनं हुत्याल म्हारं आता!"

हे सारे ऐकून तर देवा भलताच हरकला. तो भरल्या गळ्याने म्हणाला, "साकर पडू दे मारती तुज्या मुखात!"

मग विषय बदलला. सटरफटर कथा निघाल्या.

दिवसभराच्या काबाडकष्टाने देवाचे डोळे पेंगू लागले होते. तो उठला आणि घराकडे चालू लागला. आज एक नवाच आनंद त्याला झाला होता. श्री. बाबासाहेब आंबेडकर हे गांधीबाबाच्या मांडीला मांडी लावून बसतात, या जाणिवेने तडवळ्यातील देवा सटवा महार खूप हरकला होता. आनंदाने झिंगला होता. ईश्वरा अन् प्रल्हाद यांचे भविष्य त्याला सोन्याचे दिसत होते.

दिवा घालवून राणी आणि पोरे गरक झोपली होती. देवा अंधारातच आत गेला आणि हलक्या आवाजात म्हणाला, ''इस्वरा, अगं ताने, निजलासा व्हय?''

त्यावर अर्धवट डोळा लागलेली राणी या अंगावरनं त्या अंगावर झाली आणि जड, अस्पष्ट आवाजात म्हणाली, ''ऊं. बेतानं या. पोरं हैती मंदी. तुडवाल.''

देवा बेतानं चाचपत आत गेला आणि खाली अंथरलेल्या पोत्यावर मुंडासे उशाला घेऊन कलंडला. राणीने कसलेसे पटकूर त्याच्या अंगावर टाकले. त्यात घुसमटून जांभई देत देवा म्हणाला, ''एरवाळी जागं कर गं. चावडीम्होरली जागा लोटायची हाय. डागदार येनार हाय.''

चांदणी उगवायलाच राणीने देवाला जागे केले. मुंडासे गुंडाळून आणि घोंगडे लपेटून घेऊन तो बाहेर पडला आणि चांदण्याच्या प्रकाशात त्याने चावडीसमोरचे पटांगण झाडून-लोटून चक्क केले. धुरळ्याने भरलेले हात झाडून पुन्हा तो घराकडे आला आणि लंगोटा घेऊन अंघोळीसाठी ओढ्याकडे गेला.

फटफटीत झाले. दिशा उजळल्या. सूर्य उगवून कासरा-अर्धा कासरा वर आला आणि तालुक्याच्या गावाहून येणाऱ्या देवी-डॉक्टरचा छकडा तडवळ्याच्या वेशीत शिरला. सामोऱ्या आलेल्या पाटील-कुळकर्ण्यांनी उपरण्याचे पदर सावरून रामराम केला. छकड्यात तक्क्याशी टेकून बसलेल्या पोरसवदा डॉक्टरने तो गुर्मीतच स्वीकारला. तो खाली उतरला नाही. पाटील-कुळकर्णी आणि गावातली काही रिकामटेकडी आणि चौकस मंडळी छकड्यामागून चालू लागली. छकडा चावडीपाशी येऊन उभा राहिला. पांढराफेक शर्ट, लांडी चड्डी आणि बूट-पायमोजे घातलेला डॉक्टर साहेबी टोपी हातात घेऊन खाली उतरला. आजूबाजूला उभ्या असलेल्या महार-रामोश्यांनी अदबीने वाकून रामराम घातला. देवानेही 'जोहार' म्हटले. त्या सर्वांदाखल डॉक्टरने साहेबी टोपी घातलेला हात छाताडापर्यंत वर नेल्यासारखा केला.

मार्तंडा चौगुल्याने जागोजाग शाईच्या डागाने डागळलेले जाजम आणि गादी-तक्क्या यांची बैठक चावडीत घातली होती. लाकडी ठोकळ्यात तांबड्या आणि काळ्या शाईने भरलेल्या चिनीमातीच्या पांढऱ्या दौती आणि काळी-कुळकुळीत मऊ वाळू ठेवली होती. निरनिराळ्या बुकांचे दप्तर, रूळ, सारेकाही जिथल्या तिथे

व्यवस्थित होते.

रावसाहेब आत जाऊन बसले आणि पाटलांना म्हणाले, "हां पाटील, आटपा बघू! दुपारच्या आत काम उरकलं पाहिजे."

पाटील गडबडीने चावडीच्या जोत्यावर आले आणि त्यांनी हाळी दिली, "अरं, तराळ हाय का न्हाई जाग्याव?"

वास्तविक देवा चावडीच्या पायरीला लागून बसून असायचा; पण पलीकडे उभ्या राहिलेल्या आकारामने त्याला हळूच बाजूला बोलावून घेतला आणि तो म्हणाला, "लेका देव्या, तंबाकू तरी दे चिमटभर."

देवाने फाटक्या अंगरख्याच्या खिशातून तंबाखूची पिशवी काढली आणि तिच्यात मनगटाइतका हात कोंबून तंबाखू आणि पत्रसाची चुन्याची डबी बाहेर काढली. तंबाखू तोंडात टाकून चार शब्द बोलेपर्यंत पाटील कोकललाच.

तसा आकाराम म्हणाला, "अरं देवा, पळ! पाटील लागलाय बोंबलायला."

देवा गडबडीने आला आणि म्हणाला, "जी, मी देवा हाय न्हवं हातंच."

"कुठं गेला हुतास मरायला?" पाटील खेकसला. "जा, समद्या घरोघर जाऊन सांग जा, तानी पोरं घेऊन चावडीव यायला. पळ!"

छकडा गावात शिरल्यापासूनच गावातल्या बायकांत धावपळ सुरू झाली होती. जी-ती दुसरीला भ्यालेल्या आणि काळजीच्या स्वरात म्हणे, "अगं द्वाडा, डागदार आलाय फोड्या काडनारा. माझ्या सुंदरीचं कसं हुयाचं गं बया?"

देवी काढणारा डॉक्टर आला की, गावातल्या कुणब्यांच्या अडाणी बायका हमेशा अशा हवालदील व्हायच्या. देवी काढून घेतल्यापासून काही फायदा होतो याच्यावर त्यांचा मुळीच विश्वास नव्हता. उलट या टोचण्याने पोरगं आठ-पंधरा रोज बिनताप आजारी पडतं, देव देवऋषी बघावे लागतात; त्यात एखाद्या वेळी पोर गमावतेसुद्धा! – अशी त्यांची समजूत असल्याने होता होईल तो टोचून घ्यावयाचे त्या टाळत. हाक मारायला आलेल्या तराळाचे चार-चार हेलपाटे झाले, तरी टंगळ-मंगळ करत आणि बिचाऱ्या तराळाचा मात्र हेलपाट्याखाली झेंडू फुटतो!

त्या दिवशीही तसेच झाले. झाडून साऱ्या घरी जाऊन देवाने 'तानी पोरं घेऊनश्यान चावडीवर चलन्यास' सांगितले आणि पुन्हा येऊन तो चावडीनजीक बसला; पण घंटा-दीड घंटा झाला, तरी चार-सहा बायकासुद्धा पोरे काखेला मारून चावडीवर आल्या नाहीत. हा देवी-डॉक्टर अगदी पोराटकी होता आणि या संस्थानी खाक्यात अगदी नव्याने कामाला लागला होता. मूळचा जरा उत्तानखाट स्वभावाचाच. लवकर-लवकर कोणी येत नाही हे पाहताच तो पाटलावर गुरगुरला, "पाटील, काय हरामजादी माणसं आहेत या खेड्याची! गावावर तुमचा काही दाब दिसत नाही."

त्यावर पाटील केवळ लाचारीने हसले आणि पुन्हा जोत्यावर उभे राहून ओरडले,

"अरं ए तराळ!"– मध्ये त्यांनी एक-दोन झकास शिव्या हासडल्या – "राजावानी बसून राहिला आहेस लेका. त्या माणसास्नी का तुज्या बानं हाका मारायच्या का?"

"जी, समद्यांस्नी सांगून आलुया मगाच."

"कथा करू नगंस लई. समद्यांना म्होरं घालून घेऊन ये. सरकारी इनाम खाता त्ये काय बापघरची पेंड म्हणून व्हय रं? चुकार कुठला, ऊठ!"

देवा पुन्हा काठी आपटीत चालू लागला. पुन्हा घरोघर 'तानी पोरं घेऊन चावडीवर चलन्यास' सांगू लागला.

दिवस डोक्यावर आला. ऊन रणरण करू लागले, तरी मोकळ्या पोटाने देवा हिंडत होता. तशा घाईतही एका-दोघा बहाद्दरांनी त्याच्या हातात कुऱ्हाड देऊन लाकूड फोडून घेतले होते, आणि 'सांजचं भाकरी घेऊन जा' म्हणून सांगितले होते. त्यात देवाचा वेळ मोडला होता आणि श्रमही झाले होते. सगळ्या गावात फेरी झाल्यावर देवा पुन्हा चावडीपाशी आला.

दरम्यान, पाटलाच्या घरी जाऊन डॉक्टर कोंबडी खाऊन आला होता आणि गादीवर ऐसपैस तंगड्या पसरून पांढरी बिडी फुंकत होता.

पोटात काही नाही. उन्हाने जीव कावलेला. देवा हिंडून-हिंडून पेकाळला होता. भिंताडाच्या सावलीत तो हुश्श करून बसला. त्याचा काळा चेहरा उन्हाने अधिक करपला होता आणि अंगातले फाटके कुडते घामाने थबथबले होते.

"देव्या!" पुन्हा पाटील कोकलला.

"जी." काढून घेतलेले मुंडासे पुन्हा डोक्यावर ठेवून उठत देवा म्हणाला.

"आता त्या दोन-चार वस्त्यांवरनं जाऊन ये. वरलीकडली धायगुड्याची वस्ती, बाबराचा मळा आन् खाल्लीकडली संतु तुकारामाची, रामा कांबळ्याची, समद्या वस्त्यांवर जाऊन ये. पळ!"

या साऱ्या वस्त्या गावाच्या चारी बाजूला विखुरल्या होत्या. गावापासून हरघडी हेलपाटे मारायला नकोत, म्हणून काही शेतकरी आपल्या रानातच घर करून राहिले होते. तिकडे जाऊन यायचे म्हणजे बराच तकाटा होता, पण तो घेणे देवाला भाग होते. दमले-भागलेले पाय ओढणे प्राप्त होते. ती सरकारी नोकरी होती. तो पाटलाचा हुकूम होता. गावाबाहेरून वाहणाऱ्या ओढ्यात देवाने चूळ भरली. थंड पाणी ढोसले. त्यामुळे त्याच्या पोटात भुकेने चावण्याचे थांबले. त्याला थोडी हुशारी आली. मग तो आडरानाने वस्त्या वेंधू लागला.

धायगुड्याच्या वस्तीवरला बाळा धायगुडे त्याच्यावर खेकसून म्हणाला, "अरं जा डागदाराच्या! कुनी बायकामानसं न्हाईती वस्तीव म्हनून सांग. समदी गेल्याती पंढरीला वारीपायी!"

देवा परत फिरला आणि बाबराच्या मळ्यात आला. तेव्हा बाबराची बायको

फणकाऱ्यानं म्हणाली, "जा, सांग जा डागदाराला. म्हनावं, तानं पोर घेऊन ततपातूर यायला कोन मोकळं न्हाई इथं! मिरच्या कोन तोडंल? त्या डागदाराचा बा का पाटलाची कारभारीन?"

गप्प होऊन देवा संतु तुकारामाकडे गेला. तो मोटेवर होता. देवाने वर्दी देताच तो म्हणाला, "बराय, बगाय ईल. पर देवा, हाकडं ये वाईसा. चार मोटा घालीव. मी वाईच वरलीकडनं जाऊन येतो."

त्यावर देवा कळवळून म्हणाला, "तसं नगाजी पाटील. तकडं काम हाय मला. अम्मलदार जीव घील माजा."

"अरं, कुटला अम्मलदार! सांगाय ईल त्येला. हांग धर ही वडनी आन आसूड."

देवा मोटा घालवू लागला. 'आत्ता येतो' म्हणून गेलेला संतु तुकाराम पाच-पंचवीस मोटा घालवीपर्यंत परत आला नाही. तो आला तेव्हा देवाची सुटका झाली.

शेवटी पुन्हा फुकट पायपीट करूनच देवा गावात आला तेव्हा पार तिसरा प्रहर झाला होता. देवाचे काळे कातडे उन्हाने तापले होते आणि पायाचे पंजे ठणकू लागले होते.

तो चावडीपुढे आला आणि डागदाराला म्हणाला, "समद्या वस्तीत जाऊन आलो. ते धायगुड्याची आन् बाबराची मानसं गेल्याती गावाला...."

डॉक्टरचा पारा चढला होता. तो पिसाळल्या कुत्र्यासारखा देव्यावर ओरडला, "बकऽ बकऽ बंद कर. धेडाची जात लेका! तू गेला नसशील वस्तीवर. मला माहिती आहे. कुठं पान-तंबाखू खाऊन चार गप्पा हाणून आला असशील. हरामजादा! मला बनवतोय! सकाळपासून मी इथं कोकलतोय आणि दहा-पाच पोरांशिवाय पोर आलं नाही चावडीत."

त्यावर देवा म्हणाला, "अन्नाच्यान, मी समद्यांस्नी सांगून आलोया सरकार!"

"चूप! मग्रूरासारखा उलटी उत्तरं करतोयस आणखी. हरामखोर! उठता-बसता लाथाडायला पाहिजे तुम्हा धेडांना, म्हणजे सुतासारखे सरळ याल."

डॉक्टरचा आवाज भलताच चढला. चावडीवर उभा राहून तो कैकाड्यासारखा ओरडू लागला. वाईटसाईट शिव्यांची लाखोली त्याने बिचाऱ्या महारांवर वाहिली. चावडीत आजूबाजूला बसलेली पाटील, कुळकर्णी इत्यादी मंडळी साहेबाच्या या सरबत्तीने आच्यारी का बिच्यारी झाली. चावडीत काय भानगड आहे, म्हणून गावातले बघे जमू लागले, तसतसा साहेबाचा आवाज सपाट्याने चढू लागला.

काठीच्या टोकावर टेकलेल्या दोन्ही हातांच्या पंजावर हनुवटी ठेवून देवा टक लावून साहेबाकडे पाहत होता. बघता-बघता त्याचे डोळे वटारले, तांबडे-लाल झाले. नाकपुड्या फुरफुरू लागल्या. दातावर दात घट्ट बसले. आणि दंडांना कापरे भरले. डागदार ओरडला, "ऐकतोस काय भँचोत!"

देवा सटक्याने खाली वाकला आणि पायातले धुळीने भरलेले तुटके पायताण

उपसून घेऊन ओरडला, "अरं ए बांबलीच्या, चावडीचं जोतं उतरून खाली ये. शिव्या देनारं तुजं थोबाड फोडतो ह्या तुटक्या जोड्यानं!"

दुसरे दिवशी संध्याकाळी गावकरी मंडळी चावडीपुढल्या लिंबाच्या ऐसपैस पारावर गप्पा हाणीत बसली होती. ते एवढेसे खेडे देव्या महाराच्या अचाट कर्तुकीने ढवळून निघाले होते. देव्या महाराने देवी-डॉक्टरवर जोडा काढला, ही गोष्ट सर्वांनाच बहुत 'आक्रिता'ची वाटत होती. मंडळी बोलत होती. देवा खालच्या फुफाट्यात उकिडवा बसून त्यांचे बोलणे ऐकत होता. एक जण त्याला म्हणाला, "देवा, अरं भल्या मानसा, सायबावर भर चावडीवर जोडा काडलास. काय गांजा वडून आला हुतास का दारू पिऊन? लेका, आता त्यो सायेब जाईल की पंतसरकारकडं बोंबलत. वरीस-दोन वरीस फुका तुरंगात बसचील!"

त्यावर देवा बोलला, "पंतसरकाराम्होरं न्हाई तर पाक दिल्लीच्या राजाकडं जाऊ दे, मी न्हाई भेनार. श्याप सांगीन पंतसरकारला, 'तुमी अम्मलदार नेमल्याती तेना काय महार लोकास्नी आईभनीवरनं शिव्या दियाचा हुकूम दिलाय काय?' म्हनून. कुनीबी टिकूजीनं येवं आन आमास्नी चेंडूवानी ठेचलावं म्हंजे हाय काय?"

त्यावर एक जणाने विचारले, "आन् पाटलानं शिव्या दिल्या तवा रं?"

"पाटलाचं काम एगळं. त्येंच्या खरकाट्यावर जगलुया. ते दोन जोडं मारत्याली आन् पुना पोटाशीबी धरत्याल. पन कोन कुटला सायेब? खुटीवला कावळा. काय त्येला कुनाम्होरं जायाचं हाय त्ये जाऊं दे. सरकारात आमचाबी कुनी वाली हाय!"

त्यानंतर आता काही दिवस लोटले आहेत. मध्यंतरी देवा सटवा महार, राहणार मौजे तडवळे यास संस्थानी पोलिसांनी पकडून नेले आहे. डॉक्टरने त्याच्यावर केलेली फौजदारी न्यायासनाने मानली आहे. देवा तुरुंगात आहे.

राणी मोलमजुरी करून पोरेबाळे जगवते आहे. तराळकी दुसऱ्या महाराकडे गेली आहे. तडवळे गाव व्यवस्थित नांदते आहे.

– आणि दक्षिणी संस्थानातील लहानशा संस्थानात तडवळे नावाचे आठ-नऊशे लोकवस्तीचे लहान खेडे आहे. तिथल्या देवा सटवा महार या सज्जन महाराचे काय झाले याची बिलकूल माहिती नामदार बाबासाहेब आंबेडकर यांना नाही आणि ती कधी होईल याचाही संभव नाही!

■

सांज व्हावी. ऊन-सावली परस्परांत मिसळून विसावावी. गुरं-वासरं रानातून घरी परतावीत. दिवसभर शेपट्या नाचवत, चिवचिवाट करत भिरभिरणाऱ्या चिमण्या वळचणीत शिराव्यात. घराघरांतून सांजवाती उजळाव्यात. अशा कातर वेळी धोतराचा सोगा खांद्यावर टाकून अंगणातल्या अंगणात शतपावली घालावी. कधी उघड्यावर टाकलेल्या खाटल्यावर पडून हळूहळू उजळणाऱ्या आभाळाकडे पाहावं. कधी तुळशीवृंदावनाच्या कट्ट्यावर बसावं, कधी हाताची घडी छातीशी दुमडून दरवाजात उभं राहावं आणि बाहेरल्या पायरीशी काठी वाजावी. आवाज यावा –

"दळण आणा जी आक्काऽऽ"

धर्माची ही साद मी आज महिना-दीड महिना ऐकतो आहे, आणि मनात कष्टी होतो आहे.

धर्मा आता भलताच थकला आहे. कधी काळी खणखणीत-ठणठणीत असलेलं त्याचं शरीर आता विरल्या वस्त्राप्रमाणे जीर्ण झालं आहे. चालताना, उठताना, बसताना त्याला आता घडी-घडी काठीचा आधार घ्यावा लागतो. कानांना नीट ऐकू येत नाही. डोळ्यांना नीट दिसत नाही. गोरटेल्या रंगाचा, नीटस बांध्याचा हा इमानी रामोशी आता थोड्या दिवसांचा सोबती आहे. आयुष्यातले अखेरचे दिवस कसेबसे ढकलतो आहे. हे त्याला माहिती आहे; गावातल्या बहुतेक लोकांना माहिती आहे. नोकरी-धंद्यापायी परगावी राहणाऱ्या आणि वर्षातला एखाद-दुसरा महिना घरी येणाऱ्या माझ्यासारख्यालासुद्धा माहिती आहे; पण ते तीव्रतेनं जाणवलं अगदी अलीकडे! धर्माला अगदी जवळून न्याहाळलं अगदी काल-परवा.

दीड-दोन महिने राहण्यासाठी म्हणून बऱ्याच दिवसांनी मी घरी आलो होतो. शहरी जीवनाची सवय लागल्यामुळे कधी करमेनासं होई. बाहेर पडून चार

धर्मा रामोशी

/२/

माणसांत मिसळायलाही नको वाटे. घरातच काहीतरी करत बसे.

असाच एकदा परसात जास्वंदीच्या झाडाला आळं करत बसलो होतो. न्याहारीची वेळ होती. कोवळ्या उन्हात बसून माझा उद्योग चालला होता. बुंध्याशी चांगलं रुंद आळं केलं. पिवळी झालेली, किडलेली पानं खुडून टाकली. आडाचं दोन पोहरे पाणी काढून घातलं. एवढ्यात घाईघाईनं आई आली नि म्हणाली, ''आंब बघ कुठं मिळाली तर. तुझ्या चुलत्याच्या पोटात दुखतंय.''

मी हात धुऊन उठलो आणि सोप्यावर गेलो. घोंगड्यावर पडून काका कण्हत होते.

''इथं रामोशीवाड्यात बघ, धर्माकडेसुद्धा असेल.'' पुन्हा आई म्हणाली.

मी बाहेर पडलो आणि रामोशीवाड्याच्या दिशेनं पावलं उचलली. प्रथम धर्माकडे गेलो.

खोपटाच्या बाहेरच धर्मा उन्हाच्या तिरपेला पुढ्यात थाळी घेऊन उघडावाघडा बसला होता. कमरेला केवळ फक्त एक हातभर धडपा होता. काश्याच्या लखलखीत थाळीत कसल्यातरी पालेभाजीचा उकडलेला लगदा आणि तांबड्या रंगाची अर्धी-तीन चतकोर भाकरी होती. बाजूला ठेवलेल्या पाण्याच्या तांब्यावर एक हात ठेवून धर्मा एक-एक घास सावकाश खात होता.

''काय धर्मा, न्याहारी चालली आहे?''

धर्मानं वर पाहिलं. तोंडाजवळ नेलेला घास पुन्हा थाळीत ठेवला आणि अपराध्यागत चेहरा करून तो म्हणाला, ''व्हय जी, व्हय जी!''

बसल्या-बसल्याच तो पलीकडे सरकला आणि कोपऱ्यातलं एक तटकर सारखं करत म्हणाला, ''टेका हेच्यावर. का येरवाळी पाय वळवलं गरिबाकडं?''

धर्माच्या न्याहारीत आडकाठी आली, म्हणून मीही संकोचलो होतो. उभ्या-उभ्याच बोललो, ''टेकत नाही आता धर्मा. हरभऱ्याची आंब काही धरली असलीस, तर दे. काकांच्या पोटात दुखतं आहे. थोडी आंब नि साखर देऊन पाहतो.''

''सोताच कशाला हेलपाटा घेतला जी? सांगून धाडलं असतं, निदान उंबऱ्यावर उभं राहून हाळी दिली असती, तर आलो असतो घिऊन.'' एवढं बोलून धर्मानं दाराकडं तोंड केलं आणि तो बोलला, ''बजे, आंबचा शिसा आणून दे धन्यांना.''

आत थोडी हालचाल झाली आणि काळासावळा हातच फक्त बाहेर आला. शिसा ठेवून परत दिसेनासा झाला. धांदल होती, म्हणून मी शिसा घेऊन बाहेर पडलो. पण मन विचारात होतं, 'बजा बाहेर का आली नाही? धर्माचं जेवण असलं कसलं?'

माझ्यासारख्या परिचित आणि गावच्या माणसापुढे यायला लाजायला बजा काही पाटला-देशमुखाची नव्हती. 'थाळीभर भाजी आणि चतकोर भाकरी खाऊन धर्मा न्याहारी आटपतो की काय?'

यानंतर एकदा सवडीनं मी धर्माकडे गेलो. सारी चौकशी केली आणि धर्मानंही मोकळ्या मनानं सारं सांगून टाकलं. कापऱ्या आवाजात तो म्हणाला, "घोडं थकलं आता धनी. कामधंदा हुईनासा झाला. चालता हात हुता तवर वला-वाळला तुकडा मिळत हुता. आता काय! त्यात हे असं दिस आलं. वंगाळ-वंगाळ! भल्याभल्यांना दोपारची भरांत पडलीया, मग आम्हा गरिबांचं काय? दोन सालं झाली, पाऊस नाही; पाणी नाही. दुष्काळ पडलाय आपल्या मुलकात. पाच चिपट्यांची धारण झालीया. का घ्याचं आन् का खायाचं? त्यात बजीला दाल्ल्यानं टाकलीया, तीबी घरी बसलीया!"

"मग पोटापाण्याचं काय करतोस धर्मा?"

"भागवतो कसंतरी कळणाकोंडा करून. कधी रताळं, कधी गाजरं उकडतो आन् खातो बापलेक. कालच्याला तुम्ही आला तवा पोरीनं तांदळीची भाजी आनली हुती रानातनं वटाभर. ती उकडून, मीठ घालून खाल्ली कोर-कोर भाकरीसंगं. बकऱ्यावानी पालापाचोळा खाऊन जगायचं आलं कपाळी. वंगाळ-वंगाळ!"

आतडं तोडून धर्मा बोलत होता. मला भारी वाईट वाटलं. एक वृद्ध रामोशी, ज्यानं माझ्या वाडवडिलांची सेवाचाकरी केली, तो पालेभाजी उकडून खातो आणि दुपारची वेळ भागवतो, हे मला ठाऊकही नसावं?

"असं आहे, तर घरी नाही कधी आलास? बोलला नाहीस? माझ्याकडे राहिलं, आईकडे जाऊन कधी बोललास?"

धर्मानं खाली मान घातली.

"न्हाई बोललो. किती जनांचं बगावं त्येंनी? आभाळ फाटलंया, कुठं म्हणून लागावं ठिगळ?"

धर्माच्या या उत्तरावर मी काय बोलावं? गप्प राहिलो. काही वेळ तोही गप्प राहिला.

"बराय, बघतो मी." एवढं बोलून शेवटी मी धर्माचा निरोप घेतला आणि जड मनानं घरी आलो.

संध्याकाळी बसल्या-बसल्याच धर्माची गोष्ट आईपाशी काढली. तशी तीही खूप हळहळली.

"वाईट दिवस आले बघ! गोरगरिबांना उपाशी मरायची पाळी आली. आपल्या गावची कितीक म्हारंपोरं गेली म्हणे गाव सोडून जगायला. पोटासाठी हिंडायची

आता दाही दिशांना. तरणेताठे जातील, पण या म्हाताऱ्या धर्मानं कुठं जावं रे?''

''होय, फार थकलाय तो!''

''फार इमानी बघ! एकदा सांगोल्याहून इकडं यायचं होतं. घोडं होतं बरोबर. मी, तुझे वडील आणि थोरला अण्णा. येताना यांनी धर्माला आणला होता सोबतीला. इकडे-तिकडे करता-करता उशीर झाला. अण्णा लहान होता तेव्हा. त्याला पुढे घेऊन मी बसले घोड्यावर आणि हे अन् धर्मा चालू लागले सोबत. तेव्हा चांगला उमेदीत होता तो. घोडं झपाट्यानं काढलं, तरी घरी पोहोचेपर्यंत दिवेलागण होऊन गेली. घोड्यावरून इकडे-तिकडे करते, तो एकदम ध्यानात आलं आणि केसांत हात गेला. ध्यानात आलं की, येताना खोवलेलं सोन्याचं फूल नाही डोक्यात. वाटेत कुठंतरी सांडलं. जीव हळहळला. कुणाला सांगावं तरी चोरी. धर्मा खोगीर उतरून घोड्यापुढे गवत टाकत होता. त्याला म्हणाले, ''धर्मा, फूल पडलं बाबा वाटेत!''

त्यावर भाकरीसुद्धा खाल्ली नाही. धांदलीनं मला म्हणाला, ''अक्का, खंदील द्या लावून.''

''– आणि तशा रात्री ते एवढंसं फूल शोधण्यासाठी पडला बाहेर अंधारात आणि सांगायचं कारण म्हणजे, चांदणी उगवायला फूल घेऊन आला माझा सासरचा धर्मा नाईक!''

''होय नं आई? अगं, मग या दुष्काळात उपाशी मरतोय तो. पाला उकडून खातो आहे.''

''मी बरा उपाशी मरू देईन रे त्याला? मला माहिती नव्हतं. या घरकामाच्या रगाड्यातून सवड कुठे होती मला इकडे-तिकडे पाहायला? पण त्याला सांग, चार-आठ पायली धान्य घेऊन जा म्हणून. आणि त्या बजीला म्हणावं, मोकळी बसू नकोस. रोजचं दळण नेत जा. कुणी दळायला दुसरं मिळत नाही मला. महिन्याच्या महिन्याला तेवढेच पैसे होतील मीठमिरचीला!''

''आई, तिनं दळलेलं दळण चालणार तुला?''

''अरे, एवढा मोठा खटला आहे. गडीमाणसांसाठी रानात पाठवायच्या भाकरी करता येतील त्या पिठाच्या!''

आणि तेव्हापासून धर्मा असा रोज संध्याकाळी दळणासाठी घरी येऊ लागला. त्याला पाहून मी हळहळू लागलो. संध्याकाळी अंधारातनं चाचपडत येऊन दळण घेऊन जायला त्याला खूप त्रास होई. प्रथम-प्रथम तर आमची कुत्री त्याच्या अंगावर धावून जाई. तिला चुकविता-चुकविता धर्मा धडपडे. बाजूच्या भिंताडावर कोलमडे.

त्याचे हे हाल पाहून मी एकदा म्हणालोही, "धर्मा, अरे, हा थकलाभागला देह ओढत रोज येतो-जातोस. घरी बजा आहे. तिला का नाही पाठवून देत?"

त्यावर तो म्हणाला, "कशाची तकलीफ? तसा थकलो नाही अजून. इळाभरात सांगोल्यास जाऊन मागारी येईन. बजीला तुमच्या कुत्र्याचं भ्या वाटतं. नगं म्हणती वाड्यात यायला."

मग मीही जास्त बोललो नाही. नेहमीप्रमाणे धर्मा कडुसं पडल्यावर काठी आपटत येई आणि दळण घेऊन जाई. सकाळी जोतं चढून उन्हं आली म्हणजे पीठ घेऊन येई. मनात आलं, तर कधी अंगणात उन्हाला बसे. कधी माझ्याशी, कधी आईशी चार शब्द बोले आणि निघून जाई. आता त्याचं बरं चाललं होतं.

महिना उलटला. पौषातली थंडी जीव खाऊ लागली. दिवस मावळायला अंगावर चढलेली घोंगडी सकाळी दिवस उगवून न्याहारीची वेळ झाली तरी खाली उतरेना. चावडीपुढे हातभर खड्डा खणून, सुताराच्या मेटावरला चाराचुरा टाकून पेटवलेली शेकोटी दिवस माथ्यावर आला तरी विझेना. पोरंबाळं ठिकठिकाणी काटक्याकुटक्या जमवून शेकोटी करत आणि हातपाय शेकत बसून राहत. तशा विलक्षण थंडीत अंगावर एक फाटकं-तुटकं घोंगडं घेऊन धर्मा सकाळ-संध्याकाळ दळण घेऊन जात होता, पीठ आणून देत होता. सकाळी थोडा वेळ तो उन्हाला बसे. जीर्ण झालेल्या त्याच्या देहाला थंडीचा भारी त्रास होत असावा. त्याला लटलट कापत जाता-येताना पाहून माझं आतडं तीळतीळ तुटे.

राहावलं नाही म्हणून पुन्हा एकदा मी त्याला सुचविलं, "धर्मा, होत नाही आता तुझ्यानं. बजाला देत जा पाठवून दळणासाठी!"

त्यावर धर्मानं कष्टी नजरेनं एकवार माझ्याकडे पाहिलं. त्याचे लोंबते ओठ थरथरले. त्याला काही बोलायचं असावं. घटकाभर खाली जमिनीकडे बघत तो बसून राहिला. मला अनुभव आहे की, महार-मांग नडलं-अडलं म्हणजे घरी येतात आणि उगीच बसून राहतात. खोदून विचारलं म्हणजे मग हलकेच बोलतात, 'काय न्हाई जी, कोरड्याला कायतरी द्या म्हणून मागाय आलो हुतो आक्काकडं.' त्यांची अडचण ती केवढी? पण संकोचानं म्हणा किंवा देतील की नाही या भीतीनं म्हणा, ते कधी आल्यासरसे पटकन बोलून नाही दाखवायचे. म्हणून मी सहानुभूतीच्या स्वरात विचारलं, "गप्प का झालास? काही अडचण आहे का? जोंधळे हवेत का?"

त्यावर खाली पाहतच तो म्हणाला, "न्हाई जी, धोतराचा एखादा धडपा असला तर बघा. लई दिस मागीन-मागीन म्हणतोय, पण लाजच वाटायची. थंडीचं गुंडाळायला न्हाई काय!"

"अरे, त्यात कसली लाज? थांब हं, पाहतो मी!"

एवढं बोलून मी आत गेलो. माझं एक वापरायचं बऱ्यापैकी धोतर घेऊन बाहेर आलो आणि त्याच्या अंगावर टाकलं.

"हे घे. चांगलं धड आहे. दोन-तीन महिने सहज जाईल तुला!" ते उचलून घेऊन धर्मा हळूहळू दिसेनासा झाला.

त्यानंतर दुसऱ्या दिवशी काही कामानिमित्त मी परगावी गेलो. तीन-चार दिवसांनी परत आलो. सकाळी पाहतो, तो धर्माऐवजी बजा आलेली पीठ द्यायला!

मला पाहताच तिनं पदर ओढला आणि तोंड बाजूला केलं. मी बोलणार होतो की, काय गं बजा, इतके दिवस त्या म्हाताऱ्याला का दिलास त्रास? पण तसं न बोलता म्हणालो, "आज तू आलीस दळण न्यायला? धर्मा बरा आहे ना?"

तिनं मान हलवली आणि म्हणाली, "जी, बरा हाय."

आणि इतके दिवस बजा दळण नेण्यासाठी का येत नव्हती, आंबेचा शिसा देताना ती बाहेर का आली नव्हती, याचं कारण मला कळलं!

बजाच्या अंगावर मी धर्माला दिलेलं धोतर होतं! लुगड्यासारखा तिनं त्याचा उपयोग केला होता.

■

सर्व्हिस मोटारीतून खाली उतरलो आणि गावात शिरलो. व्हरलवाडा शोधून काढायला वेळ लागला नाही, पण रामाचं घर नेमकं मिळण्यासाठी कुणालातरी विचारायला पाहिजे होतं. पोराठोरांना विचारूनही फायदा नव्हता. म्हणून खिंडारं ओलांडत कुणी जाणता माणूस दिसतो का, ते पाहू लागलो.

काडानं शेकारलेल्या एका खोपटाच्या पुढच्या बाजूला फाटक्यातुटक्या पायताणांच्या पसाऱ्यात एक म्हातारा दिसला. खाली बघून तो तुटक्या पायताणाला सळ घालीत होता. मी जवळ जाऊन उभा राहिलो, तरी त्याला दाद नव्हती.

"बाबा, रामा व्हरलाचं खोपाट कोणतं?"

काम थांबवून त्यानं वर पाहिलं. डाव्या हाताची दोन बोटं ओठावर ठेवून, तोंड बाजूला करून थुंक टाकली आणि डोळे झाकून हनुवटीला झटका देत तो म्हणाला, "कोन म्हनालासा?"

"रामा व्हरल!"

"व्हय, पण रामा कंचा? खंडूचा रामा का त्यो धोंडी म्हातारीचा?"

होय, साऱ्या व्हरलवाड्यात रामा अनेक असण्याचा संभव होता, पण मला केवळ रामाचं 'रामा' नावच माहिती होतं. त्यावरून बोध व्हावा कसा?

"ते काही ठाऊक नाही. तो रामा मैलकुल्याचं काम बघतो बघा!"

"हा, असं बोला की! तुमी कुटनं आटपाडीकडनं आला?"

"होय."

"सडकंच काम बघनारं अम्मलदार हायसा?"

"होय."

"हा, असं जावा या बोळातनं. त्यो शेवग्याचा डहाळा दिसतुया, ततं हाय रामाचं घर." आणि पुन्हा खाली मुंडी घालून त्यानं आपलं काम सुरू केलं. मी बोळातून आत शिरलो.

रामा मैलकुली

शेवग्याचं शेलाटं झाड लागल्यावर त्या खोपटासमोर उभा राहिलो. बाहेरच्या बाजूला दगडावर बसून एक काळीशार बाई पिठानं भरलेली पितळी विसळत होती आणि तिच्या खांद्यावर हात ठेवून पाच-सहा वर्षांचं शेंबडं पोरगं हातातला तांबड्या भाकरीचा तुकडा तोडून-तोडून खात होतं. मी आलेला पाहताच तोंडातला घास त्यानं गटकन गिळला आणि आईचा पदर ओढून बोलला, ''ए आये, कोण आलाया बग!''

आईनं वळून पाहिलं. जुनेऱ्याचा बुरखा तोंडावरून सर्रकन ओढून घेतला आणि ठणठणीत आवाजात विचारलं, ''काय वं?''

''रामा मैलकुली इथंच राहतो ना?''

''व्हय, व्हय. आत्ताच मोटारीकडं गेलाया. कोण अम्मलदार येणार हाय!''

''होय का? मी आलो त्याच्याकडे आणि तो गेला मोटारीकडे!''

तिनं डोळे विस्फारले. अम्मलदार घराकडे आले, या जाणिवेनं ती गोंधळली. पोराच्या उघड्या पाठीवर धपका घालून खासगी आवाज काढून बोलली, ''जा रं मोटारपाशी. मामाला म्हनावं, अम्मलदार आल्याती.''

पोरगा लाजला आणि आईच्या पाठीमागे दडत म्हणाला, ''आऽ मी न्हाय जा!''

पण एवढ्यात मुंडाशाचं टोक खोचीत रामा तरातरा आलाच. कपाळाला हात लावून म्हणाला, ''म्हाराऽऽज.''

''रामराम. तूच का रामा?''

''व्हय जी, मीच. मिस्तरीनं कालच सांगितलं हुतं तुमी येणार, म्हनून मोटारीपाशी बघाय गेलु हुतो.''

''मग चलतोस ना? दिवस वर आलाय चांगला.''

''व्हय, चला की! भाकरी बांध गं. टेका की.''

रामाचं खोपट भारीच बुटकं होतं. आत वाकून शिरून मी बाहेरल्या छपराच्या मेढीला टेकून बसलो. रामा धांदलीनं पुन्हा कुठंसा निघून गेला!

आतल्या अंधाऱ्या जागेत रामाची बहीण काही करू लागली. पोरगा वरचेवर डोकावून माझ्याकडे पाहत असावा.

खालची जमीन खडबडीत होती. कुठं खड्डे पडले होते, तर कुठं मुरमाचे धोंडे वर आले होते. बाहेरल्या बाजूलाच पाण्याचा रांजण रोवला होता. त्याच्यावर लाकडाचं झाकण होतं. पलीकडे चिपाडाचा आणि काटक्याकुटक्यांचा ढीग होता. रानशेणी होत्या.

एका कोपऱ्यात शेळी बांधली होती. तिची ढोपरं निघाली होती. पुढे टाकलेल्या बाभळीच्या डहाळ्यावर ती धडपडत होती आणि नाकानं आवाज करीत होती.

गेला तसा गडबडीने रामा पुन्हा आला. बहिणीला म्हणाला, ''अगं राधू,

आटप. कवाच्यान बसून न्हायल्यात अम्मलदार. आपल्या गरिबाच्या खोपटात कोन येतंया?'' माझ्याकडे वळून तो पुढे म्हणाला, ''झालंच जी, भाकरी घेतल्यावर निघूच!'' राधूनंही तत्परतेनं भाकरीचं फडकं भावाच्या हातात दिलं.

''माजं काय, तुजंच आवरायचं न्हाई. येताना ढाळा आन शेरडीला.''

''व्हय, व्हय!'' भाच्याच्या पोटावर रामानं एक चापट मारली. त्याच्या धुळीनं भरलेल्या तोंडाचा मुका घेतला.

''हं, चला आता, चाली-चाली मेटकवाडीपतूर जाऊ.''

दोघंही गावाबाहेर पडून सडकेला लागलो. माझ्या हातात ओझं होतं. रामाला ते प्रशस्त वाटलं नाही.

''काय शिवन्यासारकं न्हाई नव्हं?''

''का रे?''

''माझ्यापाशी द्या की नसलं तर. मोकळाच हाय मी?''

''दशम्या आहेत. रंगाचा डबा आहे.''

''हां, मग फराळाचं घ्या काढून आन् बाकीचं द्या माझ्यापाशी.''

''काही जरुरी नाही. मला चालतं. घे.''

रामाला अपूर्वाई वाटली. त्याचा चेहरा थोडा ओशाळलाही.

''आमी कसं शिवावं जी?''

''माझी हरकत नाही. घे तू. शिवाशीव पाळत नाही मी!''

रामा थोडा गप्प झाला. मग म्हणाला, ''द्या, मी घेतू!''

रामा दिसायला चारचौघांसारखा नव्हता. रूपाच्या बाबतीत दैवानं त्याच्यावर गैरमर्जी केली होती. अंगापिंडानं थोराड असून त्याचा रंग अगदी ठार काळा होता. नाक डाव्या बाजूला वाकडं होतं आणि एक डोळा अधू होता. त्याच्या तोंडावरच्या कळेकडं पाहून कुणालाही असं वाटलं असतं की, दिलानं भला असलेला हा माणूस रूपानं गेला आहे आणि खाण्यापिण्याच्या बाबतीतही याची भलती आबाळ झाली आहे! कसल्यातरी रंगाचं एक विटकं फडकं त्यानं केवळ सवयीनं डोक्याला गुंडाळलं होतं. जागोजागी चिंध्या झालेली एक पैरण अंगात अडकवली होती आणि खालचं धोतर तर त्याला अगदीच तोटकं होतं. पिंढऱ्यावर बोटाएवढ्या शिरा उमटून दिसत होत्या. पायाच्या टाचा भेगाळल्या होत्या. वयानं तो फारसा दिसत नव्हता. 'मग याचं लगीन झालंय की नाही? झालं असतं, तर खोपटात अस्तुरी दिसली असती, चार पोरं दिसली असती. राधू याची बहीण दिसते. तिच्या कपाळावरचं कुंकू पुसून गेलं होतं. मघा?....' मनात प्रश्न येत होते. रामा खाली पाहून चालला होता. काही वेळ गेला आणि त्यानं जाणीव दिली, ''मैलाचा धोंडा आला बघा.''

फर्लांगावर आणि मैलाच्या धोंड्यावर आकडे टाकायचे होते. नावं घालायची

होती. रंग आणि कुंचला घेऊन मी धोंड्यासमोर बसलो. रामाही जवळच खडे बाजूला करून बसला. कामाबरोबर बोलणंही चालू झालं.

"हं, काय रामा? कसं काय तुझं?"

"जी. बरंच चाललंया म्हणायचं."

"विव्हळतोस बरा!"

"खरं म्हंजे इवळाय नगं. परमेश्वर दील त्येच्यावर ऱ्हायाला होवं."

"चोख बोललास, पण विव्हळणं काही सुटत नाही. खरं ना?"

चार-दोन शब्दांतच मी रामाच्या जिव्हारापर्यंत गेलो. माझ्या अम्मलदारीला बिचकणाऱ्या रामाचीही भीड मोडली. स्वत:ची दुखणीभाणी तो मला सांगू लागला,

"आपली पिढीजात व्हरलकी सोडून रामा सरकारी नोकरीकडे का वळलास?"

"कशाचा धंदा आलाय त्यो? कातडं मुलकाचं म्हाग झालंया. आन् रोख पैसा देतुया कोन? बयत्याच्या कामाखाली जीव जायाचा. त्यात गावात इतकं व्हरल आमी. एकाएकाच्या वाट्याला चार-दोन घरं येणार. त्येच्यावर कसं भागावं? पोटाचा डबरा कसा भरायचा?"

"खरं आहे."

"तवा इच्यार केला की, सरकार नौकरी करावी. सडकंची वज राखण्याचं काम बरं हाय."

"पगार काय मिळतो तुला?"

या प्रश्नावर रामा हसला. "थट्टा करता व्हय गरिबाची? तुमास्नी ठावं न्हाई? अम्मलदार तुमी ततल्या कचेरीतलं!"

"वेडा काय रामा तू? अरे, कसला अम्मलदार? मीही तुझ्यासारखाच एक. उक्तं काम घेतलंय मी हे नंबर घालण्याचं. पोटापाण्यासाठी काहीतरी करायचं!"

"असं का असंना, पण तुमी आमस्नी अम्मलदारच. ठावं न्हाई म्हणता, तर सांगतू. महिन्याचं बारा रुपये मिळत्याती."

"ठीक चालतो का त्याच्यात प्रपंच?"

रामानं एकवार बाजूला तोंड करून तमाखूची चिमूट दाढेखाली सोडली आणि हात झाडून तो पुन्हा बोलू लागला, "कशाचा देवा परपंच? कायतरी करून हातातोंडाची गाठ घालायची! ढोराबानी जीव! काय अंगभर चांगला धडुता मिळतुया का गोडधोड खाया मिळतंया! आमा गरिबांचं हे असंच! तरी बरं, आपला सोताचा काय खटाला न्हाई. एकलाच हाय."

"का बरं रामा? लगीन केलंस का नाही?"

माझ्या या प्रश्नानं रामाची जखम दुखावली. चिघळली असावी. डोक्याचं मुंडासं काढून त्यानं खाली ठेवलं आणि हातात एक खडा घेऊन जमिनीवर रेघोट्या

मारता-मारता तो बोलला, ''काय सरळ न्हाई झालं दादा!'' त्याच्या स्वरावरूनच त्याच्या वेदना कळत होत्या. तोंडावरही उदासीनता दिसत होती. मला वाटलं, मी उगीच बोललो. सावरून घेण्यापायी म्हणालो, ''आपलं बोलण्यावरनं बोलणं निघालं म्हणून विचारलं हं. नाहीतर तू म्हणायचास, रिकाम्या चौकशा कशाला?''

रामानं मुंडी हलविली आणि दिलगिरीनं तो बोलला, ''छा! छा! भलतंच! मी गप झालु अशासाटना की, का आपलं करम सांगावं! समदी चित्तरकथा हाय दादा माजी!''

''का बरं? सांगशील तर!''

''लगीन झालं त्याला पाच सालं झाली, पन धड सा महिनंसुदीक अस्तुरी ऱ्हायली न्हाई. बेपत्ता झाली!''

''म्हणजे?''

''आपलं करम दादा! ती हुती तकडली सांगलीच्या बाजूची. रूपानं धा जनींत उठून दिसावी अशी. माझ्या खोपटात कसं ऱ्हावं तिनं? मी ह्यो असला येडाबाबडा मानूस. संसारही आपला नाचरगती. तेल हाय, तर मीठ न्हाई; मीठ हाय, तर मिरची न्हाई असं सदुनीक. ल्या-नेसाया चांगली कापडं न्हाईती, का खायाला गोडधोड न्हाई. तिच्या काय मनाला येईना त्या गोष्टी. धड सबूद बोलायची न्हाई. रुसून-फुगून बसायची. दादा, मलाबी कळायचं समदं; पण का करायचं? ढोरागत राबलं, तरी काय मिळकत करनार आपन?''

रामा अगदी तळमळून बोलत होता. त्याच्या मनाची कवाडं खोलली गेली होती. मीही द्रवल्या मनानं ऐकत होतो.

''समजूत काडाय जावं तर म्हणायची, 'चल म्हमईला, गिरनीत काम कर आन् बक्कळ पैका मिळव. माजी हौस पुरव.' मला काय आपला मुलूक सोडून जावं वाटंना.''

एका धोंड्यावर नाव आणि आकडे घालून झाले होते. मी उठलो. रंगाचा डबा वगैरे साहित्य घेऊन रामाही उठला आणि पुन्हा चालता-चालता त्यानं आपली हकिगत सांगितली.

''खरं का नाही, तुमीच सांगा? आपलं गाव, घर, नात्यागोत्याची मानसं सोडून कुटं जावं देसांतराला? असं करता-करता एकदा माझ्या म्हागारी गेली निगून. पुना काय पत्त्या न्हाय का मुद्या न्हाय.''

''मग तू काही शोध केला नाहीस का? चार माणसांकडनं समजूत घालून आणायची माघारी.''

''मी न्हाई केली वासपूस! आपल्याजवळ ऱ्हान्याची तिची जर विच्छा न्हाई, तर कशाला जोरा करायचा? जाऊ देल म्हणालो, कुटंबी सुकात असली म्हंजे झालं!''

या जुन्या आठवणीनं रामा चांगलाच कष्टी झाला. मीही अधिक बोललो नाही. सूर्य बराच वर आला होता. भूक आणि तहान दोन्हीही जाणवू लागली होती. बोलण्यानं वाट ओसरली होती, तरी पायही शिणले होते.

''रामजी, समोर विहीर दिसते. सावलीत बसून जेवण करू, घटकाभर बसू आणि पुन्हा लागू कामाला.''

''व्हय जी. भुका लागल्या असतील तुमास्नी. चला!''

शेजारच्या मळ्यातल्या विहिरीवर गेलो. रामानं ढोरांना पिण्यासाठी काढलेल्या पाटाच्या पाण्यात हातपाय धुतले. मी विहिरीत उतरून धुतले. धारेवर वडाच्या सावलीत दोघांनीही शिदोऱ्या सोडल्या.

रामाच्या बहिणीनं तळहातासारख्या जाड व्हंडीच्या तांबड्या दोन भाकरी दिल्या होत्या. त्यांच्या पोटी तांबड्या चटणीचा भुकटा होता.

माझ्या आईनं चार मऊसूत चपात्या तुपानं माखून दिल्या होत्या. त्यांच्याबरोबर मोकळं पिठलं होतं, लिंबाचं लोणचं होतं, लसणाची चटणी होती. डबा उघडताच त्याचा खमंग वास सुटला.

मी त्यातलं थोडं रामाला देऊ लागलो. तो 'नगं-नगं' म्हणू लागला.

मी म्हणालो, ''रामजी, अन्नाला नाही म्हणू नये. घे.''

''तसं नव्हं दादा, तुमी एकल्यापुरतं आनल्यालं. वाटचालीनं भुकेला असाल. माजी माज्यापाशी भाकरी हाय, तर का?''

मी बळे-बळे त्याला वाढलंच. दोघेही जेवू लागलो. हां-हां म्हणता रामानं त्या दोन भाकरी चटणीच्या भुकट्याबरोबर संपविल्या आणि मी दिलेलं फडक्यात गुंडाळून ठेवून दिलं.

''रामजी, हे रे काय? ते ठेवलंस कशासाठी?''

''थोडं खाल्लं की दादा. उलीसं ठेवलंया पोरापायी. असलं कुटलं मिळतंया आमास्नी? पोरगं खाईल दोन घास, म्हणून ठेवलं. आता त्या पोरावर समदी मदार ठेवलीया बघा. त्यो जवा कर्तासवर्ता हुईल, तवा जरा बरं दिस येत्याल. तवर हे असंच. त्येला चार सबूद कळन्यासाठी साळंतबी घालीन म्हंतूया. भनीचा दाल्ला खराचला तवा माझ्या गळी पडून 'आता माजं कसं हुयाचं' म्हणून रडाय लागली. तवा मी म्हणालो, बया, माझ्यापशी ऱ्हा. मलातरी आता कोन हाय?''

वाफ्यातलं पाणी रामा ओंजळीनं प्यायला, ढेकर देऊन तमाखू खाण्यासाठी बसला. मी अद्याप जेवतच होतो. तळव्यातली तमाखू बोटानं चोळीत रामा म्हणाला, ''दादा, इचार आला म्हंजे आक्रीत वाटतं. आता तुमाला वय किती?''

''वीस वर्षं झाली रामजी!''

''मलाबी इस आन् आट झाली. पर तुमी झाला अम्मलदार आन् आमी मातूर

न्हायलो हे असं. जलमभर असंच दळिंद्री न्हाऊन आमी मसणवाटंला जायचं. मनात म्हनतो, देवा चांडाळा, का रे असं?''

रामाला द्यायला देवापाशी उत्तर नव्हतं; माझ्यापाशीही नव्हतं! मी केवळ ऐकत होतो.

''तुमी म्हनाल रामजी, गड्या तू साळा शिकला न्हाईस. पन दादा, साळा शिकावी आन् पोटाला काय खावं जी? चार वर्सांचं झालं की, कुनाची गुरं राकुळी घेऊन त्येंच्या म्हागं रानोमाळ हिंडावं लागतं, तवा घरी भाकर मिळती. मग हे जमावं कसं?''

माझं जेवण आटोपलं. थोडा वेळ विश्रांती घेऊन पुन्हा काम चालू करायचं होतं. संध्याकाळपर्यंत होईल तेवढं करायचं. संध्याकाळी सकाळी आटपाडीहून गेलेली सर्व्हिस विट्याहून परत आली की, तिला हात दाखवून थांबवायचं आणि पुन्हा घर गाठायचं!

''वाईच कलंडा दादा. ऊन खाली झाल्यावर जाऊ पुना.'' असं म्हणून रामानं पैरण आणि मुंडासं काढून उशाला घेतलं. बांधाच्या हिरवळीवर तो आडवा झाला, घोरूही लागला.

झाडाच्या खोडाला पाठीची आटण देऊन मी बसून राहिलो. पाहू लागलो की, रामाचं गणित सुटतं का!

■

मिरज ते पंढरपूर खेपा घालणारी सर्व्हिस मोटार धुरळा उडवीत भन्नाट धावता-धावता सरूबाईंच्या मठाशेजारी आली आणि आचके देत-देत थांबली. समोरच्या आरशात पाहून मकबूल ड्रायव्हरनं कपाळावरची टोपी मागं सारली आणि खाकी डगल्याच्या बाहीनं घाम पुशीत तो किन्नरवर ओरडला, "येश्या, ड्रमाशेजारी बसलेल्या त्या सायबांना इच्यार, सरूबाई मठावर उतरणार हायेत ना?"

हौदातल्या बाकड्यावर अवघडून बसल्या-बसल्याच मी पेंगत होतो, तो खडबडून जागा झालो. बाकड्याखाली ठेवलेली पिशवी काढून घेतली आणि खाली उतरलो. मोटार निघून गेली. सरूबाईंचा मठ म्हणजे काडाचं एक लहानसं खोपट. अवतीभोवती दोन-तीन निंबाची झाडं. नाही म्हणायला जरा पलीकडे शेतकऱ्याची एक वस्ती होती. क्षणभर निंबाखाली सावलीत उभा राहिलो. अंगावरला धुरळा झटकला. शेजारच्या विहिरीत उतरून हातपाय धुतले, पाणी ढोसलं आणि वर आलो. अंग एवढं आंबून गेलं होतं की, मुळ्यांना उसं देऊन निंबाच्या गार सावलीत झोपावंसं वाटत होतं. पण म्हटलं, 'असं मरगळून भागणार नाही. पुन्हा ऊन झालं म्हणजे त्रास!' शिवाय घरची ओढ होतीच. सात-आठ मैल मजल मारायची होती. मध्ये एक लहानसं गाव होतं. ते ओलांडलं की, लगेच आलंच घर! जेवणवेळेपर्यंत पोहोचू, अशा हिशेबानं वहाणा हातात काढून घेतल्या, पिशवी पाठीवर टाकली आणि मारला झपाटा. काळ्या रानातून नागमोडी सरपटत जाणारी पाऊलवाट हां-हां म्हणता संपली आणि दोन-अडीच कोस मागं टाकून चोपडीत आलो. मांगवाड्यातली कुत्री भुंकली. मातीत खेळणारी पोरं झिपऱ्या सावरून पाहू लागली. एका खोपटासमोर वाकाच्या बटा फिस्कारत बसलेल्या काळ्याशार मांगिणीनं एकवार माझ्याकडे पाहिलं आणि डोईवरला पदर सावरून आपलं काम पुन्हा चालू केलं. निंबाच्या सावलीला बसलेल्या दोन-तीन मांगांनीही मुंड्या फिरवून माझ्याकडे पाहिलं. खाली मान घालून मी आपला झपाट्यानं पाय उचलीत होतो.

नामा मास्तर

/४/

गावातल्या मारुतीच्या देवळावरून, चावडीवरून पुढे गेलो. शाळेची इमारत लागली. दगडी भिंतीवर ढोबळ अक्षरांत लिहिलं होतं : लोकलबोर्ड मराठी शाळा, मौजे चोपडी. ती डांबरी अक्षरं मनातल्या मनात वाचून होतात तोच आवाज आला : ''राम, राम यंकापराव!''

अशा सलगीनं हाक मारणारं कोण, म्हणून थोडा थांबलो आणि पाहिलं. पोरगा माझ्याकडे पाहून हसत होता. डोक्यावर कोचदार पटका; अंगात हातमागाच्या कापडाचा, खेडवळ शिलाईचा पांढरा अंगरखा; कोट; खाली दुटांगी धोतर. जरा निरखून पाहिलं आणि मग ओळख पटली. 'हा तर नामा मांग!' पुन्हा एकदा न्याहाळला आणि ओरडलो : ''अरे नामा, तू कुठं इकडं?''

नामा हरकला होता. हसून बोलला, ''वळक ठिवलीया तर! मी मास्तर हाय हतं साळंत. लई दिसांनी आला गावाकडं?''

''झाले खरं खूप दिवस आणि आलो होतो, तेव्हा तुझी काही गाठ पडली नाही.''

''बरं झालं, लई दिसानं गाठ पडली. खुशाली हाय?''

''होय, ठीक आहे.''

''साळंतली आटवन हाय का?''

मग मला राहवलं नाही. नामाच्या पाठीवर थाप टाकून मी त्याला जवळ ओढला, ''अरे, आठवणी विसरेन होय?''

त्या माझ्या सलगीनं नामा अधिक हरकला.

''चला, च्या पिऊ.'' म्हणून त्यानं शाळेतल्या पोराला हाक मारली. माझ्या हातातली पिशवी त्याच्याकडे दिली.

''साळंत ठेव. पोरास्नी सांग, आरडा करू नका; वाचत बसा.'' आणि माझ्या हातात हात घालून नामा चालू लागला.

''शाळा कधी सोडलीस? अखेर मास्तर झालास. बाप हरकला असेल?'' नामा थोडा गंभीर झाला.

''मागच्या सालीच पटकीत गेला. त्यानं बघितलं नाही.''

काही वेळ न बोलताच आम्ही चाललो.

''सात-आठ महिनं झालं नोकरी लागून. नादारी मिळाली, कसंबसं करून सातवी पास झालो. अर्ज केला, खालच्या जातीतला म्हणून लगी झाली नेमणूक.''

शिकला-सवरला, तरी नामाची भाषा पूर्वीचीच होती. हेल जुनेच होते. याच बोलीत तो शिकवीत असणार. पण शुद्ध भाषेची तिथं जरुरी होतीच कुठं? धनगर, कुणबी, महार, मांग यांची वस्ती असलेल्या त्या एवढ्याशा खेड्यात तांबडं मुंडासं आणि गोल कुडती घालून शाळेत येणाऱ्या दहा-पाच पोरांना नामासारखाच शिक्षक

योग्य! शुद्ध बोलणाऱ्या उच्चवर्णीय शिक्षकांपेक्षा तोच त्यांना अधिक जवळचा. अंबाडी-केकताडीचा वाख करून कुणब्यांना नाडा-सौंदुर पुरविण्याचा आपला पिढीजात धंदा सोडून नामा थोडा शिकला आणि आपल्याच लोकांना थोडं शिकवू लागला. मला बरं वाटलं. माझ्या एवढ्याशा खेड्यातला एक गरीब मांगाचा पोरगा शिक्षक झाला, हे विशेष नव्हतं का? अभिमान वाटण्यासारखं नव्हतं का?

"शाबास नामदेव! आता आपल्या जातीतल्या मुलांना असंच शिकवून शहाणं कर. पगार काय मिळतो तुला?"

"मिळतो तीस. भागतं कसंतरी त्यात!"

रस्त्यालगतच एका छपरात हॉटेल होतं. मी आत जाऊन बसलो. नामा बाहेर असलेल्या फळकुटावर बसला. चुलवणाशी लाकडं फुंकीत बसलेल्या काटकुळ्या माणसाला म्हणाला, "हं आवरा धोंडीअप्पा, दोन च्या द्या फक्कड."

धोंडीअप्पानं एकवार माझ्याकडे पाहिलं आणि म्हटलं, "झालाच नव्हं का, जाळ लागलाय; आता आधण इल."

चुलवणावर एक भलंमोठं जर्मन सिल्व्हरचं पातेलं होतं. बाजूच्या डबड्यातली चार-पाच पसे साखर घेऊन धोंडीअप्पाने टाकली. लगेच चहाची पूडही बचकभर. पाण्यावर चहाची काळीशार पूड तरंगू लागली. पातेल्यातून निघणारी वाफ शेजारी मांडावर ठेवलेल्या परातीतल्या शेवचिवड्याचा तेलकट वास बरोबर घेऊन तरंगू लागली.

"हं, आणखी काय यंकपराव? घरची समदी खुशाल हायती न्हवं?"

"होय, सगळी ठीक आहेत. तुझं कसं काय? लगीन केलंस का नाही?"

"भले, अवं दोन पोरं हायती की!"

"ठीक-ठीक. कुठं, गावीच आहेत का सगळी?"

"तर! हथं कशाला? मी एकलाच हाय हथं."

"–आणि मग भाकरी-तुकड्याचं रे काय?"

"शनवार-रविवार जातो घरी. येताना घेऊन येतो बक्कळ भाकरी. पुरत्यात दोन रोज. पुन्हा करतो हातानं. नाहीतर कुना जातवाल्याकडनं आणतो करून!"

खाण्यापिण्याचे हाल होतात म्हणून कुरकुरायला नामा पांढरपेशा होता थोडाच! जेवणाचे जास्त चोचले करायचे त्याला माहीत नसावं.

चहा तयार झाला. काळपट फडक्यातून एका मोठ्या किटलीत गाळला गेला. एक कानतुटका कप भरून धोंडीअप्पानं मला दिला. हॉटेलात बाहेरच्या बाजूला लोंबणाऱ्या शिंक्यातून नामानं अस्पृश्यांसाठी ठेवलेली कपबशी काढून घेतली. धोंडीअप्पानं त्यात चहा ओतला आणि निखाऱ्यालगत किटली ठेवून दिली.

माझ्याकडे पाहून नामा म्हणाला, "घ्या."

तो काळपट आणि तुरट चहा मी नि नामा पिऊ लागलो. चहा संपवून परत शाळेकडे जाताना पूर्वीच्या शाळेतली आठवण झाली. मी हसलो, ते नामाच्या ध्यानात आलं आणि त्यानं विचारलं, ''हसलासा?''

''होय, आठवण आली शाळेतली.''

''कसली?''

''तू शाळेत लावणी म्हटलीस, ती.''

त्यावर नामाही हसला आणि त्यानं माझ्या हातावर टाळी दिली.

तेव्हा मी आणि नामा मराठी दुसरीच्या वर्गात होतो. फाटकंतुटकं धोतर-कुडतं घालून आणि एक फुटकी पाटी घेऊन नामा शाळेला नियमित येई. आमची चांगली मैत्री होती. मी माझी पुस्तकं, पेन्सिल नामाला देई. तोही माझ्या भोवऱ्यासाठी बारीक चरी वळून देई. गोफण करून देई. रानातली व्हल्या-पारव्यांची अंडी मला दाखवी. झाडावर चढायला आणि सूरफाट्यानं खेळायला त्यानंच मला शिकवलं. नामाला हलगी फक्कड वाजवता येत होती आणि तो लावण्याही झोकात म्हणे. एकदा जुने मास्तर बदलले आणि नवे आले. त्यांना एक-दोन दिवस झाले. एके दिवशी काय लहर आली, कोण जाणे – सगळ्या वर्गाला उद्देशून त्यांनी विचारलं, ''गाणी कुणाकुणाला येतात रे म्हणायला?''

''मला मास्तरऽ मला मास्तरऽऽ'' असा एकच गिल्ला झाला. दहा-पाच पोरांनी हात वर केले. त्यात नामाही होता. त्यावर मास्तरनी एकाएकाला म्हणायला लावलं. कोष्ट्याच्या रघूनं एक अभंग म्हटला. मी काकांनी शिकविलेली एक कविता म्हटली. रामा पाठकानं 'रडवे माझे वदन बघोनी' ही कविता म्हटली, तसा वर्गात खूप हशा पिकला. कारण राम अगदी बावळट होता आणि त्याचा आवाज भसाडा होता. मास्तरनी टेबलावर छडी आपटून सर्वांना चूपचाप केलं. अखेर पाळी आली नामावर. तो उठून उभा राहिला. एक-दोनदा खाकरला आणि उजव्या कानावर हात ठेवून त्यानं खड्या आवाजात सुरुवात केली :

''भर ज्वानीचं वादळ सुटलं, बाई सुटलं,
मला सख्यानं नाही कसं म्हटलं गं....''

पहिला चरण म्हणून होतो ना होतो, तोच मास्तर ओरडले, ''गाढवा, बंद कर! लावणी म्हणतोस शाळेत? थांब, फोडून काढतो.''

ते टेबलावरून धडपडून उठले, दाणदाण पाय आपटीत आले आणि नामाच्या अंगावर त्यांनी निरगुडीच्या छड्या सपासप ओढल्या. एवढा चिवट बांध्याचा नामा, पण त्या मारानं गुरासारखा ओरडला; हिरवा-पिवळा झाला!

आता त्या आठवणीनं हसलो; पण तेव्हा नामाच्या अंगावर उठलेल्या वळावरून हात फिरवून मीसुद्धा रडलो होतो. शाळा सुटल्यावर आम्ही दोघंही ओढ्याकाठी

गेलो. तिथल्या मोठ्या वडाखाली बसलो. नामा रडरड रडला. बराच वेळ झाला तेव्हा त्याचा हात धरून मी म्हणालो, "चल घरी, तुझी आई शोधत असेल!"

अंगरख्याच्या फाटक्या बाहीनं नामानं डोळे पुसले. जरा वेळ खाली पाहत तो गप्प बसला. आणि पुन्हा डोळे पाण्यानं भरून म्हणाला, "आता मी कंदी कंदी साळंत येणार नाही."

नामाचा हा निश्चय खराच. माझ्या बालबुद्धीलाही वाटलं, 'असला मार खाण्यापेक्षा त्या शाळेत पाऊल टाकू नये.'

मग मी नामाला घरी पोहोचवत गेलो मांगवाड्यातल्या त्याच्या खोपटापर्यंत. नामाचा बाप गंगाराम मांग हा सज्जन माणूस होता. आम्ही गेलो तेव्हा अंगणात उघडाच बसून तो बैलासाठी वेसण करत होता. मला पाहताच तो उठला आणि म्हणाला, "कुनीकडं कुरकर्णी आज? बसा कट्ट्यावर, इ्याक सारवलाय!"

मी कट्ट्यावर बसलो. नामानं दप्तर उभ्या-उभ्याच खाली आपटलं आणि आपल्या बापाच्या गळ्यात पडून रडत-रडत सारं सांगितलं. विटकं पातळ नेसलेली त्याची आई आली आणि त्याला कुरवाळून समजावू लागली.

"धाड बडवली त्या मास्तराची! लेकरंबाळं हैती का न्हायती त्येला? पेटू दे ती साळा. कुठं शिकून अम्मलदार हुयाचं हाय आपनास्नी? न्हा तू आपला घरी."

पण गंगारामाला ते पटलं नाही. तो म्हणाला, "येडी हायेस का? नगं रडूस नामा. अरं, साळंत जायाचं म्हंजे मार खायलाच होवा. त्याबगार लिवनं कुटलं? मी सांगतो मास्तराला, पुना मारू नकासा म्हनून. आरं, पोटाला चिमटा घिऊन, थोरामोठ्यांच्या हातापाया पडून मी तुला शिकविनार हाय. शेना करनार हाय. सातवी पास हो आन् तूबी हो असा मास्तर. माजं डोळं निवत्याल तुला खुर्चीवर बसल्याला बगून!"

गंगारामनं नामाच्या पाठीवरून हात फिरविला. त्याचे डोळे पुसले. नामाची समजूत निघाली. तो पुन्हा पूर्ववत शाळेत जाऊ लागला.

आता नामा मोठा होऊन मास्तर झाला होता. मीही मोठा होऊन चार पैसे मिळवण्याच्या मागं लागलो होतो. मध्यंतरी बरीच वर्षं आमची गाठ पडली नव्हती. माझ्यात आणि नामात आता अंतर निर्माण झालं होतं; पण नामा अद्यापही माझ्या मनात घर करून राहिला होता.

बोलता-बोलता आम्ही शाळेत आलो. वेळ झाली होती, म्हणून नामानं शाळा सोडून दिली. झुडपावरून भोरड्यांचा कळप उडावा तशी पोरं पाट्या-दप्तरं घेऊन बाहेर पडली. शाळेत मी काही वेळ बसलो. जुन्या आठवणी निघाल्या. पुष्कळ बोललो. अखेर उशीर झाला, तेव्हा पिशवी उचलली आणि म्हटलं, "बराय नामदेवा, मजल मारायची आहे अजून. चलतो आता."

“बोलता-बोलता ऊन बरंच झालं. ऊन खाली झाल्यावर का जायाचं हुईना. जेवनाखान्याची यवस्ता करतो.”

“छे! छे!! अरे, कशाचं ऊन! शहरात चार दिवस घालवले म्हणून मी काही मूळचं विसरलो नाही. आता गाव जवळ करीन हां-हां म्हणता.”

माझ्या हातातलं ओझं आपल्या हातात घेऊन नामदेव मास्तर चांगला फर्लांग-दोन फर्लांग मला घालवायला आला. मग मीच म्हणालो, “जा आता परत, जातो मी.”

“आता पुन्हा गाठभेट?”

“अरे, गाठभेट नेहमीचीच. कितीही झालं तरी एका गावचे आपण. आता आहे ती नोकरी सोडू नकोस. चार पैसे जमव आणि ट्रेनिंग कॉलेजला जा. आणखी जरा वनवास सोस आणि ट्रेण्ड हेडमास्तर हो. जाऊ?”

“बराय. जा, ऊन झालं.”

नामा उभा राहिला. त्याच्याकडे पाठ फिरवून मी आपली वाट तुडवू लागलो.

त्यावर एखादंदुसरं साल गेलं असेल-नसेल. पुन्हा नामाची गाठ पडली, ती अगदी वेगळ्या अवस्थेत! कोल्हापुरी!

एके दिवशी रात्री माझा एक मित्र घाईघाईने आला आणि म्हणाला, “चल आटप, कपडे कर. आज मजा करू जरा!”

“कसली रे?”

“तमाशाला जाऊ!”

“छट, मी नाही येणार. हे शहरी तमाशे म्हणजे चार नकट्या पोरींनी केलेली फिल्मी गाण्यांची उधळमाधळ! कुणीकडे कड्या-ढोलक्यावर ढंगबाज म्हारकी लावणी आणि कुणीकडे ही फिल्मी गाणी!”

“अरे नाही, मस्त तमाशा आहे भाऊ मांगाचा!”

भाऊ मांगाचं नाव ऐकल्यावर मीही अधिक ओढून धरलं नाही. तो डफ-तुणतुण्याचा आवाज, त्रिकोणाचा किणकिणाट आणि चाळांची छिन, छिन... सारं जाणवलं! डोळे, कान अधीर झाले. कपडे केले. नेहरू शर्टच्या खिशात चिल्लर नाणी, सिगारेटचं पाकीट, काड्याची पेटी कोंबली आणि म्हणालो, “मित्रा, चल!”

थिएटरजवळ पोचलो. दर्शनी बाजूलाच झकपक पोशाख करून आणि चोचा रंगवून नाचणाऱ्या पोरी बाकड्यावर बसल्या होत्या आणि आल्या-गेल्याकडं घायाळ नजरा फेकीत होत्या. बेडरपणे त्यांच्याकडे पाहून आम्ही दोन ‘पेशल’ तिकिटं काढली आणि विडे तोंडात कोंबून बोर्डावर विंगांआड टाकलेल्या खुर्च्यांवर बसलो. थिएटर चिक्कार भरलं होतं. विड्या-सिगारेटच्या धुरानं कोंदलं होतं. गलका चालला होता. गणगौळण झाली होती.

पायपेटी वाजू लागली. तबला घुमू लागला. तुणतुणं नि दिमडीनं त्यांना जोड दिली. पडद्याआडून चापून-चोपून पातळं नेसलेल्या पोरी बाहेर आल्या. चाळाच्या छिनछिनाटात पहिला तराणा सुरू झाला. बारीला सुरुवात झाली आणि एवढ्यात पडद्याआडून नामू मास्तर हातात त्रिकोण घेऊन बाहेर आला.

मी आश्चर्यानं थक्क झालो!

नामाची गाठ अशी पडेल, असं कधी स्वप्नातही वाटलं नव्हतं. 'चोपडीच्या शाळेत मास्तर असलेला नामा भाऊ मांगाच्या तमाशात कसा आला?'

केस मानेवर लोळतील असे वाढलेले. अंगात पातळ मलमली अंगरखा, त्याच्यावर काळं जाकीट आणि खाली तलम धोतर! मान राघूसारखी वाकडी करून नामा झोकात त्रिकोण वाजवत होता.

मला तिथून ओरडावंसं वाटलं – 'अरे नामा, तू इथं कसा काय?'

पण तसं ओरडणं बरोबर नव्हतं. मी गप्पच राहिलो आणि नामाची करामत पाहू लागलो.

शेवटी बारी संपल्यावर मला राहवलं नाही. त्याला एकीकडं बोलावून मी घट्ट मिठी मारली. "शाबास बहाद्दर! नामा गड्या, जंग दिलास उठवून तू आज! तुझ्यात हे कसब आलं कोठून?"

"पन तुम्ही हातं कसं? आन् तिकीट काढून आला व्हय? माजी चौकशी केली असती, तर कुनीबी सांगितलं असतं."

"अरे, मला कुठं माहीत होतं? बरं, पण मास्तरकी सोडून हा पेशा कसा पत्करलास?"

"काय चव हाय त्या मास्तरकीत? घरचं खावं अन् सरकारची नोकरी करावी. मिळकत काय नाही. पोरांना शिकवण्यात काय मन लागंना माजं. दिला राजीनामा आन् शिरलो तमाशात. आता झ्याक चाललंय. आपल्या मनाजोगता धंदा हाय आन् मिळकत बी चांगली हाय!"

■

शिदा उंचीनं बुटका, पण हाडापेरानं थोराड आहे. रंगानं काळाभोर आणि स्वभावानं मोठा बेरकी आहे. हा माणूस धूर्त आणि लुच्चा असावा, असं त्याच्या तोंडावरूनच वाटतं. शिदा गरीब, पण माजोरी आहे. गरीब पैश्या-अडक्याच्या दृष्टीनं, वागणुकीनं नव्हे. डोक्यावर कसंबसं गुंडाळलेलं मुंडासं, अंगात मळकट सदरा, त्याच्यावर ढगळ जागोजागी पांढऱ्या दोऱ्यानं रफू केलेला असा एक निळ्या रंगाचा लोकरी कोट! खाली एखाद्या देशमुखासारखं झोकात नेसलेलं तांबड्या काठाचं जाड धोतर. त्याचं टोक एका हातात धरून आणि दुसऱ्या हातात एखादा नवा-जुना चप्पलजोड घेऊन घाईघाईनं रस्त्यातून जाता-येताना तो नेहमी नजरेस पडतो.

वहाणा अगदीच फाटल्या होत्या, म्हणून एकदा त्याच्या घरापुढे उभं राहून मी हाक मारली, "अरं ए शिदा, इकडं ये जरा."

तो आला. तोंड वाकडं करून म्हणाला, "का जी?"

"थांब थोडासा." मी आत गेलो आणि फाटकं पायताण घेऊन बाहेर आलो. त्याच्यापुढे टाकून म्हणालो, "हे पायताण एवढं सांधून आण."

शिदानं तोंडातला पानाचा चोथा थुंकला. पुढे होऊन पायताणं हातात घेतली. उलटीपालटी करून पाहिली आणि तो हसला. उपहासानं हसला. त्याच्या त्या हसण्यानं मी अगदी जिरलो. पायताणाची तुटकी वादी धरून मेलेल्या उंदराच्या शेपटाला धरून उचलावं तसं त्यानं ते वर केलं आणि बोलला, "काय ऱ्हायलंय यात सांदन्यासारखं? कुत्र्यानं खाल्लं, तर त्याच्यासुदीक पोटात दुखंल चार दिस. द्या की आता टाकून!"

शिदाचं बोलणं थोडंबहुत खरं होतं. मी पायताणं बदलणं आवश्यक होतं, पण ही गोष्ट आगाऊपणानं त्यानं मला सुचवायला नको होती. त्यामुळे माझा तेजोभंग झाला होता. मी चिडलो होतो, पण तसं बाहेर दाखविण्यातही अर्थ नव्हता.

शिदा चांभार

/५/

“खरी गोष्ट शिदा, नवी पायताणं घ्यायला हवीत; पण चाललं आहे झालं चालढकलीवारी. तू बांधशील का?”

माझ्या या प्रश्नावर शिदा पुन्हा ते बोचरं हसला. डोळे मिटून बोलला, “हे काय पुसणं झालं का जी? मी बांधणार न्हाई, तर कोण? नाना न्हावी? अवं, धंदाच करतोय तो!”

माझा चेहरा पुन्हा पडला. आवाज पडू न देण्याची खबरदारी घेऊन मी म्हणालो, “ते कळतंय मला, पण मला पाहिजे तशी बांधशील का? गोंडे लावलेली धनगरी पायताणं नकोत मला!”

“अवं, चांगली बामणी बांधतो की, कुरुमच्या कातड्याची! तुमी सांगाल तसली नक्षी करतो. बोला, मद्राशी पायजेत का कोल्हापुरी?”

“ही आहेत पहिली, तसली बांध.”

“ठीक हाय.”

“केव्हा देशील?”

मला वाटलं, शिदा आठ-दहा दिवसांची मुदत सांगणार. पण तो पटकन बोलला, “उद्या सांजचं घरी आणून देतो. मग झालं का न्हाई?”

“आण. काय घेणार बोल?”

“काय तुमच्या मनाला पटंल ते द्या.”

“तसं नको, तुझा तू दर सांग.”

“सांगतला न्हवं का! काय तुमच्या विच्येला ईल ते द्या. मी मुकाट्यानं घेईन. मला ठावं हाय तुमची दानत. तुमी काय कमी देनार न्हाई मला!”

मला कळत होतं की, हा धूर्त माणूस मतलब साधण्यासाठी मला चढवत होता; तरी मी चढलोच.

“बरं चल, घासाघीस नको. काय तुझा नेहमीचा दर असेल त्यापेक्षा चार-आठ आणे जास्ती! पण उद्या आण बरं का!”

“हो-हो, सांजच्यापारी पायात घालून जावा की हवा खायला. मग झालं?”

“ठीक. आणि हेदेखील सांधून आण आता. काय?”

शिदा घुटमळत होता. मुद्दाम तसं दाखवीत होता. मी ते ओळखलं आणि एक रुपया त्याच्या हवाली करून म्हणालो, “हं, हा घे विसार.”

तो घेऊन शिदा बोलला, “एवढ्यानं काय भागतंय जी? ढोराकडनं कातडं आनाया पायजे. हातात पैका टाकल्याबगार तो दारात न्हाई उभं करनार!”

“बस्स का! म्हणजे तू कातडं आणून मग....”

“त्याला काय वकुत लागतोय वं! विनाभराचं काम. माज्यापाशी न्हाईती म्हनून, न्हाईतर मी तुमाला तसा इसारबिसार मागनारा न्हवं. अवं मानसं वळकूनच

वागायचं!''

नाइलाजानं मी आणखी एक रुपया दिला. तुटकं पायताण तासाभरात सांधून आणतो म्हणून तो निघून गेला आणि चांगला संध्याकाळी आला.

''शाबास शिदा, चांगला आहे तुझा तास!''

''आलो असतो की तासाभरात, पन कामबी तसलंच झालं असतं मंग. पायात घातल्याबराबर पुन्हा तुटलं असतं. आता बघा तर खरं, कसं बंदोबस्तानं सांधलंया. सा महिनं बिनघोर वापरा की!''

वेळ लागल्याचं हे असं समर्थन करून त्यानं चूप केलं. मी मुकाट्यानं पायताण पायात घातलं आणि एक दुणेली काढून त्याच्यापुढे टाकली. ती न उचलता शिदा बोलला, ''पैक्याला काय करता जी? घ्या तुमचा तुमी उचलून. मी न्हाई शिवायचा तिला!''

''मग?''

''काय जुनं-पानं असलं तर द्या. तुमच्या नावानं घालीन अंगावर.''

शिदाला पैसे नको होते. जुना कपडा पाहिजे होता, म्हणजे चार-दोन आण्यांऐवजी दोन-अडीच रुपयांचा जिन्नस पाहिजे होता. मीही जास्त वितंडवाद घातला नाही. एक जुना सदरा देऊन त्याची बोळवण केली. तरीही तो काही खूश झाला नाही की त्याच्या चेहऱ्यावर आनंद दिसला नाही. तो त्यानं विस्कटून पाहिला. जिथं थोडासा फाटला होता, तिथं बोट घातलं, ''जाईल महिना-पंधरा दिस!'' असं पुटपुटत त्यानं सदरा गुंडाळून काखोटीला मारला आणि पाठ फिरविली!

एक दिवस गेला, दोन गेले, तीन गेले. शिदा गेला तो तिकडेच; पाण्यात पडल्यासारखा. रस्त्यातही कुठं आढळला नाही. घाबरूनही गेला नाही. वाट बघून कंटाळलो आणि अखेर चरफडत स्वत:च त्याच्या घराकडे गेलो.

तुटक्या पायताणांच्या पसाऱ्यात तो खाली मान घालून बसला होता. आरीनं कातड्याचा जुना तुकडा कोरीत होता. मी तापूनच म्हणालो, ''काय शिदा, अरे काय आहे काय विचार?''

तो अगदी थंडपणानं म्हणाला, ''बसा.''

''कशाला? दुसऱ्या दिवशी आणून देतो म्हणून सांगितलंस गृहस्था आणि आज आठ-दहा दिवस उलटून गेले तरी तुझा पत्ता नाही!''

''चालायचंच!'' शिदा बोलला, ''वकुत लागायचाच.''

त्याच्या या निवांत बोलण्यानं मी अधिक चिडलो.

''हे बघ, तुला होत असलं तर बघ. नाहीतर नाही म्हणून सांग. मी दुसऱ्याकडून बांधून घेईन. तू एवढा निवांत असशील, असं मला वाटलं नव्हतं. अरे, काही वाटतं का नाही तुला?''

शिदानं हातातलं काम संपवलं आणि बायकोला हाळी मारून तो म्हणाला,

"अगं, त्या गाडग्यातलं रुपयं घे बघू दोन!"

त्याच्या चेहऱ्यावरून मला वाटलं की, माझ्या बोलण्यानं हा माणूस बिथरला. हा आता विसाराची रक्कम अंगावर टाकणार आणि मग आपल्या पद्धतीनं बोलणार; पण तसं काही घडलं नाही.

बायकोनं आणून दिलेले पैसे कनवटीला मारून शिदा मला म्हणाला, "जातो, कातडं घेऊन येतो ढोऱ्याच्यातनं."

बस्स! म्हणजे शिदानं अद्याप कातडंसुद्धा आणलं नव्हतं!

"म्हणजे? आता कातडं आणणार तू? आणि....?"

"त्याला काय वं वकुत?" शिदा म्हणाला, "तुम्ही लई तावताय. आत्ता जाऊन कातडं आणतो आन् उद्या सांजचं देतो की पायतान!"

"देशील!" मी अगदीच खवचटपणं बोलून मान उडवली.

"बगा तर खरं!" असं म्हणून तो गेलाच.

मीही जळफळत परत आलो. झक मारली आणि या लबाड चांभाराला विसार देऊन बसलो, असं मनाशी म्हणू लागलो.

तो मुर्दाड माणूस आता खूप तंगवणार, अशी माझी खात्री झाली. शिदानं दुरुस्त करून दिलेलं पायताणच मी चार-दोन दिवस ओढलं.

आणि एके दिवशी शिदा आला! हातात नवा जोड घेऊन आला. मी दारातच उभा होतो. खांद्यावरच्या धोतरानं पुसून त्यानं पायताणं माझ्यापुढे टाकली आणि म्हणाला, "घ्या."

मी ते पायात घालून पाहिलं. घाट बरा होता, पण या माणसावरचा माझा विश्वास आता उडाला होता, म्हणून त्याला मुद्दाम खिजवलं, "शिदा, तळ चांगला बनवला आहेस. माती तर घातली नाहीस या दोन तळांच्या मधी?"

त्यासरशी त्यानं आपला रुंद जबडा वाकडातिकडा केला. हात उडवला.

"काय बोलणं झालं का जी?"

"नाही, आपलं विचारलं. तू कमी नाही करायचास!"

"तसं कशाला?" पायताण उचलून घेऊन शिदा तावानं बोलला.

"फाडून दाखवू का तुमच्या म्होरं?"

मला वाटलं, मी उगीच बोललो.

"नको, नको. मी आपला सहज बोललो!"

"हं, न्हाई तर संशोय असला तर इथं फाडतो. तसा लबाडपना आपल्या बाच्यानं होनार न्हाई. पोटाला लागलं तर मागून घेईन चार-आठ आनं, पन कामात कुचराई...."

"ठीक." शिदाचं बोलणं मला पटलं. साफ मनानं त्याचे पैसे चुकते करून मी

त्याची बोळवण केली!

दोन-अडीच महिने गेले आणि शिदानं बांधलेल्या पायताणाचा तळ हळूहळू झिजला. त्याला भोक पडलं आणि तळाच्यामध्ये जाडीसाठी दिलेला मातीचा थर ढासळू लागला. अखेर माझी शंका खरी ठरली! मागावर राहून मी शिदाला गाठला आणि पायताण काढून त्यातली माती उकरीत त्याला म्हणालो, ''लेका शिद्या, बघ हे. माती घातलीस होय मधी?''

शिदा सहज उत्तरला, ''माती हाय व्हय जी? करल हाय की!''

मी अगदी थंड झालो!

''बोलतोस तोंड वर करून! करल आणि माती यात काय फरक रे?''

''तसं कसं? करलात पानी जिरत न्हाई.'' मुर्दाडपणानं शिदा बोलला, ''का करावं जी? पोटापायी लबाडी करावी लागती! पोट मोटं वाईट हाय धनी!''

मध्यंतरी गांधीवधानंतर गावात जो गोंधळ झाला, जाळपोळ झाली, तेव्हा महारापोरांनी जळत्या घरातली मालमत्ता लुटली. त्यात शिदा आघाडीवर होता. रोज ज्यांच्याशी संबंध यायचा, त्या ब्राह्मणांच्या घरातली भांडीकुंडी, धान्यधुन्य त्यानं त्या धबडग्यात पळवलं. स्वत:ला जाईना तेव्हा बायकोला आणि पोरांना हाक मारली आणि पळवलं!

त्यानंतर त्यानं मोठी चैन केली. चार-आठ आण्याचं रॉकेलचं मोकळं डबडं बाजूला टाकून मोठ्या हंड्यात पाणी तापवलं आणि ते पितळेच्या घंगाळात ओतून तांब्यानं अंगावर ओतून घेऊन अंघोळ केली! गव्हाच्या पोळ्या करून त्याच्या बायकोनं त्याला कल्हई केलेल्या ताटात जेवायला वाढलं. तांब्यातलं पाणी फुलपात्रात ओतून तो बामणावाणी ते प्यायला आणि रात्री एकावर एक दोन गाद्या घालून झोपला. मानेखाली त्यानं उश्या घेतल्या.

बायकोला पुन:पुन्हा तो म्हणाला, ''अगं, धांदलीत चुकलंच गं! कापडाची एखादी टरंक आनाय होवी हुती! तुला नेसाय चांगलंचुंगलं मिळालं असतं!''

चार-आठ दिवस त्यानं अगदी चैन केली, पण पुन्हा शिपायांच्या चौकशीला सुरुवात झाली. घरं जळलेल्या ब्राह्मणांना बरोबर घेऊन शिपाई घरोघर हिंडू लागले. हा सुगावा लागताच शिदानं ती सारी भांडीकुंडी आपल्या खोपटामागल्या आडात टाकून दिली. चौकशी झाल्यावर सावकाशीनं तो ती काढणार होता. अगदीच संशय येऊ नये, म्हणून चार-दोन त्यानं घरात ठेवली. गाद्या-उश्यांची मात्र विल्हेवाट त्याला लावता आली नाही.

अखेर त्याच्या खोपटावर धाड आलीच. सगळी बामणं गोळा झाली. जो-तो म्हणू लागला, ''शिद्या लेका, आमचं खाऊन आमच्यावर उलटलास? तुझ्या

पायात बेड्या ठोकल्या पाहिजेत.''

मग पोलिसांनी त्याच्या खोपटाची झडती घेतली. गाद्या, उश्या आणि चार-दोन भांडी एवढाच माल निघाला. तेव्हा सगळी बामणं विलक्षण चवताळली, ''शिद्या, माल एवढाच कसा? गव्हाची पोती कुठं आहेत? आणि भांडी? आमच्या घरातली अंथरुणं-पांघरुणं आणलीस, नाही का?''

त्यावर शिदा बोलला, ''का बिघडलं जी आनली म्हनून? आगीत जळूनच गेली असती की! गहू आनलं, ते गेलं खाऊन. खायाचा जिन्नस कुटला ऱ्हातुया! ही चार भांडी हैती. चांभारानं शिवलेली चालत असली, तर न्या जा बापडी!''

■

शिवडीला बसस्टॉपवर मी उभा होतो. बसची वाट पाहत होतो. माझ्याशेजारीच एक नकट्या नाकाचा काळाकरंद माणूस होता. सत्तावीस-अठ्ठावीसच्या घरातला, अंगलटीनं फाटका आणि उंचीनं ढांगुळा. त्याच्या एकंदर झोकावरून तो महार-मांग यांपैकी असावा, असं वाटत होतं. त्याच्या तोंडचे चार शब्द ऐकले असते म्हणजे नक्की समजलं असतं. तो वरचेवर माझ्याकडं बघत होता. 'या माणसाला आपण कुठेतरी बघितलं आहे' असं त्याला वाटत असावं; पण तसं बोलावं का न बोलावं याचा गोंधळ त्याच्या मनात चालला असावा. त्याच्या डोळ्यांवरून हे सगळं जाणवत होतं. अखेर हातातली विडी ओढून झाल्यावर त्यानं थोटुक खाली टाकलं आणि ते वहाणेखाली विझवत विचारलं, ''सायेब, तुमी कुनीकडचं?''

असा काहीतरी प्रश्न त्याच्याकडून येणार याची मला कल्पना होतीच. मी त्याच्या तोंडाकडे बघत उत्तर दिलं, ''आहे तिकडचा सातारकडचा. का?''

''सातार्‍याकडचं व्हय, पन गाव कोनचं?''

माझ्या मोघम उत्तरानं त्याचं समाधान झालं नाही. त्याला अधिक तपशील पाहिजे होता.

''तसं म्हणशील, तर मी माणदेशातला. गाव माडगूळ!''

''तरी मी म्हटलंच!'' गणाचा होरा खरा झाला होता. त्यामुळे तो खुलला. ''तुमाला आटपाडीच्या बाजारात बगीतल्यावानी वाटलं. तुमी तकडचंच असाल, असं वाटलं. व्हय का न्हवं करीत इतक्या उशीर बोललो न्हाई. मीबी तकडचाच.''

''कुठला बरं?''

''इभुतवाडीचा. गणा माजं नाव!''

मुंबईत या परमुलखात आपला कोणी गाववाला भेटला म्हणजे भारी आनंद होतो; निदान मलातरी होतो. तिकडची भाषा कानांवर पडली म्हणजे मी खुलतो. गणाची माझी ओळख नव्हती. बाजारासाठी आल्यावर त्यानं मला चेहरा ध्यानात

गणा महार

/६/

राहील इतक्या वेळा बघितलं असलं पाहिजे.

"होय का? मग गाववालाच तू गणा! इभुतवाडीच्या महारांपैकी का?"

"जी, व्हय. तुम्ही बरं हेरलं?"

गणा खुशीत येऊन हसला. पान खाऊन लाल झालेल्या त्याच्या दातांतला एक सोन्यानं मढवलेला दात चमकला. त्याच्या या प्रश्नावर मी केवळ स्मित केलं. गणाची भाषा, चेहरामोहरा आणि पोशाख यावरून त्याची जात कळत होती.

"इथं काय करतोस? गिरणीत आहेस काय?"

"न्हाई, मी हतं तमाशात हाय, नांद्रेकराच्या फडात. ढोलक्याचं काम करतो!"

"ठीक."

आपला गाववाला, महार आणि तमासगीर! गणाशी गप्पा मारण्यात खरी मजा होती. मी म्हणालो, "चल गणा, चहा पिऊ हॉटेलात. फार दिवसांनी तू गाववाला भेटलास."

गणा हसला. लांब-लांब केसांवर तिरपी ठेवलेली फरची टोपी कपाळावर सरकवून बोलला, "चला की! मीच देतो तुमाला च्या. तुमी कवाबी देचाल, पन आमा गरिबाचा पयला प्या!"

मी मान्यता दिली. दोघं मिळून एका कळकट कोंगाड्याच्या हॉटेलात गेलो. मालक गणाच्या ओळखीचा असावा. माझ्यासारखा माणूस घेऊन गणा हॉटेलात आला, ही गोष्ट त्याला विशेष वाटत असावी. तो डोळे मिचकावून बोलला, "अरे गणाजी, काय लय गडबड?"

"राम, राम शेट! काय गडबड न्हाई. सायबांना च्या देन्यापायी आलो. गाववालं हैत आपलं." आणि पुन्हा पोऱ्याकडे वळून त्यानं ऑर्डर दिली, "दोन फसकलास च्या आन रं! साकर वाईच जास्ती टाक!"

बाकड्यावर बसल्यावर मी विचारलं, "गणा, आपलं गाव बरं का मुंबई बरी?"

त्यानं अगदी निःस्पृहासारखं उत्तर दिलं, "आपल्याला काय, समदं सारखंच!"

"नाही, पण त्यातल्या त्यात? मलातरी गड्या, आपला मुलुख बरा वाटतो. मुंबईतल्यासारखी तिथं गर्दी नाही, गडबड नाही, निवांत बेत. मोकळ्या रानातून हिंडावं, विहिरीत डुंबावं. ही मजा काही इथं नाही!"

"खरी गोष्ट! पन पोटापायी यावं लागतयं परमुलखात, त्याला काय करता? जिकीर समदीकडंच हाय. सुखासुखी आपलं गाव सोडून कोन येतंया!"

पोऱ्यानं कानतुटक्या कपातून चहा आणून दिला. गणानं विचारलं, "ह्येच्यासंगं काय बिस्कुट-पाव?"

मी म्हणालो, "नको." आणि दोघंही चहा पिऊ लागलो.

गणाच्या पहिल्या बोलण्यावर मी विचारलं, "का? आपल्या गावात काय पोट

भरत नव्हतं तुझं?''

''कशाचं भरतंय! मी केली की तराळकी वरीसभर. लई जिकीर कामाची. टपाल पोचवायला खेटं मारावंत, सगळ्या गावची लाकडं फोडावीत, पाटलाची घोडी राखावीत! दिसभर कामाखाली पिट्टा पडायचा. आन् हे करून मिळवायचं काय, तर भाकरीचं चार तुकडं आन् बक्कळ शिव्या!''

''कंटाळलास म्हण की या व्यापाला!''

''तर वं! दिसभर कामानं झेंडू फुटायचा.''

''मग या धंद्यात कसा पडलास? हे शिकलास कुठं?''

''म्हणच हाय की, 'बामनाघरी लिवणं आन् म्हाराघरी गानं.' पयल्यापासनंच नाद तमाशाचा. ढोलकं-तुनतुनं घरीच. गावच्या तमाशात वाजवायचा, गानं म्हनायचा.''

''या दोन कामांत हुशार आहेस म्हण की!''

''ते वं का? समद्यात हाय तयार. पेटी वाजवतो, सोंगाड्याचं काम करतो, नाच्याचंदिकुन काम केलंय मी!''

नकट्या नाकाचा काळाशार गणा लुगडं नेसून बोर्डावर नाचताना कसा दिसत असेल, याची कल्पना मी करू लागलो. मला मोठी गंमत वाटली.

''धाकला होतो तवा मिसरूड फुटंपतूर नाचत होतो. मग लागलो ढोलकं वाजवायला.''

''आणि पेटी वाजवायला कुठं शिकलास?''

''आपलं इनामदारसाहेब ठावं असतील तुमाला? त्यांच्याकडे होती पेटी. माझ्यावर त्यांचा लोभ. ततं जाऊन बसायचो वाजवत. पयलं काय येत नव्हतं. पन पुन्हा इ्याक वाजवू लागलो. मग ती पेटी बक्षीसच दिली त्यांनी मला!''

''गणा, प्रथम कोणत्या फडात राहिलास कामाला?''

गणानं जाकिटाच्या खिशातून बिडी-बंडल काढलं. मला म्हणाला, ''तुमाला हे चालत नसंल गावठी काम! शिग्रट आणतो.''

काउंटरपाशी जाऊन तो सिगारेट घेऊन आला. त्यानं विडी पेटवली. मी सिगारेट पेटवली. धूर सोडीत दोघंही बोलू लागलो –

''खरंतर या नादापायी मी लई वनवास काढल्यात बघा. पयला आपल्या गावातल्या चार महारांच्या पोरांनी तमाशा काढला. गावात खेळ केलं. गावकरी म्हणालं, 'बरा हाय.' मग जास्ती हुरूप चढला. पाठीशी ढोलकं-तुनतुनं बांधून गावोगाव हिंडू लागलो. पायी-पायी आठ-आठ कोस रस्ता तुडवून जायचं आन् खेळ करायचा. बरं, त्यावर मिळकत म्हनाल, तर कदी दौलतजाद्याचं रुपया-दोन रुपयं मिळायचं, न्हाईतर नुसत्या जेवन्यावर 'तमाशा'! उपासतापास काडलं. न्हाई ततं गेलो! अंगावर एकच अंगरखं असायचं. दुपारी ओढ्यावर जाऊन ते धुयाचं आन्

राती तमाशाच्या टाइमाला घालायचं. नाच्या हुशार होतो, पन लुगडंबी नसायचं नेसायला. मग रंगीत पटकाच लुगड्यावाणी ठाकठीक! राती हातरापांघरायला नसायचं. मग धोतराच्या निऱ्या फेडायच्या आन् ते अंगावर घेऊन पडायचं महारवाड्यातल्या तक्यात न्हाईतर धरमसाळंत!''

खाण्यापिण्याची, धडुतपांघरुणाची आबाळ सोसून गणानं आपला नाद शेवटपर्यंत केला. चांगला ढोलक्या व्हायला त्याला इतकी किंमत द्यावी लागली. मी विचारलं, ''गणा, मग गावकीपेक्षा यात रे काय सुख? हा वनवास कशापायी पत्करलास?''

''नादापायी सायेब! तमाशात जावं आन् नाव करावं, ह्येच्यापायी. अवं, हा नाद एकदा लागला म्हंजे सगळं सोडाय लावतो. कित्येक जनांनी घरंदारं सोडली या नादात! ढाकणाला लावली!''

''मग तुझं कसं काय? का तूही सोडली आहेस बायको?'' मी हसून विचारलं.

गणा अभिमानानं म्हणाला, ''न्हाई बरं का! मी इकती वर्सं धंद्यात हाय, पन घरदार संभाळून हाय. हतंच हैती की बायकापोरं! कुटंबी गेलो, तर संगं घेऊन जातो समदं लटांबर. कनातीच्या म्हागल्या बाजूला तंबू ठोकून ऱ्हातो ततंच नंदीवाल्यावानी!'' गणा हसला. तमासगिरानं नंदीवाल्यासारखं पाल ठोकून त्यात राहावं, ही गोष्ट त्याला हास्यकारक वाटली.

''सायब, तुमास्नी एक इचारायचं हाय. तमाशात काय सुदारना व्हाव्या म्हनून सरकारनं काय कमिटी बसवलीया म्हनून ऐकतो. हे खरं का!''

''होय, खरं आहे ते गणा. चांगली जाणती माणसं आहेत ती!''

''बरं, मग सुदारना म्हंजे काय करनार ते?''

''तुम्ही लोक फाजील बोलता, वाईटसाईट शब्द उच्चारता, ते बंद करा आणि....''

''थांबा-थांबा. आता तुमी म्हनता आमी फाजील बोलतो; खरं हाय. पन शिनिमात तर पाक बायांच्या अंगाला अंग लावत्यात. तसं तर आमी बोर्डावर करत न्हाई; लांबूनच बोलतो. मग?''

गणाच्या प्रश्नाला मला उत्तर देता आले नाही!

''अवं, आमाला फाजील बोलल्याबगर भागायचं न्हाई अन् आमाला चांगलं बोलायला येनारबी न्हाई. आमी अडानी मानसं. तुमची सुद बोलणी आमाला यावीत कशी? आन् तमाशा बघायला काय तुमावानी लोक येत्यात का? जे येत्यात, त्यांना आमचं बोलणं पसंत पडतं. मग? सुदारना काय करनार?''

गणाचा हा असा आडमुठा हिशेब होता. त्याचं प्रांजळ मत होतं की, तमाशातली अश्लीलता कमी करून तमाशात सुधारणा करायची असेल, तर मग शिकलेल्या बामणलोकांनी तमाशे काढावेत आणि खेळ करून पाहावेत, किती जण पाहायला

येतात ते! त्याचा दावा होता की, खेडवळ लोकांना असले तमाशे आवडणार नाहीत. ते बघायला येणार नाहीत.

उशीर बराच झाला होता. मी म्हणालो, "चला, उठू या आता."

गणा उठला. धांदलीनं माझ्यापुढं होऊन त्यानं बिल चुकतं केलं. हॉटेलबाहेर पडता-पडता मला म्हणाला, "मग तुमी खेळ बघाय कवा येनार?"

"अवश्य येईन कधीतरी."

"तसं मोघम नको. कवा येनार ते सांगा. शनवार-ऐतवार गाठून या, म्हंजे वग ऐकाय मिळंल. बघा तरी माझं कसब एकदा."

"गड्या, माझं घर दादरला. तुझा तमाशा सुटणार रात्री एक-दोनला. इतक्या लांब एकट्यादुकट्यानं चालत जावं कसं?"

"तेची का काळजी तुमास्नी? आमी दोघं-तिघं मिळून पाक दादरापतूर घालवत येऊ की तुमास्नी! मग भागलं का न्हाई?"

"मग काही हरकत नाही. मी पुढल्या रविवारी येईन!"

"या, विंगाआड बसण्याची सोय करतो. तुमी या तर खरं!"

मी आणि गणा पुन्हा बसस्टॉपवर जाण्याच्या फंदात पडलो नाही. दोघं मिळून पोयबावडीपर्यंत पायी-पायीच आलो बोलत-चालत. गणाचं बोलणं मोठं रसाळ होतं. मोठा गमत्या आणि चैन्या गडी होता तो! चालता-चालता तमाशासंबंधी नाना तऱ्हेची माहिती त्यानं मला पुरविली. कितीतरी बारीक-सारीक गोष्टी सांगितल्या.

आमंत्रणाप्रमाणे मी तमाशाला गेलो. गणाचं कसब खरोखरीच वाखाणण्याजोगं होतं. त्याची लांबसडक बोटं ढोलक्याच्या दोन्ही तोंडांवर अशा खुबीनं, अशा जलदीनं पडत होती की, ऐकणाऱ्याची मान हिसकत राहावी, गाण्याकडून वळून त्याचं अवधान गणाच्या ठेक्याकडंच गुंतून राहावं. ठेक्यातल्या खुब्या मी जाणत नव्हतो, तरीपण गणाच्या वाजवण्यावर आपण बेहद्द खूश झालो. खेळाच्या एकंदर उठावात सहा आणे बाजू त्यानं उचलून धरली होती आणि त्याच्या दंडांनी कळ तरी किती सोसावी! गण सुरू झाल्यापासून त्याचा हात सारखा चालला होता. मध्ये फार्साचं भाषण बोलताना त्यानं कुठं पाच-दहा मिनिटं उसंत खाल्ली असेल, तेवढीच! नाहीतर तमाशा उभा राहिल्यापासून संपेपर्यंत तो वाजवीत होता; चांगला दोन-तीन तास! शेवटी घामाघूम झाला आणि धापा टाकीत माझ्याशेजारी येऊन बसला. मी त्याच्या घामेजल्या पाठीवर थाप टाकली –

"गणा, कान निवले माझे तुझं ढोलकं ऐकून!"

या शाबासकीनं तो हरकला.

आता मी वरचेवर त्याच्याकडे जातो, गप्पा मारतो. गणा आडबाजूला असलेल्या एका पत्र्याच्या चाळीत राहतो. तिथं त्याचा गरिबीचा संसार आहे. एकदा मी गेलो, तेव्हा त्याचा सात-आठ वर्षांचा पोरगा खुंटीला अडकविलेलं ढोलकं उभ्या-उभ्याच वाजवत होता. गणा म्हणाला, "बघा, लहानपणापासून ह्यो नाद! ह्यो बहादूर तरी मोठा झाल्यावर खेड्यात जाऊन गावकी करंल का? तो फडाचा मालक हुईल. समद्या दुनवेत नाव करंल!"

तमासगिरांच्या खासगी जीवनाविषयी मला मोठं कुतूहल. त्यासंबंधी विचारलं असताना गणानं उत्तर दिलं, "साहेब, आमा लोकांना तुमी बघावं तमाशाच्या थेटरात, बोर्डावर उभं राहिल्यावरच. त्याचं बाकीचं काय बघू नये. मिठाई खावी, पण मिठाईचा कारखाना कधी बघू नये!"

■

आता अर्जुना थकला होता. आता त्याचे भरत आले होते, हे त्याचे त्याला उमगले होते आणि त्यामुळेच त्याला उदास-उदास वाटत होते. प्रपंचाच्या उसाभरीतून तो आता अलग होऊ पाहत होता. घरात काय आहे, काय नाही याची चौकशी करीत नव्हता. म्हातारपणी आपली आबाळ होते म्हणून कुणापाशी कधी कुरकुरत नव्हता. फारसा कुणाशी कधी बोलतही नव्हता. घराच्या एखाद्या अंधाऱ्या कोपऱ्यात हातपाय आखडून विचार करीत बसत होता. सून देईल ते खात होता आणि मुक्यानेच नातवंडांच्या पाठीवरून हात फिरवीत होता.

अर्जुनाचा लेक आणि सून ही भली पोरे होती. म्हाताऱ्याला त्यांनी कधी हिडीस-फिडीस केले नाही. आपल्या परीने ती त्याला सुखच देत होती, जपत होती. पण अर्जुना उदासच होता. या प्रपंचात पोराबाळांच्या धबडग्यात त्याचा जीव आता रमत नव्हता. त्याला कसनुसे वाटत होते. काळजात कालवाकालव होत होती. या मायाजाळातून तो आता निसटू पाहत होता. पोटासाठी हयातभर कष्ट केले. हा टिचभर डबरा भरण्यासाठी नाना भानगडी केल्या, चहाड्या केल्या, लबाड्या केल्या, निंदा केली. मतलब साधण्यासाठी चांगल्याला वाईट म्हटले, वाईटाला चांगले ठरविले, अशी जाणीव होऊन अर्जुनाला कसनुसे वाटत होते. त्याच्या काळजाची कालवाकालव होत होती. आता बसता-उठता तो 'हरी-हरी' म्हणे. देवळात हरिविजयाचे वाचन चालू होते. दिवस मावळताच दोन घास पोटात ढकलून आणि कांबळे पांघरूण देवळापुढच्या धुरळ्यात अर्जुना बसे. ध्यान देऊन पोथी ऐके. मास्तरने सांगितलेला अर्थ त्याला पटे. हा नरदेह केवळ मातीचे मडके; त्याला जपण्यात, शृंगारण्यात काहीच फायदा नाही. हा संसारही मिथ्या आहे; त्याच्या मागे लागून आयुष्य फुकट घालवू नये. सर्वांत एक हरिनाम सत्य आहे आणि त्याच्यावाचून गती नाही, हे पोथी वाचणाऱ्या मास्तराचे बोल अर्जुनाच्या मनाला पटले होते. एकटादुकटाच बसून तो हरिनाम गाई. 'रूप पाहता लोचनी, सुख झाले हो साजणी', हा ज्ञानुबारायाचा

वारी

/७/

अभंग म्हणता-म्हणता त्याच्या हृदयाचा कंद उन्मळून येई. सुरकुतल्या गालांवरून पाण्याचे ओघळ ओसंडत. आता एकदा पंढरीला जावे, चंद्रभागेत हा बरबटलेला देह बुचकळावा, संतांचे चरण धरावेत. मन तृप्त होईपर्यंत टाळ-मृदंगांचा गजर ऐकावा. पांडुरंगाचे नाव ऐकावे. मंगळवेढ्याच्या कुसवाखाली दडपून ज्याला हरीने आपल्या पायापाशी नेले, त्या चोखाची समाधी पाहावी. 'पाषाण करी पायरीच्या मिषे। तुझ्या द्वारी वसे ऐसे करी।' असे बोललेला तो नामा ज्या पायरीखाली झोपला आहे, त्या पायरीवर तुळशीमाळा वाहाव्यात. लोटांगण घेत जावे आणि सुंदर ते ध्यान डोळ्यांनी पाहावे. त्या सावळ्या श्रीमूर्तीच्या पायांवर डोके ठेवावे. रंगशिळेवर नाचावे आणि राऊळात उभे राहून विठ्ठलनामाचा गजर अहोरात्र करावा, असे त्याला वाटत होते. म्हणून नेट धरून तो एका रात्री लेकापाशी बोलला, "अरं, मी पंढरीला जातू. मला एकबार देवदर्सन घ्यावं वाटतंया!"

लेक नुकताच गावातून तुकडे मागून आला होता. पागुटे काढून भुईवर बसला होता. त्याचा लहानगा पोरगा त्याच्या मिशा ओढीत होता. बापाचे हे बोलणे ऐकताच पोराला मांडीवर ओढून त्याचा मुका घेत तो म्हणाला, "ह्यो थकिस्त जीव घिऊन कसा जाशील? तुझ्यानं वाटचाल व्हनार न्हाई!"

सून तान्हे पोर पाजीत होती. ती म्हणाली, "अवं, अगुदर तरी बोलायचं. आपल्या गावची समदी वारकरीमंडळी गेली. आता सोबत कुनाची? एकलं कसं जाल?"

अर्जुनाला नीट ऐकू आले नाही. कानाला हात लावून तो लेकापाशी सरकला आणि म्हणाला, "का म्हनालास पोरा?"

मग लेकाने आवाज चढवला. म्हाताऱ्याच्या कानापाशी तोंड नेऊन तो ओरडला, "वारकरी मानसं कवाच गेली. तुला सोबत कुनाची? आन् आता थकलास. बारा कोसाची वाटचाल तुझ्यानं व्हनार कशी?"

सून बोलली, "आन् वारीच्या दिवसांत मायंदाळ गर्दी आसती, रोगराई आसती. अंमलदार धरून टोचत्याल. दंडात सुई खुपसत्याल. म्हाताऱ्याचा निबाव न्हाई लागनार ततं!"

भुईशी हात टेकून लेकाकडे बघत अर्जुनाने उत्तर दिले, "आरं, जाईन बसत-उठत. इटुबा दील माज्या पायात बळ!"

त्यावर सून बोलली, "हं, इटुबा देतुया ताकद! वाटंतच परान जाईल – काय तरीच म्हाताऱ्याचं!"

मग अर्जुना खाली बघत उगाच बसला. लेकाला वाईट वाटले. बायकोवर डोळे वटारून तो बापाला म्हणाला, "जा, तुजी विच्या आसली तर. पन चालत नगं जाऊस, मोटारीनं जा!"

अर्जुनाने डोळे मिटून मान हलवली, ''आरं, मोटारीनं जानं खरं न्हवं. आपन कुटं इकतं तालेवार हाय? मोटारीसाटनं पैका खर्ची घालनं खरं न्हवं!''

त्यावर कुणी बोलले नाही. सून बोलली नाही, लेक पोराच्या कानात कुर्रर करून त्याला हसवू लागला. पोरगा खिदळून तंगड्या झाडू लागला तशी सूनही कौतुकाने त्याच्याकडे बघत राहिली.

मग अर्जुना अंगावरची चिरगुटे गोळा करून कोपऱ्यात सरकत बोलला, ''बगा, माज्या मनाला वाटतंय. तुमची मर्जी नसली तर ऱ्हायलं. बसतू बापडा गप्!''

आणि कोपऱ्यात पाय आखडून बसलाही. मग लेक कष्टी झाला. म्हातारपणी आपल्या बापाची इच्छा आपण पुरविली नाही, तर त्याचा आत्मा हळहळेल म्हणून त्याला अवघड वाटले. तो बायकोला म्हणाला, ''अगं, जाऊ दे त्येला. म्हातारपनी देवाधर्माची सई लई हुती. त्येचं मन आता परपंचात न्हाई. सरत्या काळात त्याला देवाला भेटू दे!''

नवऱ्याचा दुजोरा आला तशी तिला बोलणे प्राप्त झाले, ''जाईनात बापडं! मी कुटं नगं म्हनतीया? आन् आता म्हनं देवळंबी आपल्या लोकास्नी उघडी झाल्याती. थेट इटुबाच्या पायांवर डोस्कं टेकाया मिळतंया म्हनं!''

बायकोचा दुजोरा मिळाला तसा लेक बापाच्या कानात ओरडला, ''जा रं तू! आमची ना न्हाई. वारीचंच दीस हैती. कुनाचीबी सोबत मिळंल. वारकऱ्यांची रीघ लागली आसंल वाटेनं!''

''जा तुमी मामाजी, आपल्या हतलं कैक जन देवदर्शन घिऊन आलं म्हनं.''

''व्हय, व्हय. त्यो तुका म्हार पाक आत जाऊन देवाच्या पायावर डोस्कं टेकून आला. या गांधीबाबांच्या राज्यात इटाळचंडाळ पाक गेला. त्या पुण्यवान बाबानं आमा लोकांस्नी देव दावला. पयलं आमा लोकांची सावली दिकून कुनी अंगावर घेत न्हवतं. रस्त्यावर थुकायची दिकून बंदी! गळ्यात लोटकं बांधून त्यात थुकायचं. त्यो काळ पाक गेला. महार लोकांचा वनवास चुकला.''

''व्हय, चुकला! तुमी जा मामाजी, इटुबाराया बगून या.''

लेक आणि सून यांनी असे बोलताच अर्जुना हरकला. तुका म्हारावाणी आपल्यालाही देवाच्या पायावर डोकं ठेवायला मिळणार म्हणून त्याला आनंद झाला. लेकाच्या चांगुलपणामुळे गहिवरल्यागत झाले. मग त्याने नातवाला आपल्यापाशी ओढून घेऊन त्याचे पटापट मुके घेतले. आज्याच्या मिशांचे आणि वाढलेल्या दाढीचे केस रुतू लागले, तेव्हा नातू गाल चोळू लागला.

मग म्हाताऱ्याची वारीला जाण्याची तयारी झाली. सुनेने सासऱ्याच्या अंगावरची धडुती सवळेच्या मातीने खळणी केली. लेकाने बापाचा फाटका जोडा चांभाराकडून शिवून आणला. सुनेने व्हंढीच्या आठ-दहा जाड भाकरी केल्या. त्याच्यामध्ये

मिरची-कांदा घालून शिदोरी बांधली. पाठीशी घोंगड्याची खोळ टाकून, कमरेला धोतर गुंडाळून अर्जुना पंढरीला जाण्यास निघाला. लेकाने त्याला आठ-चार आणे खर्चायला दिले.

वरचेवर 'येतू रं', 'येतू रं', करीत तो घरातच घुटमळू लागला. मन कितीही विटले तरी हे असेच आहे. अर्जुनाचा पाय लवकर घरातून निघेना. मग धाकला नातू आला आणि धोतराला लोंबकळीत म्हणाला, "आमाला डाळं, चिरमुरं, बत्तासं आन बरं का!"

म्हातारा म्हणाला, "व्हय, आनीन माज्या लेकराला!"

आणि पुन्हा लेक आणि सून यांना बोलला, "जातू मी. ह्याला नीट बगा, मी लगी म्हागारी येतूच."

त्यावर सून बोलली, "बरं, निगा आता. उनाच्या आत जेवडी वाटचाल हुईल तेवडी बरी!"

आणि अर्जुना निघाला पाठीशी घोंगड्याची खोळ टाकून. काथ्याने बांधलेला जोडा ओढीत गावाबाहेर पडला. लेक वेशीपर्यंत घालवत आला होता, त्याला म्हणाला, "अरं, तू फीर आता म्हागारी. नगू तकाटा घिऊस!"

"संबाळून जा. भाकरी लई वाळल्या, चावन्यासारक्या न्हाई ऱ्हायल्या, तर व्हटेलातनं काय तरी घिऊन खा पोटाला. पैशे देऊ का आजून?"

"नगं, नगं, हायतं की माज्यापाशी."

मग लेक माघारी फिरला आणि म्हातारा चालू लागला. अर्जुना महार पंढरीच्या वाटेला लागला. कधी सडकेने तर कधी पाऊलवाटेने चालावे; थकल्यासारखे वाटल्यास एखादे झाड बघून त्याच्या सावलीखाली घडीभर विसावा घ्यावा आणि पुन्हा वाट धरावी. वाटसरूशी चार गोष्टी करीत रस्ता लवकर तोडावा. रात्र झाली तर गाव गाठून धर्मशाळेत गबाळे टाकून भाकर खावी आणि घोंगडे अंथरून त्यावर पडावे. पहाटे चांदणी उगवताच उठून पुन्हा चालू लागावे. असे करीत अर्जुनाने मजल मारली आणि सकाळच्या प्रहरी तो त्या पुण्यनगरीत पोचला.

'धन्य ही पंढरी... सुखाची मांदूस!'

या पंढरीत आजवर किती संत आले, गेले... किती जणांचे पाय इथे लागले! तो योगियांचा राजा ज्ञानदेव, तो त्याचा परात्पर गुरू निवृत्ती, तो सोपान, ती मुक्ताबाई, तो भोळा नामा आणि त्याची दासी जनी, देहूचा वेडा, तो अरभेंडीचा माळी, तेरढोकीचा कुंभार आणि तो चोखा महार! धन्य-धन्य ही पंढरी! संत म्हणतात, 'जेव्हा नव्हते चराचर। तेव्हा होते पंढरपूर।' या पंढरीत पोचताच अर्जुनाचा शीण पार उतरला. चंद्रभागा दिसताच त्याने दोन्ही हात जोडले, "पुंडलिक वरदा हरिविठ्ठल!"

चंद्रभागेच्या वाळवंटात वैष्णवांचा मेळा जमला होता. अपार भक्तगण जमला होता. बायाबापड्या, उचनीच, लहानथोर – सारे चंद्रभागेच्या निर्मळ जलात वासनेची पातके प्रभाळीत होते. "हरि हो! हरि हो!" म्हणून बुड्या घेत होते. हे दृश्य बघून अर्जुना कावराबावरा झाला. गोंधळून गेला. वाळूत पाय रुतवून उगाच हा सोहळा बघत राहिला. मग एकाएकी त्याला वाटले, या गर्दीत घुसून आपणही पुढे व्हावे आणि या गंगेत बुडी घ्यावी. पावन व्हावे, निर्मळ व्हावे आणि त्या भरात पाठीवरचे गबाळे सावरीत त्याने पाऊलही उचलले. धारेच्या रोखाने तो सणाट्याने निघाला. पण गर्दी लागताच कावराबावरा झाला. चांगलेचुंगले कपडे ल्यालेली मंडळी स्नान उरकून घाटाकडे परत जात होती. त्यांना धक्का लागेल या जाणिवेने अर्जुनाने आपल्या अंगाचा कूर्माप्रमाणे संकोच केला आणि तो एका बाजूला झाला. त्याच्या मनात आले की, या थोर मंडळींच्या मेळ्यात घुसून आपण कसे स्नान करावे? त्यांच्या अंगावर आपल्या अमंगळ अंगाचे पाणी पडेल आणि त्यांना विटाळ होईल. तेव्हा आपण इथे स्नान करू नये, पार खाली जावे आणि गोपाळपुराकडच्या बाजूने तो खाली गेलादेखील. अर्जुना महार पार खाली-खाली गेला; आपल्या अमंगळ अंगाचे पाणी आता कुणाच्या अंगावर जात नाही याची खात्री करून घेऊन त्याने गबाळे खाली ठेवले. अंगरखा काढला आणि शुद्ध लंगोटी लावून तो चंद्रभागेच्या जलात शिरला. थंडगार पाण्याचा स्पर्श होताच त्याचे अंग शहारले.

"हर गंगे, भागीरथीऽऽ"

अर्जुना धारेत बसला. ओंजळीने पाणी उडवून त्याने आपली पाठ भिजवली. तोंड धुतले. त्या निर्मळ धारेने त्याने आपले अंग निर्मळ केले. स्वच्छ केले. म्हातारा अर्जुना महार अंतर्बाह्य निर्मळ झाला!

मग अंग चोरून घेत-घेत तो घाट चढला आणि महाद्वारापाशी आला. दोन्ही अंगाने दुकानांच्या रांगा लागल्या होत्या. अबीर-गुलालाची दुकाने, पेढेबर्फीची दुकाने, भांड्यांची दुकाने... यांतील काय घ्यावे आणि काय ठेवावे? देवासाठी साखर घ्यावी, कापूर घ्यावा. कनवटीला खोचलेल्या पैशातून चार पैसे काढून अर्जुनाने हे जिन्नस घेतले आणि तो महाद्वारापाशी आला.

चोखामेळ्याच्या समाधीपाशी एक पोरगा कपाळाला बुक्का फासून बसला होता. आल्या-गेल्याला म्हणत होता, "या हो महाराज! चोखामेळ्याची समाधी आहे, हरिजन देवस्थान आहे!"

रिवाजाप्रमाणे ही ललकारी त्याने अर्जुनापुढेही ठोकली, तेव्हा अर्जुना खाली वाकून त्याला बोलला, "पोरा, आरं, मला ठावं हाय ह्यो चोखा मुंगड्याच्या कुसवाखाली घावला तवा नामदेव ततं गेला. अपार माणूस खर्ची पडलं हुतं. हाडांचा खच झाला हुता. त्यातली चोखाची हाडं कशी वळखावी? मग नामानं

एक-एक हाड उचलून कानाला लावलं. ज्यातनं 'हरि, हरि' असा सबुद आला, ती हाडं उचलून वट्यात घेतली आन् त्यावर हतं समाधी बांधली!''

पोरगा हसला. म्हणाला, ''बाबा, तुमासनी ठावं हाय, बरं का.''

मग अर्जुनाने कापूर लावला. साखर ठेवली. डोस्कं टेकून तो चोखोबाच्या पाया पडला. एक तांबडा पैसा ओवाळून त्याने त्या पोरापुढे केला, तेव्हा तो म्हणाला, ''बाबा, हरिजनांना देवळात जाण्याची परवानगी आहे. तुमी आत जा, देवदर्सन घ्या!''

अर्जुनाने मुखवटा फिरवून मागे पाहिले, तेव्हा पायरीवरचा नामा प्रसन्न चेहऱ्याने बघत होता. गळ्यात माळा घेऊन बघत होता. विठोबाला 'तू माझी पक्षिणी, मी तुझे अंडज' म्हणून आळविणारा, 'घालीन लोटांगण वंदीन चरण' म्हणत राऊळात नाचणारा, 'न पढावे वेद, नको शास्त्रबोध। नामाचे प्रबंध पाठ करा।' अशी उच्चरवाने आरोळी ठोकणारा हा नामा आणि 'डोईचा पदर पडला खांद्यावरी। भरल्या बाजारी जाईन मी।' म्हणणारी त्याची भोळी जनी... धन्य! धन्य!

अर्जुनाने दोन्ही हात जोडले. साष्टांग नमस्कार घातला. तो सद्‌गदित झाला. मग नामदेवाची पायरी ओलांडून तो पुढे गेलाच नाही. सुंदर ते ध्यान त्याने पाहिलेच नाही. रंगशिळेवर उभा राहून तो नाचला नाही की, त्याने गरुडखांबाला मिठीही मारली नाही.

तो म्हणाला, ''देवा, मी आत येनं खरं न्हवं. मी म्हार. वंगाळ जातीचा. हे हाड पयलंच बाटलेलं हाय, ते घिऊन मी तुझ्यापाशी कसा येऊ? देवा, ते माज्याच्यानं व्हनार न्हाई. सरकारनं आमा लोकास्नी तुज्याशी जान्यास परवानगी दिली हे खरं. जानारे जातील; पन देवा, मी मातुर येनार न्हाई. मी माझी पायरी सोडनार न्हाई. वाडवडील वागत आलं, तसाच मी बी वागंन. देवा इटुबाराया, ह्यो बाटलेला धी घेऊन तुज्या देवळात येनार न्हाई. देवा, आपली लायखा न्हाई.''

म्हाताऱ्या अर्जुनाच्या डोळ्यांतून पाण्याच्या धारा लागल्या. त्या पुसत-पुसत तो बोलला, ''देवा, आता माजं भरत आलंया... मला कसनुसं वाटतंय. यावर पुन्हा तुज्याकडं येनं माज्याच्यानं व्हनार न्हाई. हे तुजं शेवटचं दर्सन!''

एवढं बोलून अर्जुना खाली पडला. बराच वेळ पडला. लोक म्हणू लागले, ''अरे, म्हातारा मेला की काय?''

पण अर्जुना उठला आणि चिरगुटाने डोळे पुशीत, वरचेवर मागे बघत पेठेत गेला. पोरांसाठी त्याने चिरमुरे घेतले. सुनेसाठी कुंकू घेतले आणि मग सावकाशीने तो परत फिरला. आपल्या गावी येण्यासाठी निघाला.

अर्जुना पुन्हा आपल्या खोपटात आला होता. पंढरीची वारी करून आला होता. म्हातारा सुखरूप परत आला, म्हणून त्याचा लेक आनंदला होता. त्याची सून सासऱ्याने आणलेले कुंकू लाकडी करंड्यात भरून ठेवत होती. नातू बत्तासा खातो आहे. उघडे पोट आणि हात त्याने चिकट करून घेतले आहेत.

लेक विचारतो आहे, "देवदर्सन घडलं का? आत जाऊन इटुबा बघटलास का?"

अर्जुना म्हणतो आहे, "न्हाई रं लेकरा, मी महाद्वारात हुबं -हाऊनच दर्सन घेतलं. आता गेलू न्हाई. माजं मनच झालं न्हाई! वाटलं, ह्यो बाटलेला धी घिऊन देवळात कसं जावं? आपली वहिवाट कशी मोडावी? पायरी कशी सोडावी? आरं, मी आत गेलूच न्हाई!"

■

गोपा व्हरल आपल्या खोपटापुढं उघडा बसला होता. अंगातलं मळकं अंगरखं त्यानं उलटं करून उन्हात टाकलं होतं आणि आपल्या बारीक नजरेनं तो त्याच्या शिवणी न्याहाळीत होता.

गोपा रंगानं करवंदासारखा काळा होता. त्याचं नाक नकटं होतं, गालांची हाडं वर आली होती. डोळे बारीक आणि मिचमिचे होते. उन्हानं तापलेली पाठ तो उफराट्या हातानं ओचकारी, तेव्हा त्याच्या काळ्याभोर पाठीत पांढरेधोट ओरखडे उठत.

इतर व्हरलांप्रमाणं गोपाही दरिद्री होता. कातडी कोरून त्यावर त्याचं पोट भरत नव्हतं. कुणी पानाचा विडा खायला दिला, तर ती त्याला अपूर्वाई वाटे. उशीरपर्यंत विडा तोंडात घोळवत ठेवून तो त्याची मजा घेई. तहान लागली, तर तोंडातला चोथा काढून दगडावर ठेवी. पाणी पिऊन झाल्यावर तो पुन्हा तोंडात टाकी.

असा गरीब गोपा अलीकडे थोडा गबर झाला होता. दहा-पाच रुपयांना विकत घेतलेली त्याची पाट मोठी झाली होती. व्याली होती. दोन सुरेख बोकडं तिनं मालकाला दिली होती. कळणाकोंडा घालून गोपानं त्यांचा सांभाळ नीट केल्यामुळं ती आता चांगली टणटणीत झाली होती. त्या जोरावर गोपा तालेवाराच्या तोऱ्यानं वागत होता. मान ताठ ठेवून गावातून हिंडत होता. तमाखू खात होता आणि विड्या ओढत होता.

उन्हाला बसून गोपा अंगरख्याच्या शिवणी न्याहाळीत होता. दडलेल्या उवा शोधून मारत होता आणि पलीकडे खोपटाच्या मेढीला बांधलेली त्याची दोन बोकडं तोंडानं काही तरी चघळत होती. त्यापैकी एक करड्या रंगाचं होतं आणि दुसरं धन्यासारखं काळं असून त्याच्या कपाळावर दिवा होता. त्यांच्या आखूड शेपट्यासारख्या

आडिट

|८|

हलत होत्या. आपल्या गुबगुबीत हनुवट्यांना झोले देत, ती दोघंही काही तरी चघळत होती आणि त्यांची केसाळ आई कासेचा झोळ पुढं काढून निवांत बसली होती.

अशा वेळी व्हरलवाड्यात गणा चलपते शिरला आणि गोपाच्या खोपटापुढं येऊन उभा राहिला.

डोळे मिचमिचे करून गोपा त्याच्याकडे बघू लागला. तोंड उघडं टाकून बघू लागला.

मग गणा म्हणाला, "काय चाललंय गोपा?"

पायांच्या पंज्यांवर दोन्ही हात ठेवून खाली बघत गोपानं उत्तर दिलं, "काय न्हाई. बसलुया उगीच!"

– आणि पुन्हा तो शिवणी बघू लागला.

चलपत्याचा थोडा अपमान झाला. त्याच्यासारखा माणूस घरी येऊन गोपा जागचा उठला नाही, का त्यानं रामराम केला नाही, ही गोष्ट त्याला बोचली. दोन बोकडं बाळगून असल्यामुळं व्हरल माजला आहे, याची जाणीव त्याला झाली.

उभा राहिल्या-राहिल्याच मेढीशी बांधलेली तुकतुकीत बोकडं न्याहाळून गणानं विचारलं, "बोकडं देणार का गोपा?"

"आं?"

"बोकड देतोस का? माझ्या घरी पावणे येणार आहेत. त्यांना जेवण करण्यासाठी मला एक बोकड पाहिजे!"

गिऱ्हाइक आपणहून घरी आल्यामुळं गोपा ताठला. म्हणाला, "तुमाला दाम परवडनार न्हाई!"

गणा बोकडापाशी गेला. त्याची कंबर चाचपीत म्हणाला, "अरे, सांग तर किती तो. काय शंभरभर सांगणार आहेस न परवडायला?"

पेकट चाचपल्यामुळं बोकड लटकन हललं आणि उलटं फिरलं. पावित्र्यात उभं राहून अंगणात उभ्या राहिलेल्या चलपत्याकडे बघू लागलं. इतका वेळ काही चघळणारा त्याचा जबडा थांबला.

गोपा म्हणाला, "सांगून फायदा व्हनार न्हाई, चलपते. तुमाला दाम परवडनार न्हाई!"

चलपते रागाला आला. आडमुठ्या व्हरलाचं हे बोलणं ऐकून संतापला. बोकडाची किंमत न परवडायला गणा कोण लुंगासुंगा माणूस होता का? गोपा व्हरलाचं सगळं खोपटं बोकडासह विकत घेण्याची ताकद त्याच्यापाशी होती.

मेढीशी बांधलेला गुबगुबीत बोकड दोरीशी ओढ घेऊन उभा होता. चलपत्याकडे बघून तोंड असं करीत होता की, जणू तो वेडावण दाखवतो आहे!

गोपा खाली बघून छातीवरचे केस उपटीत होता.

त्याचं काळंभोर आणि बोक्यासारखं पोर भाकरीचा तुकडा खात बाहेर आलं आणि बसलेल्या शेळीची थानं ओढू लागलं.

चलपत्याला काय बोलावं, ते सुचेना. उभं राहून पाय दुखू लागले, तेव्हा खाली पडलेल्या लाकडाच्या ओंडक्यावर तो बसला आणि म्हणाला, ''मग काय गोपा?''

दोन्ही पायांमधे थुंकून गोपा बोलला, ''कशाचं?''

''दाम सांग की बोकडाचा!''

''सांगू?''

''हां!''

''एक घेनार, का दोन्ही?''

''एकच. दोन घेऊन मला काय गावजेवण घालायचं हाय का?''

''दोन घ्याल, तर मला बरं पडंल. निदान मूठभर पैका तरी हातात पडंल!''

''नाही. मला एकच पायजे!''

''बरं, बोकड पसंत हाय का?''

''त्याशिवाय तुला मागतो का?''

शेळीनं लाथ झाडली, तेव्हा गोपाचं पोरगं उताणं पडलं. न रडता उठलं आणि बापाला चिकटून चलपत्याकडे बघू लागलं. बोबड्या बोलीत शिव्या देऊ लागलं.

त्याला काही न बोलता गोपा कौतुकानं हसला. ते हसणं चलपत्याला गोफणीच्या धोंड्यासारखं लागलं.

करड्या रंगाचा बोकड एकाएकी ओरडला. मग्रूर आणि मस्तीला आलेल्या पोरासारखा ओरडला, ''बाँआं....''

चलपते म्हणाला, ''हां, आवर. बोल, काय घेणार?''

व्हरल मग्रुरीनं बोलला, ''रुपय तीस बसतील एका बोकडाचं!''

''गांजा ओढून बोलतोस काय लेका? काय भाव बघशील, का तोंडाला आलं ते बोलशील?''

''बरं, तुमी काय देनार?''

''रुपयं वीस मिळतील.''

यावर गोपा बोचरं हसला. म्हणाला, ''मग रेडा कापून खा की एखादा. बोकडाची चव कशाला तुमाला?''

त्यारशी चलपते सटक्यानं जागचा उठला. भडकून म्हणाला, ''काय रं ए भडव्या, कुणाला बोलतोस हे? आं, कुणाला?'' त्याचा चेहरा लालभडक झाला. ओठ थरथरू लागले. ''रेडा खा म्हणतोस? गावात राहणार नाहीस तू! देशोधडीला लावीन तुला! या गणाला तू कोण समजतोस?''

पण व्हरल जागचा न हलता उत्तरला, “अवं, बास झाला दम! असल्या दमाला भेत नसतो मी!”

“गोप्या, गोप्याऽ सांभाळून बोल!”

“बास, बास! अरं-तुरं करायचं काम न्हाई आन् शिव्या देन्याचं बी काम न्हाई. मी तुमाकडं आलो न्हाई; तुमी आला माज्याकडं बोकड मागायला. परवडत नसलं, तर गप जा घराकडं!”

हा गोंधळ ऐकून इतर खोपटांतले व्हरल गोळा झाले. पटकुरी नेसलेल्या बाया झिंज्या सावरून खोपटाबाहेर आल्या. त्याबरोबर गोपाला जास्तीच आवेश आला. अंगरखा गोळा करून तो उठला आणि चलपत्यासमोर तो उडवीत म्हणाला, “ममईला दावावी असली अक्कड! इथं कोन भेनार न्हाई!”

या बोलण्यासरशी आजूबाजूला उभे राहिलेले व्हरल हसले. गावात राहणाऱ्या एका पोशाखी माणसाला व्हरलवाड्यात एक गडी ठणाणून बोलतोय, हे बघून त्यांना बरं वाटलं!

मग चलपते जास्ती बोलला नाही. तावातावानं गावात आला आणि थेट पाटलाच्या वाड्यात गेला.

छपरी मिशांचे केस पिळीत पाटील जोत्यावर बसला होता. त्याला काही उद्योग नव्हता. शर्टाचा मागला पंख पुढं घेऊन चलपते त्याच्या शेजारी बसला. वहाणा काढून पाय वर घेत बोलला, “आज गाव बोलवा चावडीपाशी!”

टरटरीत आवाजात पाटलानं विचारलं, “का रं गणा? काय भानगड?”

“तुमची-माझी जात कोणची?”

“अलबत् मऱ्हाट्याची!”

“गोप्या व्हरलानं आपल्याला महार केलं!”

“आं?”

“हां! त्यांच्या हिशेबी आपण रेडं खाणारं हाय!”

“असं म्हणालं, ते व्हरल?”

“हां... हां! मी बोकड इकत घेन्यापायी गेलो, तर तो म्हणाला, बोकडाऐवजी रेडं कापून खा!”

“बाईली, व्हरल माजलं मग!”

“माजलं? आवं, त्याला तमा राहिली नाही आपली. उफराटं बोललं मला धा माणसांदेखत!”

“मग सांजचं चावडीपुढं बोलावून घेतो त्याला. लाथालतो उर्मटाला!”

मग पाटलानं तराळाला बोलावून सांगितलं, “जा रं, मंडळींना म्हणावं,

चावडीकडं बोलवलंया सांजला!''

"जी! कुनाकुनाला सांगू?"

"तुला ठावं नाही का लेका? कारभारी मंडळी बोलवायची.''

"तरी पर....''

"आबानाना, खंडू कुरकळणी, बंडा न्हावी, नाना बामण – जी-जी मंडळी फुडाकार घेणारी... ती बोलाव, जा!''

तराळ गेला आणि पाटलाचा निरोप त्यानं सगळ्यांना पोचता केला.

जेवणखाण आटपून गावातील शेलकी मंडळी चावडीपुढं आली. घोंगड्याच्या खोळी मारून पायऱ्यांवर, जोत्यावर बसली. कुणी विड्या पेटवल्या. कुणी चिलमी शिलगावल्या.

अंधारात एकमेकांचे चेहरे नीट दिसत नव्हते. बोलण्या-चालण्यावरून कोण कोण आहे, हे एकमेकांना कळत होतं. कुणी नवा गडी आला की, त्याची पायताणं वाजत खाकरत-खोकरत तो येई आणि मग कुणी तरी विचारी, "कोण हाय?"

नवा गडी आवाजावरून विचारणारास ओळखी आणि म्हणे, "का हो नाना, मी भाना हाय!''

"हां-हां, बैस!''

बरीच मंडळी जमली, तेव्हा नानांनी विचारलं, "काय पाटील, कशासाठी बोलावली मंडळी?"

पाटील खाकरला. बोलला, "अरं, गोप्या व्हरल आला का?''

समोर भिंतीकडेला लागून व्हरलमंडळी बसली होती. तिकडून उत्तर आलं, "हां, आलाय जी!''

"आन् गणा चलपते?''

पाटलाच्या मागून आवाज आला, "मी मागंच हाय की हो पाटील तुमच्या!''

"हाईस? आरं, मला काय अंधारात दिसलं न्हाई!''

मग मंडळी एकमेकांत कुजबुजू लागली, "गणा चलपत्यानं गोपावं आडिट आणलं असावं!''

तो गलका शांत करून पाटील चलपत्याला म्हणाला, "आवर गणा, तुझी तक्रार सांग!''

"तुम्हाला सांगितलीच की. माझ्या तोंडातनं पुन्हा यावं, असं हाय काय?''

"हां, तसंच हाय. बोल!''

जरा वेळ गणा गप्प बसला आणि मग बोलला, "मंडळी, गोप्यानं आपल्याला महार जातीत धरलं!''

खंडू कुलकर्ण्यानं मधेच प्रश्न केला, “आपल्याला म्हणजे कुणाला गणा?”

“म्हणजे आम्हा मऱ्हाटेमंडळींना हो!”

“मग असं म्हणा! मोघम आपल्याला म्हणाल्यावर त्यात सगळी आली. मी आलो, मोमीन आला. आं?”

चलपत्यानं चुकीची दुरुस्ती केली आणि व्हरलवाड्यात घडलेली सगळी हकिगत सांगून तो म्हणाला, “मला म्हणाला, त्या अर्थी ते माझ्या सगळ्या जातीला म्हणाला. तेव्हा गावानं या गोष्टीचा न्याय करावा!”

व्हरलाला शिव्या दिलेल्या ऐकू आल्या. गजबज झाली. व्हरलही काही मोठमोठ्यानं बोलू लागले. तेव्हा नानांनी त्या सर्वांस गप्प करून प्रश्न टाकला, “असं एकतर्फी का? गोप्यालाबी सांगू द्या त्याचं म्हणणं.”

“का रं गोप्या?”

“जी!”

“तू चलपत्याला असं बोललास का?”

प्रश्न सगळा गावाचा झाल्यामुळं गोपा दबकला होता. त्याचा आवाज खाली आला होता. तो म्हणाला, “माजी बोकडं तरी बघा तुमी पाटील. तसल्या मालाला ईस रुपयं दाम?”

चलपते ओरडला, “नाही, शंभर रुपयं द्यावंत एकाएकाला! अरं, जगात काय बोकडं न्हाईत का? पर तुझा दाम विलायती! काय लेका, तुलाबी दोन बोकडानं राज मिळालंय! म्हण हाय, मुंगीला मुताचा पूर!”

गोपा बेतानं बोलला, “व्हय जी, आमा गरिबांस्नी मुताचाच पूर! तुमावाणी ममईला जाऊन दर्याची हवा कंदी बघितलीया आमी?”

तेव्हा पाटील ओरडला, “वाकडं बोलू नकोस गोप्या!”

“ऱ्हायलं जी! वाकडं बोलन्याची परवानगी तुमालाच. आमी गरिबांनी सरळच बोललं पायजे!”

या बोलण्यानं तर पाटील अधिक चिडला आणि मग त्याची अन् गोपाचीच झकाझकी सुरू झाली; चलपते वेगळा राहिला. मंडळी गप्प बसली. आणि पाटलाची-गोपाची लठ्ठालठ्ठी लागली.

“तुला एवढा माज कशानं आलाय रं व्हरला, आं?”

“माज्यापाशी काय हाय जी, माज येन्यासारखं? चार पैसं हायेत, का मी कोन सरकारी अमंलदार हाय, का जमीनजुमला हाय मला? तुमच्या उष्ट्यावर जगनारा मी!”

“असलं तिरपं बोलणं कळतं मला. नीट बोल, नाहीतर मुंडीवर उभा करीन!”

“करा! गावाचं राजं हाय तुमी. तुमची मर्जी असंल, तसं करा!”

"पुन्हा वाकडंच! रेडं कापून खा, म्हणतोस आमाला? आमी म्हार आन् तू शाण्णवकुळीचा मऱ्हाटा, व्हय रं?"

"कशाला मला ती पदवी पाटील? हाय ही जात बरी हाय माजी!"

मग मात्र मंडळी चिडली. गोप्या व्हरल जेव्हा वाकड्यात शिरू लागला, प्रश्नाची नीट उत्तरं देण्याऐवजी खवचट बोलू लागला, तेव्हा मऱ्हाटेमंडळी फार तापली.

नाना ओरडले, "बाईली, हाणा की रं, नाकाडावर चार काठ्या ह्या बेट्याच्या! मघाधरनं ऐकून घेतोय, नीट बोलंच ना!"

बंडा न्हावी गरजला, "गोप्या, नशापानी करून आला असलास, तर एका बुक्कीत उतरवतो ती मी! गावाच्या इरूद जातोस? जीव नगं झालाय का तुला?"

नाना उठून उभा राहिला. त्याचं तरणं रक्तं या अपमानानं फार तापलं. आपल्याला महार म्हणावं, म्हणजे काय गोष्ट आहे? तो बंडाला म्हणाला, "बोलून भागत नाही बंडाप्पा, या साल्याला ठेचला पाहिजे!"

– आणि हातातलं आखूड दांडकं त्यानं अदमासानं भिरकावलं. दोन पायांवर बसलेल्या हऱ्याला ते नडगीवर लागलं आणि तो कोकलला, "अरं देवाऽ देवाऽऽ मेलो! मला का वं पाटील? मी हऱ्या हाय. मी काय केलंया?"

भाना ओरडला, "अरं, तू कोण? त्येचाच भाऊबंद. सगळे माजलायत तुमी. तुमची खोपटं जाळली पायजेत. लाथा घालून गाव सोडायला लावलं पायजे तुमाला!"

मग गणाही उभा राहिला आणि त्यानं सगळ्यांना स्फुरण दिलं.

"व्हरलं माजलीत! जो कुणी म्हराट्याच्या पोटचा असंल, त्यानं व्हरलांना धडा द्यावा!"

हे आव्हान सर्वांनी स्वीकारलं. अंधारातच मंडळी धडाधड उठली आणि भिंतीशी बसलेल्या मूठभर व्हरलांशी भिडली. आकस्मिक हल्ल्यानं गोंधळलेली व्हरलं जागची उठतात न उठतात, तोवर त्यांच्यावर वहाणा आल्या. फडाफड जोडे बसू लागले – पाठीत, डोक्यात, तोंडावर. गावकरी पिसाळले. धर व्हरल, उचल कमरेइतकं आणि आपट खाली! घाल लाथा, बुक्क्या – असा धोशा त्यांनी चालवला. व्हरलं कळवळून ओरडू लागली, रडू लागली, तोंडावर हात घेऊ लागली. पण कुणाला त्यांची कणव आली नाही. तरण्या पोरांची तालमीत कमावलेली ताकद उफाळून आली. त्याखाली व्हरलांची हाडं न् हाडं खिळखिळी झाली. व्हरलं रक्तबंबाळ झाली आणि आरडत-ओरडत वाड्याकडे पळाली. कुणी गावकऱ्यांचे पाय धरले. कुणी जागच्या जागी विव्हळत पडले. असा सगळा प्रकार घडला. त्यातच रात्र निघून गेली.

सकाळच्या प्रहरी गोपा लंगडत, विव्हळत गावात आला. त्यानं हातांत धरलेल्या दोरीशी बोकड ओढ घेत होतं. रात्रीच्या मारानं गोपा जागोजाग दुखावला होता. त्याचा उजवा हात मोडला होता. कपाळ फुटलं होतं. रात्री सडकून भरलेल्या तापानं चेहरा मलूल झाला होता. डोळे ओढले होते. तांबडे झाले होते.

बोकडाला ओढत चलपत्याच्या घरी गोपा आला. दगडावर मट्‌कन बसला. चलपते बाहेर उभा होता. त्याला रामराम घालून म्हणाला, ''बोकड घेताय नव्हं, चलपते?''

''रुपयं सोळा मिळत्याल!''

''सोळा?''

''हां, पयला वीस देत होतो, पर आता सोळा मिळत्याल!''

गयावया करून गोपा म्हणाला, ''तसं करू नगा, जी. ईस द्या. कालच्या मारानं हात मोडलाय माजा. त्यावर दवापानी करीन. माजं ऐका – ईस द्या.''

– आणि त्यानं चलपत्यापुढं डोकं टेकलं!

■

चार-आठ दिवसांपासून पावसाची बुरबूर चालू होती. हवेत गारठा आला होता. रस्ते राड झाले होते. बाहेर पडायला नको वाटे, तरीही मी तशा पावसात बाहेर पडत होतो. चावडी-देवळासमोरून चक्कर मारून येत होतो. पण एरवी शंभर वेळा वाटेत आढळणारा आकण्या कुठं नजरेला पडत नव्हता. मी अगदी त्याच्या मागावर राहिलो होतो, पण महार जाम कुठं दिसत नव्हता. पाटलाचं घोडं धरून जाताना चावडीपाशी, कुलकर्ण्याची गुरं पाण्यावर नेताना, कुठं लाकडं फोडताना, चावडीपाशी विडी ओढीत उकिडवा बसला असताना आकण्या दिसलाच नाही. कुठं परगावी गेला होता, का अंथरुणावर पडला होता, हरी जाणे! पण मी हिंमत सोडली नाही. आज ना उद्या आकण्या वाटेत आढळेल आणि मी त्याला माझ्या डोक्याइतका उंच उचलून आपटीन. महार माजलं आहे. कुलकर्णीतिढा दाखवल्यावाचून ते वठणीवर येणार नाही. बाबा कुलकर्ण्याचं आणि आमचं पिढीजात वैर! कौरव-पांडवांसारखे आम्ही भाऊबंद आणि हा महार त्यांच्या घरी कुत्र्यासारखा सदोदित पडलेला. त्या पाच भावांपैकी जणू सहावा. त्यांची कड घेऊन आमच्याशी तंबून काय वागे... काही काम सांगितलं, तर उडवून काय लावी! महार भलतंच माजलं होतं. आमच्या चुलीपर्यंत जाऊन त्यानं चौकश्या आरंभल्या होत्या. गावात हूल उठविली होती, 'माझं आणि त्याचं वाकडं आहे!' थू: रांडलेका, य:कश्चित महार तू! आमच्या उष्ट्यावर पोट भरणारा! तुझी लायकी ती काय आणि तू आमच्याशी लढा करतोस? आकण्याचा काटा काढायलाच हवा, म्हणून मी अस्तन्या सावरल्या होत्या. बाबा कुलकर्ण्याच्या घरासमोरच महाराला उचलून आपटायचा, म्हणजे त्याचा काटा निघेल आणि परस्पर कुलकर्णीही हबक घेईल. मात्र महाराच्या अंगावर कुठं निशाणी न होईल, अशी खबरदारी घ्यायची; नाही तर ते थेट उठून तालुक्याच्या जायचं आणि फिर्याद गुदरायचं! असा सारा बेत मी मनोमनी केला होता. वडिलांना ठाऊक नव्हतं. भाऊखेरीज घरात कुणालाच ठाऊक नव्हतं. माझा मीच हा निर्णय घेतला होता

अखेर आकण्या घरी आला

/९/

आणि आकण्याच्या मागावर राहिलो होतो. पण चार-आठ दिवस महार कुठं दिसलाच नाही!

चावडीपुढं कोल्हाट्याचा खेळ आला. पावसानं थोडी उघडीप दिल्यामुळं पोरंठोरं चावडीपुढं जमली. हळूहळू चार जाणती माणसंही जमली. मीही जाऊन चावडीच्या कट्ट्यावर बसलो. ढोलक्याच्या ठेक्यावर कोल्हाटी टणाटणा उड्या घेऊ लागला. हरळ्या-किरळ्या देऊ लागला. सार्‍यांचं लक्ष खेळाकडं वेधलं होतं, पण मी मात्र आकण्यावर डोळा ठेवून होतो. अशा मोक्यात तो जर गावला, तर मजा होणार होती. कारण चावडीसमोरच आबा कुलकर्ण्याचं घर होतं. समोरच्या सोप्यातच तो कागदपत्रं तपाशीत बसला होता. त्याचे तीन भाऊ चावडीच्या बाजूला असलेल्या पारावर खेळ बघत होते. इतर गावकरीमंडळीही जमली होती. या डावात जर आकण्याला हाणायला मिळालं असतं, तर माझा हेतू साध्य होणार होता. माझ्या जिवाची घालमेल चालली होती. उत्सुकता पराकोटीला पोचली होती. दंड सळसळत होते. उंदारावर टपलेल्या मांजरासारखा सारखा मी सावधचित्तानं कट्ट्यावर बसलो होतो. माझे डोळे सावजाला हेरीत होते.

– आणि आकण्या अकस्मात आला! त्या तिकडून– पाटलाच्या घराकडून आला आणि समोरून जाऊ लागला. महारवाड्याकडं जाऊ लागला. नेट धरून मी जागचा उठलो आणि तरातरा त्याच्या अंगावर गेलो. जाता-जाता बळेच त्याला घसटून गेलो आणि मग गरकन् फिरून ओरडलो, ''माजलास काय, रे धेडा? धक्का मारून जातोस? शिवतोस मला? माजलास?''

– आणि मग एका क्षणाचीही उसंत न घेता उंच, काटकिळ्या आकण्याच्या कमरेला मी हाताचा वेढा घातला आणि वैरणीचा भारा उचलावा, तसा त्याला उचलला– चांगला डोस्क्याइतका उचलला. गैरसावध असलेला महार सहज वर गेला, त्याच्या तंगड्या हवेत वाकड्यातिकड्या झाल्या आणि दुसर्‍या क्षणीच मी त्याला खाली हबकला.

पाठीत उसण भरलेल्या आकण्याला धड ओरडताही येईना. काही वेळ त्याचे ओठ नुसतेच हलत राहिले आणि मग पाठीवर एक हात घेऊन अर्धवट उठत तो ओरडला, ''आई गंऽऽ मेलो!''

महाराच्या करुण ओरडण्यानं माझा राग अधिक पेटला. थरथर कापत मी पुन्हा ओरडलो, ''धक्का मारून जातोस? चार पैसे गाठीला जमले, म्हणून माज चढला होय? तू आमची बरोबर करू लागलास होय? आँ?''

मग धावाधाव झाली. आबा कुलकर्णी वह्या फेकून आत पळाला आणि म्हणाला, ''अरे, काय न्याय आहे का अन्याय? पोरगं मेलं असतं... जीव गेला

असता त्याचा!''

मी गपकन् त्याचं मनगट धरलं आणि बोललो, ''हं आबा, खबरदार! तुम्ही मधे पडू नका.''

त्यासरशी तो घाबरला. विलक्षण घाबरला. त्याच्या गंध लावलेल्या कपाळावर घामाचे थेंब जमा झाले. दरम्यान, पारावर बसलेले त्याचे दोघे भाऊ धावत आले होते. तेही चपापून गप्प उभे राहिले. माणसं गोळा झाली. कोल्हाट्याचा खेळ बंद पडला. जो-तो विचारू लागला, ''का झालं? का झालं?''

तसतसा मी ओरडू लागलो, ''माजलाय साला, धक्का मारतोय– कुलकर्ण्यांच्या घरात कुत्र्यासारखा पडून असतोय, म्हणून लगेच त्याला आपण कुलकर्णी झालो, असं वाटायला लागलंय. हा पार आमच्या चुलीपर्यंत जाऊ लागलाय्.''

मग म्हातारा तुका पाटील पुढं झाला आणि आकण्याला म्हणाला, ''हं ऊठ, रे, जा आपल्या घरी, लेका!''

तेवढ्यात त्याची आई ऊर बडवीत आली.

''अगं बाई, माजं एकुलतं एक लेकरू– अगं बाई, माजं वनवाशी पाडस...''

त्याला पोटाशी धरून विचारू लागली, ''कुनी मारलं रे, सोन्या? कुनी हानलं?''

''मी– मी!'' मी नाकपुड्या फुगवून किंचाळलो, ''का? फिर्याद करणार आहेस, का घर उठवणार आहेस गावातनं माझं?''

त्यासरशी तिनं हात जमिनीला लावून कपाळाला लावला आणि उपरोधानं म्हणाली, ''तुमी व्हय? मग चांगल्याचा हात पडला. मोठ्यांचा हात. व्हय, मोठ्याचा. पांढरीचं भेंडं तुमी. तुमास्नी नको कुनी म्हनावं?''

मग पाटील पुन्हा पुढं होऊन हात नाचवीत तिच्यावर खेकसला, ''अगं, जा आता शानी असलीस तर. का मारलं म्हनून झालं? लेकरू आपलं कंच्या गुनाचं हाय, तुला ठावं न्हाई? जा मुकाट्यानं घरी. ऊठ रे आकण्या!''

पण ती घरी गेली नाही. आकण्याही गेला नाही. चावडीत सर्व मंडळी बसली होती. भाऊ, सोनार, बाबा, तुका कंडऱ्या, गावातली प्रतिष्ठित मंडळी बसली होती. आकण्या तरातरा उठून त्यांच्यापुढं गेला. धोतराच्या निऱ्या फराफर फेडून त्यानं समोर अंथरल्या आणि रडक्या आवाजानं तो म्हणाला, ''समद्या पांढरीनं न्याय करावा. मला गरिबाला चावडीम्होरं मारलंय. माजा काय गुना असंल, त्यो पदरात घालावा!''

मग सोनारबाबा बोलले, ''अरं, कशाचा न्याय आणि काय घेऊन बसलास आकण्या? आगळीक झाल्याशिवाय मारायला ते काय वेडे आहेत? तुम्ही लेको, काय तरी कुठं तरी बोलता शहाणपणानं आणि मग मार खाता... जा घरी!''

यावर आकण्याच्या मागच्या बाजूला घोळका करून बसलेल्या महारमंडळींत थोडकी कुजबूज झाली. आकण्याचा चुलतभाऊ पांडा विव्हळल्यागत बोलला, "एकलाच घावला गा; जोडीला कुनी नव्हतं!"

एवढा वेळ छातीशी हाताची घडी घालून मी मुकाट उभा होतो, तो पांडाच्या खवचट बोलण्यानं पिसाळलो.

"अरे, तुम्ही सगळे मिळून या की! हाडं नाही एकाएकाची खिळखिळी केली, तर कुळकर्ण्याचं बीज नव्हे. पांड्याऽऽ बच्चमजी, सगळ्या महारवाड्याला घेऊन ये माझ्या अंगावर– मुडदे पाडतो एकाएकाचे! खोपट नाही ठेवत एक महाराचं! चांगले पाच भाऊ आहोत. एक मी गेलो फासावर, तर वंश नाही बुडणार!"

मग माझ्यापेक्षा आवाज चढवून पांडा न्हावी ओरडला, "गप्प बसायला काय घेशील पांड्या? कुळकर्णी, जा घराकडं. तुमचा रांग शांत झाल्यावर या. जा."

– आणि त्यानं मला धक्का मारून घराकडं घालवलं. भाऊही म्हणाला, "जा तू; आम्ही बघून घेतो."

मी गेलो, पण जाता-जाताना दम भरला, "याद राखा, रायांनो! फिर्यादबिर्याद करण्याच्या फंदात कुणी पडला, तर माझ्याइतका वाईट कुणी नाही. सगळा म्हारवाडा पेटवून देईन!"

– आणि घराकडं आलो.

दादा सोप्यात पान कुटीत बसले होते. त्यांनी विचारलं, "काय रे, काय गडबड केली?"

मी म्हणालो, "आकण्याला मारला."

दादांना ही गोष्ट पसंत पडणार नाही, याची मला खात्री होती.

"चुकलास गड्या! त्याच्यावर नाही हात टाकायचा. बरं, आता जा. अंघोळ कर, कपडे भिजव."

दादांच्या बोलण्यानं मी खजील झालो आणि खाली मान घालून विहिरीवर गेलो. सगळ्या कपड्यांसकट विहिरीत बुडी मारली आणि ओल्या कपड्यानं परत आलो.

दरम्यान, वाड्याच्या अंगणात सगळी म्हारं जमली होती. आकण्या होता, पांड्या होता... किस्ना, शिद्या, देवा, संद्या, इटुबा आणि सोळा म्हारं जमून बसली होती. उघड्या अंगानं दादा ओट्यावर बसून त्यांना विचारत होते, "मग काय म्हणणं आहे तुमचं शिदा?"

फाटक्या अंगाचा बेरकी शिदा डोईवरचं पागोटं गुडघ्याला अडकवून उकिडवा बसला होता. तंबाखूनं कमावल्या आवाजात तो बोलला, "दादा, तुमच्या लेकानं अन्याय केलाय. आगळीक हुती, तर आकारामाला हतं वाड्यात बोलावून घ्यायाचं.

हतं वाड्यात त्याला जोड्यानं हानला असता, तरी आमी बोललू नसतो. पर चावडीम्होरं धा मानसांच्या समक्षी त्येच्यावर हात टाकनं बरं न्हवं!''

''खरं आहे तुझं शिदा, पण तोही नाकळता आहे. तुझ्या-माझ्याइतकी समजूत त्या पोराला कुठली? त्याची चुकी झाली, हे खरं! ही झाली गोष्ट होऊन गेली; तुम्ही आता इतकं ओढून धरू नका!''

पण हे बोलणं महारांना पटलं नाही. इटुबा बोलला, ''अवं, आज त्याला मारलं; उद्या आमचा जीव घेत्याल ते! आमी जगावं कसं? जावं कुठं?''

दादा शांतपणानं म्हणाले, ''बरं, मग तुमचं म्हणणं काय?''

''दुसरं काय म्हननं हाय? आजपासनं तुमच्या घरचं काम आमच्यानं होनार न्हाई. तुमी आपलं रोजगारी लावून करून घ्या.''

शिदानं आपलं म्हणणं सांगितलं. खेड्यात महाराअभावी पदोपदी नडतं. लाकूड फोडणं, रानातून कडबा आणणं, कुठं परगावी निरोप घेऊन जाणं– सतरा कामं असतात.

आकण्या बोलला, ''तुमचं काम शाप होणार न्हाई आमच्या हातनं. हातनं म्होरं म्हार येनार न्हाई वाड्यात तुमच्या.''

दादा हाडाचे कुलकर्णी. वयाची साठ वर्षं त्यांनी या लोकांकडून कामं करून घेतली होती. त्यांच्याशी कशा धोरणानं वागायचं, ते त्यांना माहीत होतं. समजुतीच्या स्वरात त्यांनी सांगितलं, ''हे बघा गड्यांनो, तुम्ही सगळे आता रागात आहात. राग कुणाला नाही? मुंगीवर पाय पडला, तरी ती उलटून चावते. तुम्हाला राग येणारच. पण आता मी सांगतो, तसं करा. परत म्हारवाड्यात जा. सगळी जणं जमा. शांतचित्तानं विचार करा. राग निघू द्या. आणि मग मला काय ते सांगा.''

त्यावर संद्या फट्‌कन बोलला, ''समदा इच्यार झालाय आमचा दादा. आता कशाचा इच्यार?''

''पुन्हा एकवार नीट विचार करा. दुपार झाली. मला आता जेवण करायचं आहे. तुमालाही तुकडा खायचा असंल. जा, शिदा. उठा. तिसऱ्या प्रहरी सावकाश येऊन सांगा मला.''

खिदडून लावली, तेव्हा म्हारं उठली आणि कुरकुरत बाहेर पडली.

मी दादांना म्हणालो, ''ना करेनात काम! त्यांच्याशिवाय काय अडून राहत नाही. आम्ही रोजगारानं घेऊ काम. जोरा नको लोकांचा.''

''तसं नसतं बाबा. त्यांच्यासमोर जन्म काढायचाय तुम्हाला. त्यांना तुम्हाला सोडून भागायचं नाही आणि तुम्हाला त्यांना सोडून चालायचं नाही.''

असं म्हणून दादा जेवायला उठले.

तेव्हा माझ्या अंगात रग होती. विचार फारसा नव्हता. घरच्या गाईचं दूध पिऊन

आणि तालमीतल्या मातीत लोळून शरीर चांगलं पुष्ट केलं होतं. गावात मी सहसा बाहेर पडत नसे. उगाच कुणाला बोलतही नसे. त्यामुळं साऱ्या लोकांना माझा वचक होता. खरं तर आकण्याला मी माझ्या बुद्धीनं मारला नव्हता; भाऊनं ही गोष्ट माझ्याकडून करवून घेतली. तो स्वत: पाप्याचं पितर आहे, पण मोठा डोकेबाज आहे. कुलकर्ण्यांचा परस्पर काटा काढावा आणि इतर म्हारांनाही अद्दल घडून त्यांनी आपल्या परीनं असावं, यासाठी त्यानं मला सांगितलं, ''त्या म्हाराला एकदा गाठून हाण रे. नुसता उचलून आपट. निशाणी करू नकोस अंगावर. फार झालं, तर लाथा-बुक्क्या हाण.''

– आणि मी त्याप्रमाणे केलं. त्यावेळी हरिजन वगैरे मी जाणत नव्हतो. प्राय: महार ही मोठी कोडगी, कावेबाज, उर्मट आणि धूर्त जात आहे, असा माझा समज होता. आणि हे सगळं मला माहीत असतं, तरीही मी आकण्याला मारला असताच. कारण तो अति उर्मट होता. गावात कुचाळक्या करण्यात त्याचा हातखंडा होता. उर्मट उत्तरं द्यावीत, कामधाम करू नये, पटक्याची कोचं काढून गावातून हिंडावं– असा त्याचा शिरस्ता होता. त्यामुळं त्याला शासन व्हावं, असं सर्वांनाच वाटे. तसा तो कुलकर्ण्यांच्या मर्जीतला पडल्यामुळं कुणी गावकरी त्याच्या वाटेला जात नसत.

मी अंघोळीला गेल्यावर पाठोपाठ येऊन तुका कंडऱ्या म्हणाला होता, ''महार कच्चं सोडलंत. चांगला लाथाडायचा गुलामाला. त्याच गुणाचा आहे तो!''

तिसऱ्या प्रहरी पुन्हा सारी म्हारं जमून वाड्यात आली. दादांनी विचारलं, ''विचार केला का इटुबा?''

''व्हय दादा, इच्यार केला आमी.''

''मग काय ठरलं?''

''काम हुयाचं न्हाई तुमचं आमच्या हातनं!''

''हे पक्कं का शिदा?''

''व्हय दादा, हे पक्कं! यात फेर हुयाचा नाही.''

दादा क्षणभर गप्प झाले आणि मग करारी आवाजात बोलले, ''बघा, पुन्हा बदलाल. ध्यानात धरा– आज कुलकर्ण्यांचं काम आबा बघतोय. उद्या पाळी माझ्याकडे येईल. तराळाची काठी घेऊन तुम्हांपैकी एकाला माझ्यापुढं उभं राहावं लागेल. विचार करा.''

तरी म्हारं बधली नाहीत. शिदा सर्वांत वडील आणि म्होरक्या होता. तो म्हणाला, ''जवाचं तवा बघता ईल.''

''मग काम होणार नाही, हे पक्कं? ठीक! मग असं करा शिदा, गुडघ्याचं

पागुटं टकुऱ्यावर ठेव आणि उभं राहून म्हण– काम होणार नाही आणि जा.''

आता मात्र दादा संतापले होते. चिडले होते.

महारं चुपचाप बसून राहिली.

शिदानं पागोटं डोक्यावर घेतलं नाही. बोटानं मातीवर रेघोट्या ओढीत तो उगीच बसून राहिला.

– आणि मग एकाएकी म्हणाला, ''आमी का गाडव हाय व्हय दादा? आजपावूत तुमच्या खरकट्यावर जगलू; त्येचा इसर कसा पडंल? तुमी कुलकर्णी हुता, तवा मी तराळ हुतो. एकवार टपाल माझ्या हातनं गुमावलं. दुसरं कुणी असतं, तर माज्या हातात बेड्या पडल्या असत्या; पर तुमी संबाळून न्हेलं. हेचा इसर कसा पडावा?''

मग इटुबालाही स्फुरण चढलं. तावातावानं तो बोलू लागला, ''दादा, आवं, आमी कितीबी उड्या मारल्या, तरी शेवटाला तुमीचं आमचं दाल्लं. तुमच्या पायाखालचं चेंडू आमी. आमच्या मुळ्या ह्या पांढरीत गाडल्याल्या. त्या तुमासंगं भांडून आमचा टिकाव लागवा कसा वं?''

बाकीच्या महारांवर परिणाम झाला. मग पांडा हळूच म्हणाला, ''आमचं भांडन दादांच्या संगं न्हाई, त्येंचं काम आमी करू... पर ह्यांचं काम आमच्या हातनं हुनार न्हाई.''

महारांनी पडतं घेतलं. दादांची मात्रा बरोबर लागू पडली. तेव्हा ते हसून बोलले, ''शिदा, अरे, मग एवढा फार्स केला का?''

शिदा म्हणाला, ''दादा, रडत्याचं डोळं पुसायला पायजेत. आकारामची समजूत आमी काडायची न्हाई, तर कुनी?''

शिदाच्या या बोलण्यासरशी इतका वेळ मुकाट बसलेल्या आकण्या ताड्कन् उभा राहिला. रागानं लाल होऊन बोलला, ''अरं, तुमी समदी बामनाला भेला. थू: तुमच्या थोबाडावर! अरं, तुमी हातांत काकनं घातली. तुमाला 'मी'पनाच न्हाई. तुमी करा काम. खा लाथा. ह्यो आकाराम मातूर बामनाचं काम जिवात जीव हाय, तोवर करनार न्हाई. पुन्ना या वाड्यात जो पाऊल ठेवंल, तो म्हाराच्या वसाचा न्हवं!''

– आणि तो तरतरत वाड्याबाहेर गेला.

काही वेळ म्हारं मुकाट्यानं बसून राहिली. अखेर शिदा बोलला, ''दादा, पोर नाकळतं हाय. तुमी मनावर घिऊ नगा!''

– आणि मग सगळी 'बराय जातू' म्हणून निघून गेली. पांडा मात्र रेंगाळत राहिला. चावडीपुढं 'एकलाच हुता गा' असं म्हणल्याबद्दल त्याचं मन खात असावं.

दादा उठले आणि पिशवीतून तंबाखूची चिमट काढून त्यांनी पांडाच्या हातावर टाकली. ती दाढेला धरून तो म्हणाला, ''कुऱ्हाड द्या हकडं. वाईशा फाळी

काढून जातू.''

यानंतर वर्ष, सहा महिने गेले. सारी म्हारं येत होती, काम करीत होती; पण आकण्या आला नाही. त्यानं आपला पण पाळला होता. तो अजून हरला नव्हता. आमचंही त्याच्याशिवाय अडत नव्हतं. मात्र, अलीकडे तो आबा कुलकर्ण्यांच्यात फारसा नसे. आमच्याविषयी कुठं बोलतही नसे. कुणी विचारलं, तर म्हणायचा, ''ते दोघं भाऊबंद भांडत्यात... हत्तीहत्तीची टक्कर ती. त्यात पडून आपल्या गरिबाचा फुकट चुरा हुयाचा.''

एकदा दुपारचं, काही उद्योग नव्हता, म्हणून दादा कुऱ्हाड हाती घेऊन बाभळीची एक कठीण गाठ फोडत होते. आम्ही कुणी घरी नव्हतो. म्हातारा आपल्या जीर्ण हातानं घाव घालत होता. लाकूड फुटत नव्हतं आणि घामाच्या धारा लागल्या, तरी यांची चिकाटी सुटत नव्हती.

दरवाज्याबाहेर उभा राहून आकाराम हे बघत होता.

अखेर दमून-भागून दादा उभे राहिले. कुऱ्हाड टाकून घाम पुशीत आपणाशीच म्हणाले, ''भांचोत, मोठं टणक लाकूड आहे; फुटता फुटत नाही!''

त्यांना धाप लागली होती. आधीच दम्यानं पोखरून जीर्ण झालेलं शरीर त्या कठीण लाकडाशी झट्या घेऊन गळून गेलं होतं. म्हातारा थकला होता.

मग आकारामला राहवलं नाही. झपाट्यासरशी तो आत आला. पडलेली कुऱ्हाड उचलून घेऊन म्हणाला, ''सरा बाजूला. तुमी लाकूड फोडायला, आमी काय कुटं गेलू हुतो? आमास्नी काय रोगडा आलाय?''

■

वडरवाडी आणि नायगाव यांची ताटातूट 'धांडूर' ओढ्याने केली होती. ओढ्याचे वैराण वाळवंट तुडवून अलीकडे आले की, नायगावातला माणूस वडरवाडीत येई. नायगावाहून पंढरपुरास जाणाऱ्या मोटाररस्त्याच्या कडेला पाच-पंचवीस झोपड्या नि ओबडधोबड बांधणीची घरे एवढाच वडारवाडीचा पसारा होता. उकिरडे हुसकत असलेली कोंबडी, भिंतीलगत उकीर काढून त्यात शेपट्या चावीत पडलेली कुत्री, तेल लावलेल्या उडिदासारखी काळीशार पोरे; उघडीनागडी, बैदुलाने खेळत असलेली, धट्ट्याकट्ट्या बाया; डोक्यावर केळी घेऊन झऱ्याला पाण्याला निघालेल्या, म्हातारेकोतारे वगळून उमदे बापई चांदणी उगवायलाच हत्यारे घेऊन कामाला गेलेले – असे तिथले वातावरण. रस्त्याच्या अगदी कडेला कडुनिंबाचे एक हिरवेगार झाड. नवखा प्रवासी नेमका त्या झाडाच्या फांदीला अडकवून ठेवलेल्या लांडग्याकडे पाही. अजस्त्र लांडग्याचे पेंडा भरून टांगलेले धूड; कुठे गोळीची खूण नाही की कुठे फरशी कुऱ्हाडीचा घाव नाही, असे. कुतूहल जागे होई. त्य निंबाच्या सावलीतच एक झोपडी होती. तिच्यापुढे कुडाच्या आत काही मेंढरे होती. त्यातला एक रगेल शिंगाडा मेंढा लक्ष वेधून घेई. त्याच्या मस्तकावर वळलेली मनगटासारखी शिंगे पाहिली की वाटे, हा एका जोराच्या धडकीने तटसुद्धा पाडील झोपडीत लक्षीचा गाडग्यामडक्याने थाटलेला संसार होता.

एका वर्षामागे लक्षीचा म्हातारा बाप आणि नवतीने रसरसलेली लक्षी एवढेच मानवी जीव त्या झोपडीत होते. म्हातारा सत्तरीच्या पुढे गेला होता. सुतकी पेलायची ताकद त्याच्या मनगटात राहिली नव्हती. दिवसभर मेंढरे घेऊन काटक म्हातारा रानोमाळ फिरे आणि कडूसे पडायला सरपणाचा भारा डोक्यावर घेऊन परत येई. लक्षी दिवसभर हिंडून शेण गोळा करून गोवऱ्या थापी. वाण्या-उदम्याच्या बायकांना विकी. दोन जणांचा संसार रेंगाळत चालला होता.

वडरवाडीच्या वस्तीत

/१०/

लक्षीची अंगलट बापाप्रमाणेच मांजऱ्या खडकासारखी कठीण होती. रंगाने मात्र ती उजळ श्यामल होती. नीटस बांध्याने आणि रसरसत्या नवतीने वडरवाडीतली तरणीबांड पोरे तिच्यासाठी जीव टाकीतच, पण नायगावातली पाटला-देशमुखांची पोरेही वडरवाडीभोवती घोटाळत. दुपारच्या रखरख उन्हात लक्षी ओढ्यावर केळी घेऊन जाई. ही वेळ उनाड पोरे नेमकी गाठत. लंगोटा कसून डोहावर विटकरीच्या तुकड्याने मांड्या घासताना त्यांच्या लावण्या भराला येत –

तुझ्या ज्वानीचा लिंबू पाडाच
रंग होईल त्याचा फिका फिका
अशा वयामधी माल विका!

पण नारळाच्या कवटीने झऱ्यातले पाणी भरणाऱ्या लक्षीवर त्याचा बिलकूल परिणाम होत नसे. फाजील लघळपणा करायला पोरेही धजत नसत. कारण हाडापेराने दणकट असलेली लक्षी कधी थोबाड चिंबवील त्याचा नेम नव्हता. त्यांच्यापैकी कुणाच्याही मनगटाला लक्षीने धरले असते, तरी त्याला तिने जागचा हलू दिला नसता.

एके दिवशी मेंढरे राखून लक्षी रानातून घरी परतली. म्हातारा सकाळीच पाव्हण्यांना आढळण्यासाठी शेजारच्या गावी गेला होता. 'हऱ्या' मेंढा आणि बाकीच्या मेंढ्या तिने कुडात बांधून टाकल्या. 'हऱ्या' म्हणजे लक्षीचा कलिजा होता. लहानपणापासून तिने चाळकोंडा, भाकरीटुकडा चारल्यामुळे तो शिंगाडा मेंढा माजून 'टिक्कार' झाला होता. आजूबाजूच्या वाड्या-वस्तीवर त्याच्यासारखा मेंढा दाखवायला नव्हता. नायगावला भरणाऱ्या गुरांच्या जत्रेत आज तीन साल हऱ्याचा नंबर पहिला येऊन त्याला बक्षीस मिळत होते. कैक जणांनी इरेला पडून मेंढे माजविले नि हऱ्याशी झुंजा लावल्या, पण मैदानात सरशी हऱ्याचीच! त्याचे कसब, त्याची रग, त्याची धडक सगळेच और! केवढाही माजका मेंढा असू द्या. कासराभर मागे सरून हऱ्या अशा त्वेषाने धावून येऊन धडकी मारी की, प्रतिस्पर्धी मैदानाबाहेर सैरावैरा धावत सुटे. त्याच्या शिंगाडात एवढी ताकद कुठून आली होती कोण जाणे! त्याला थोपटून-गोंजारून लक्षी घरात आली. तापल्या तव्यावर चार भाकऱ्या भाजल्या. कोरचतकोर हऱ्याला चारली. चार घास आपण खाल्ले आणि तिने वाकळेवर अंग टाकले. तिच्या गाढ झोपेत यायला स्वप्ने कधीच धजत नसत. वाडीत मात्र दिवसभर दगड फोडून आलेली वडरे दारू पिऊन तर्रऽ झाली होती. आरडाओरड, मारामारी सुरू होती. यल्लामाईच्या देवळासमोर आगटी पेटवून म्हातारीकोतारी बसली होती. गप्पा रंगत होत्या. लक्षी झोपेच्या ऐन अमलात होती.

मध्यरात्रीच्या सुमाराला कुत्र्यांनी एकदम गिल्ला केला. दचकून उठून लक्षीने

कानोसा घेतला. बाहेर मेंढरे धडपडत होती. कसायाकडे नेत असल्यासारखा हऱ्या ओरडत होता. पदर सावरून ती बाहेर आली. चांदण्याच्या अंधूक प्रकाशात तिने चौकस नजर फिरवली. कुडाच्या आतले मेंढरू ओढण्यासाठी बाहेरून लांडगा धडपडत होता. पुरुषभर उंचीच्या काटेरी कुडावरून किरण मारून-मारून दमल्यावर मुसंड्या मारून आत घुसण्याचा प्रयत्न त्याने चालवला होता. विजेच्या चपळाईने जाऊन लक्षीने कुडातून आत आलेले त्याचे दोन पंजे घट्ट पकडले. भुकेने वखवखलेले रानजनावर मागल्या दोन पायाने उसळ्या मारू लागले, पण कुडाला दोन पायाची अटण लावून ओढून धरलेले त्याचे पंजे सुटले नाहीत. गुरगुरत, दात विचकत त्याने अंगातील बळाने धडपड केली. कुडाच्या काटक्या दाताने कडाकडा फोडल्या; पण हाताची पकड ढिली न करता लक्षीने मोठमोठ्याने ओरडायला सुरुवात केली. तरणीबांड वडरे निशेतून भानावर आली आणि कोपऱ्यातल्या काठ्या हाती घेऊन बाहेर धावली. चुड्या, कंदील पेटले आणि उजेडात एका पोरीने जिता लांडगा धरलेला बघून सारी वडरवाडी आश्चर्यचकित झाली.

"लक्षे, पंजं सोडू नगस." गंग्या वडर ओरडला, "एका घावात चिंबवतो टक्कर हेचं."

"अरं दम, चांगला गावसला जित्ता, त्येला मारतुस कशापायी? कासरा आना." कुणी एक जण पुढे येऊन म्हणाला.

सारेच धीट, उफराट्या काळजाचे. लवकरच पोरीची सुटका करायची सोडून लांडगा जित्ता ठेवावा की मारावा याचाच विचार चालू झाला त्यांचा. डुकरे धरण्यात सराईत असलेल्या एका म्हाताऱ्याने फास टाकला. गण्याने सुतकी टाकून लांडगा कासऱ्याने जाम आवळला. मेंढराच्या शिकारीला आलेला लांडगा वडरवाडीचीच शिकार झाला. शेंबड्या पोराबाळांनीसुद्धा त्याला बकाबका लाथा घातल्या. एक पोक्त वडारीण पुढे आली आणि लक्षीच्या तोंडावरून हात फिरवून तिने स्वत:च्या कानशिलावर कडाकडा बोटे मोडली.

एक साठीचा म्हातारा तिच्या पाठीवर थाप मारून ओरडला, "वा गं बहाद्दरनी!"

नायगावात त्या जिवंत लांडग्याची वाजत-गाजत वरात काढण्यात आली. पांढरपेशा मैनांच्या महिला मंडळाने लक्षीचा जाहीर सत्कार केला. वर्तमानपत्रात ही बातमी प्रसिद्ध झाली. काहींनी फोटो छापले. हा उदोउदो झाला आणि ओसरलाही; पण मुक्या हऱ्याच्या मनात मात्र विलक्षण फेरफार घडून आले. मेंढराच्या यमाला जिता पकडून लक्षीने वाचवला होता. लक्षीविषयीची कृतज्ञता त्याच्या मोठ्या-मोठ्या डोळ्यातून नेहमीच ओसंडू लागली. तिने केलेल्या उपकाराचे ओझे आपल्या मस्तकावर असल्याची जाणीव नेहमी त्याच्या मनात राहिली आणि त्या दिवसापासून पूर्वीचा उद्दामपणा त्याने पार टाकून दिला. रानात जाताना यापूर्वी तो कधी नीट जात

नसे. आडव्यातिडव्या उड्या मारीत कुठेही उधळे. रानात इतर मेंढ्या झाडपाला खात हिंडत; पण हऱ्या अचूक एखादा मळा गाठून पिकात शिरे. आडदांडासारखा बिथरला म्हणजे तो बेशक अंगावर चालून जाई. माणूस बघत नसे की जनावर बघत नसे. रोज तो पिकात शिरल्याची कुणाचीतरी तक्रार येईच. लक्षीचा म्हातारा बाप वैतागून जाई, पण अलीकडे हऱ्याने या गोष्टी अजिबात सोडल्या; आणि तो अक्षरशः गरीब मेंढरासारखा वागू लागला.

पण म्हाताऱ्याच्या नशिबी हऱ्याचा चांगुलपणा फार दिवस बघायचा नव्हता. एके दिवशी समोरच्या निंबाच्या बुंध्याला टेकून बसलेल्या म्हाताऱ्याने तिथेच डोळे मिटले.

ऊर बडवत लक्षी धावली आणि बापाच्या प्रेतावर पडली. हऱ्याचे काळीज लख्खकन हलले. धडपडून उठून त्याने कुडाच्या भोकातून पाहिले. म्हाताऱ्याचे गुण आठवून लक्षी ऊर फुटण्याजोगी रडत होती, जमिनीवर लोळत होती. केस पिकलेल्या पोक्त वडारणी तिला आवरता-आवरता आपणच स्फुंदत होत्या. भावकी पुढल्या तयारीला लागली. भेदरलेल्या काळजीने उघडीवाघडी पोरे अवतीभोवती उभी होती.

म्हाताऱ्याच्या मरणापेक्षा लक्षीच्या ओरडण्यानेच हऱ्याला अधिक दुःख झाले. तिला अशी ओरडताना त्याने कधीच पाहिले नव्हते. गळ्यातले दावे तोडावे आणि लक्षीच्या पुढ्यात जाऊन ओरडावे म्हणून त्याने ताडकन झेपसुद्धा घेतली, पण ती कशीबशी दोन फुटांवर गेली. गळ्याला हिसका बसून तो पुन्हा ठिकाणावरच राहिला आणि तिथेच धडपडत तो करुणपणाने एकसारखा ओरडू लागला.

बांबू आले. वैरणीच्या पेंढ्या आल्या. पांढऱ्या कापडाने झाकलेला म्हातारा घेऊन चार जवान वडारांनी पाय उचलले. काही जण उघडेबोडके मागून चालले. "या आबा!" असा हंबरडा फोडून लक्षी त्यांच्यामागून जाण्यासाठी धडपडू लागली. हऱ्याने धाडकन आपले अंग जमिनीवर टाकून दिले.

आठ-दहा दिवस गेले. लक्षीचे सुजलेले डोळे ओसरू लागले. आतापर्यंत झोपडीत दिवा लागत नव्हता की चूल पेटली नव्हती. कुणी माउली जेवण घेऊन येई. मनात असले, तर लक्षी एखादा घास घेई, नाहीतर कुणी लूतभरे कुत्रे हऱ्याच्या देखत बिचकत येऊन कैक दिवसांची भूक शमवी. पोरेटोरे मूठभर गवत हऱ्याच्या पुढे टाकीत.

आणखी काही दिवस आले नि मावळले. उभी वडरवाडी पाठीशी लागल्यासारखे लक्षीला वाटू लागले. येरवाळी उठून तिने चार भाकरी भाजून बांधून घेतल्या, आकडी खांद्यावर टाकली आणि "धा दिस झालं बांधून पडली माझी सोनी!" असे पुटपुटत मेंढरे सोडली. लक्षीचे दुःख ओसरल्याचे पाहून हऱ्याला बरे वाटले. 'अगं, एकली झालीस म्हणून काय झालं? तू का वान्याबामनाची हैस? ज्या मनगटांनी लांडगा

धरला त्येला कुनाचं भ्या? कुठंबी कामधंदा करशील, तर पैक्याची रास पाडशील, असे लक्षीला समजावावे,' असे हऱ्याला वाटले आणि बोलता येत असते, तर त्याने ते सांगितलेही असते.

रानात हऱ्या मनसोक्त बागडला. तालीवरच्या चिंचेखाली लक्षी कुणा बाप्याशी बोलत होती. हऱ्याला हा माणूस नवीन वाटला. लक्षीशी एवढ्या सलगीने वागणारा हा कोण टिक्कुजी म्हणून त्याने वाकड्या मानेने त्याला तीन-तीनदा न्याहाळले. तो हाडापेराने खैराच्या गाठीसारखा भरला होता. कोच काढलेल्या पटक्यावरून आणि लाल छाटणीवरून गडी मोठा चैनी असावा असे हऱ्याला वाटले. लक्षीसंगे तो छटेल जवान रंगात येऊन हसतखिदळत होता. लक्षीचा मुखडाही खुलला होता. 'कुणी का असेना बापडा, लक्षीला पसंत असला म्हणजे झालं!' असा पोक्त विचार करून हऱ्या पुन्हा बाभळीचा पाला ओरबाडू लागला. कडूसे पडले आणि रानातली चटसारी गुरेढोरे घराकडे गेली तरी लक्षी आणि तिचा नवा मैतर तालीवरच होती.

आणि त्यानंतर काळ्याचा पायंडा लक्षीच्या घरी पडलेला दिसू लागला. झकपक कापडे लेवून तो हमेशा वडरवाडीत रेंगाळू लागला. लक्षीच्या आणि त्याच्या 'शिनव्या'चा बोभाटा साऱ्या वडरवाडीत झाला. बाप गेल्यापासून घुमी झालेली लक्षी कोकाटीसारखी कलकलू लागली. काळ्याने आणलेल्या साड्या नेसून भिंगरीगत फिरू लागली. जवान काळ्या वडर फाडीच्या कपरीगणीक मिळविलेले रुपये लक्षीच्या ओंजळीत ओतू लागला.

नाना ढंग करायला शिकलेली लक्षी आता हऱ्याकडे लक्ष देत नसे. त्याला कधी तुकडा चारत नसे का कुरवाळीत नसे. काळ्यासाठी गोडधोड करण्यात, त्याला दगडावरच्या खाणीवर जेवण पोहोचविण्यात गर्क असे. मुक्या हऱ्याच्या जिवाला ही गोष्ट घशात अडकलेल्या बाजरीच्या कुसळासारखी सलू लागली. 'तळहाताच्या फोडासारखी सांभाळणारी लक्षी आपणाला विसरली! कोण कुठला काळ्या. ना गावचा ना शिवेचा! धड लग्नाचा दादलाही नाही. त्याच्यावरनं फुका जीव ओवाळून टाकतीया!' असे त्याला वाटू लागले. त्यात एकदा-दोनदा उगीचच काळ्याने त्याच्या शिंगाडावर वेळूचे सटके मारले. 'माजून टिक्कार झालंय नुसतं. कापला, तर गावजेवनाला पुरेल.' असे म्हणून वहाणेसकट दोन-चार लाथा घातल्या. आधीच बिघडलेला हऱ्या यामुळे जास्त कावला. काळ्याविषयी त्याच्या मनात द्वेष भरून राहिला. काळ्या-लक्षी या आषुकमाषुकाचे नव्या नव्हाळीचे पहिले दिवस जोरात गेले, पण लवकरच लक्षीच्या नशिबाने पलट खाल्ली. हऱ्याला काळ्याच्या वागणुकीची शिसारी आली आणि लक्षीच्या कपाळाचे दुःख बघून तो मनात कुढू लागला.

रखरख उन्हात तळपत खाणीतले दगड फोडायचे काम करून

शिणला-भागलेला काळ्या लक्षीची भाकरी खाण्यासाठी नीट कधीच येत नसे. आल्या पैशाची भर आधी सुलेमान कलालाच्या दारूदुकानात. झोकांड्या खात, शिव्या देत कडूसे मावळल्यावर तो वडरवाडीत येई. कुणालातरी येडेवाकडे बोले. 'पेलेले' आणखी काही जण असले, म्हणजे भांडण-मारामाऱ्या होत. छन्नीने दगडाच्या कपऱ्या उडाव्यात, तसे एका-एकाच्या अंगाचे तुकडे उडत. फुलत्या पळसागत रक्ताने लाल झालेल्या काळ्याला लक्षी ओढून घरात आणी. खाण्यापिण्याचे ध्यान त्याला राहत नसे. बडबडत, रडत तो नशा संपेपर्यंत पडून राही. संपली म्हणजे वखवखल्या पोटाने सापडेल ते वचावचा खाऊन घेई.

लक्षीचा मार तर एक दिवस चुकत नसे. माजल्या रेड्यासारखा काळ्या पिऊन तर्रऽ झाला म्हणजे घरी येऊन तिला हमेशा लाथा घाली. तिच्या हंबरड्याने हऱ्याची परड्यात तडफड होई. कैक वेळी काळ्याने फेकून मारलेल्या वस्तूने लक्षी रक्तबंबाळ होई आणि गुरासारखी ओरडे. नाहीतर काय करील? जिवंत लांडगा पकडणारी पहाडासारखी लक्षी काळ्या आल्यापासून वाळल्या चिपाडासारखी झाली होती. तिची मस्ती, तिची रग कुठल्याकुठे मावळली होती. पिसाळलेल्या लावेसारखी लक्षी आता अल्लाच्या गाईसारखी झाली होती. आता ती पूर्वीप्रमाणे हऱ्याकडे लक्ष देऊ लागली होती. रानात गेले म्हणजे ढाळा सोडून हऱ्या लक्षीपाशी जाई आणि लाडिकपणाने तिला ढुश्या मारी. त्याच्या काळ्याकरंद लोकरीत बोटे खुपसून लक्षी त्याला जवळ ओढी. त्याच्या पाठीवर डोके टेकी, ढळाढळा रडे आणि म्हणे, "हऱ्या, आबा हुता तवा कुनाची पाच बोटं लावून घितली न्हाईत अंगाला अन् आता ह्यो 'परवीस' रोज गुरासारखा मारतोय. कसं रं माझं कपाळ! कवा रं जायाचा ह्या वनवास?"

त्या दिवशी संध्याकाळ झाली. मेंढरांची खांडे मुंड्या खाली घालून घरी परतू लागली. लक्षीने पाडलेला बाभळीचा ढाळा हऱ्या ओरबडत होता. बांधावर बसलेल्या लक्षीने टाळी मारली. गळ्यातले घुंगरू वाजवत हऱ्या धावत आला. चगळचोथा खाऊन फुगलेली मेंढरे तुरुतुरु धावत आली. पिंपरणीच्या ढाळ्यांचा भारा डोक्यावर घेतला, ढाळे पाडायची लांब आकडी खांद्यावर टाकली आणि लक्षीही घराकडे निघाली. आखूड शेपट्या हालवीत, फुसफुसत मेंढरे चालू लागली.

कडूसे मावळले. निळ्या आभाळातून वडरवाडीवर चांदणे गळू लागले. लक्षीच्या लिंबाखाली कवडशांनी गालिचा विणला. पानांतून झिरपलेल्या चांदण्याने टांगलेला लांडगा चिट्या वाघ झाला. मेंढरे गुंतवून लक्षीने कवाड उघडले. जात्यावरला लामणदिवा पेटला, चूल पेटली, वांग्याचे कोरड्यास गाडग्यात रटरटू लागले! देवळासमोरच्या पटांगणात पोरे सूरपाट्या खेळत होती. म्हातारी वडारे पिंका टाकीत थापा मारीत होती. उमेदवार गड्यांनी हलगीच्या कडकडाटात लेझमीसाठी रिंगण धरले होते.

पाय दुमडून बसलेला ह-या लिंबावरच्या लांडग्याकडे बघत होता. 'पाच-पाचशे मेंढरांच्या खांडांची दाणादाण उडवणारा, कोवळी मेंढरं दाढंखाली रगडणारा बहाद्दर आज लिंबाला उलटा टांगलाय! कावळे-चिमण्या त्याच्या अंगावर बिनघोर उड्या मारत आहेत. असंच आपल्या लक्षीचंही झालं आहे.' असे विचार त्याच्या मनात येत होते की काय न कळे. डोळे मिटून तो संथपणे बसून राहिला.

कुणाच्यातरी उचकीने आणि पायरवाने त्याने डोळे उघडून पाहिले. अंगावर चिंध्या लोंबत असलेला काळ्या सावलीबरोबर झोकांड्या खात झोपडीत शिरला.

हे रोजचेच आहे या समजुतीने कान फडफडून ह-याने पुन्हा डोळे मिटले!

"आज दिवसभर कुठं गेली होतीस?" लालबुंद डोळे अर्धवट उघडून झिंगलेला काळ्या बोबड्या शब्दांत ओरडला.

"गेली होती मसणात." वैतागलेल्या लक्षीने पितळीत भाकरी ठेवीत उत्तर दिले.

"मी आता नगुसा झालुया गं तुला. पाटला-देशमुखाची पोरं बघितलीस न्हवं?"

ह-याची गुंगी साफ उडाली. अंग झाडून तो उभा राहिला आणि लामणदिव्याच्या मंद प्रकाशात काळासारख्या दिसणाऱ्या काळ्याकडे रोखून पाहू लागला.

"जात वडराची आणि आक्कड मालगुजराची! काय ढंग करतीया! काय रंग करतीया! ढालंवाडीच्या तमाशात चांगली सोबसील!"

लक्षीने धुसफुसत पितळी आन् पाण्याचा लोटा पुढे ठेवला. कुडत्याच्या बाह्या सावरून बडबडत, शिव्या देत काळ्या घोंगड्याच्या घडीवर बसला आणि भाकरीचा तुकडा न मोडताच शिवी हासडून उठला. लाथेच्या ठोकरीने त्याने पितळी उडवली. वांग्याचे कोरड्यास आणि बाजरीची भाकरी साऱ्या रानोमाळ झाली.

"हे कोरड्यास नगं मला. सागुती पायजे! काळ्या वडार म्हंजे काय बयत्याचा तराळ का नाईक तुकडं मोडायला! आताच्या आता जा अन् कुठंबी जाऊन सागुती आन. ऊठ!"

"कुठनं घालू तुझ्या मढ्यावर सागुती?" चिडलेली लक्षी ओरडली, "मिळालेला पैसा कलालाच्या घरात घालतुयास अन् ल्हासहून खात्येऱ्यात डुकरागत लोळतुयास. उघडीवाघडी हुते म्हणून तुजी सावली घेतली. तर तूच लागलास आगीत जाळाया. भंड पडलं तुज्या गुणाचं! मी म्हणून राहतीये तुज्यासंगं!"

उलट्या उत्तराने डिवचलेला काळ्या झपाट्याने पुढे झाला आणि त्याने सणाणून लक्षीच्या थोबाडात हाणली. तिरीमिरी येऊन लक्षी खाली कोसळली.

"कुनाला म्हागारी बोलतीस? टाकीन बरगड्या मोडून. जीव घीन तुझा!" हातवारे करीत तो मोठमोठ्याने ओरडू लागला, "सागुती न्हाई मग दारात कशाला ठेवलास ह्यो मेंढा? आता त्येंची मुंडी छाटतो. सागुती नाही कशी?"

आणि खरेच कोपऱ्यातली कुऱ्हाड घेऊन ती पाजळीत तो बाहेर येऊ लागला.

"थांब, चांडाळा." काळ्याच्या अंगावर धावून जाऊन लक्ष्मी ओरडली, "तोंडचा घास काढून पोटच्या लेकरागत त्याला वाढवला त्यो तुज्या तलपंला यावा म्हणून काय रं?"

आणि त्याच्या हातातली कुऱ्हाड काढून घेऊन तिने ती बाहेर भिरकावली.

काळ्याचा पारा भलताच भडकला. दात-ओठ चावत त्याने एक अस्सल शिवी हासडली आणि लक्ष्मीच्या हनुवटीवर ठोसे लगावले.

"मेले, मेले गंऽ आई!" अशी किंकाळी फोडीत लक्ष्मी गाडग्याच्या उतरंडीवर कोसळली. सारी गाडगीमडकी धडाधड ढासळली. मुठी-दोन मुठी ठेवलेले धान्य, तिखटमीठ साऱ्या घरभर उधळले.

"माजलीया. मला बोलतीया. माझ्या अंगासंग झटतीया. घेतो जीव तुजा." काळ्याने मणाची सुतकी उचलली.

– आणि इतका वेळ हा प्रकार बघत असलेला हऱ्या एकदम उसळला. हिसक्यासरशी त्याने दावे तोडले. मुंडी खाली घालून तो त्वेषाने चालून गेला आणि काळ्याच्या गुडघ्यावर आपल्या कणखर शिंगात असेल-नसेल तेवढे बळ एकवटून त्याने धडक मारली. नारळ फुटताना व्हावा तसा आवाज झाला. आत्यंतिक वेदनेने ओरडत काळ्या खाली कोसळला.

पुन्हा सरासरा हऱ्या मागे सरला आणि धावत येऊन त्याने पुन्हा कळवळत पडलेल्या काळ्याच्या डोक्याला मागल्या बाजूने धडक मारली.

कृष्ण-अष्टमीला दह्यांडी फुटावी तसे काळ्याचे टाळके फुटले आणि हऱ्याचे मस्तक शेंदूर फासल्यागत लालभडक झाले!

जिता लांडगा पकडल्याली लक्ष्मी आणि माणसाला ठार मारणारा हऱ्या हल्ली सुखाने नांदत आहेत वडरवाडीच्या वस्तीत. जनावरांच्या जत्रा भरल्या आजूबाजूला, तर जाहिरातीवर जाड अक्षरांत छापलेले असते :

'वडरवाडीच्या खुनी मेंढ्याची टक्कर बघण्यास चुकू नका.'

■

लेंगरवाडीत मांगवाड्याच्या अगदी कडेला लागून ते खोपट आहे. गेल्या सालच्या हस्ताच्या पावसात त्याची ओबडधोबड पाठभिंत ढासळून भले मोठे खिंडार पडले आहे. त्यातून आतले मोकळे कोनाडे, खुंट्या, उखणलेल्या भिंती दिसतात. सरपणाची वाण पडली म्हणजे शेजारीपाजारी एखादा वासा हलक्या हाताने काढून घेऊन चुलीला लावतात. त्यामुळे वरचे काडाचे छप्परसुद्धा जागजागी विसकटले आहे. काढून नेलेल्या आधाराजागी लहान-मोठे भोसके पडले आहेत. पावसाळ्यात भिंतीवर हिरवेगार गवत तरारले म्हणजे मांगवाड्यातली शेरडेकरडे मुंड्या वाकड्या करून ढासळलेल्या दगडावरून उड्या मारीत भिंतीवर चढतात आणि त्या गवताचा 'मुडापा' करतात. थंडीगारव्याला कुंभाराची गाढवे आत जाऊन निवारा घेतात. मोसम आला म्हणजे उपऱ्या कुत्र्या त्या खोपटाच्या आडोश्याला आपल्या बेवारशी छबड्यांना जन्म देतात. हे सारे बघितले की, माहीतगाराचे आतडे तुटते; वाटते, कसले जवान गडी! पण....

– दोन-तीनच वर्षे झाली असतील!

लेंगरवाडीचा मांगवाडा झोपेच्या पांघरुणाखाली गडद झोपला होता. अवतीभोवती काळाकभिन्न अंधार दाटला होता. थंडीचा कडाका पडला होता. तरीही राव्या आणि भाव्या आपल्या खोपटापुढे अंगावर घोंगडी घेऊन शेकाटा घेत बसले होते. हातापायाचे तळवे शेकता शेकता भावाभावांची भाषा चालली होती :

"मग गावकीच करत बसनार का तू मरंपातूर?"

"कसं का म्हनंनास, पण माजं मन आता फिरून त्या जाळात पडाय नको म्हनतय. बहुत झालं आजपातूर. खून झालं, मारामाऱ्या झाल्या, चोरी झाली, वाटमारी झाली. हाडं चिंबंपातून शिपायांचा मार झाला. दहा-दहा, वीस-वीस वर्षं जेल भोगला. आता उतारवय झाल. निवांत बसून खावं आता!"

पडकं खोपटं

/११/

"आलाय शास्तर सांगाय! अरं, वान्याबामनावानी बसून खायाला आलास व्हय मांगाच्या पोटाला? आन् कुटं शिनलास इतका दरवडं मारून? गाजरं-वांगी चोरनारा चोर तू भुरटा! तुला काय कळावी त्यातली चव? आन् तू मोप नेकीसचोटीनं वागलास, तर कोन पाटील म्हणून रामराम घालंल तुला? मांगच म्हनत्याल नव्हं?"

पिवळसर लालसर प्रकाशाने उजळलेल्या भाव्याच्या निबर तोंडावर उपहास आला आणि गेला. शेजारची चार चिपाडे जाळात टाकून तो पुढे म्हणाला, "असं घुमं याड नगं! बोल काय ते. तू बस निवांत गावकीची उसाभर करत, वाकाच्या बटा वळत आन् केरसुनीचं फडं आवळत. पन त्या पोराला नगं ढकलूस त्यात!"

"ते का? तयारी धरलीये त्येनं. समद्या जिल्ह्यात वाढ पैलवान करतो की त्याला!"

"का करायचं निसत्या पैलवानकीला? माज्या हाताखाली दे. खारीक-खोबऱ्याची पोती आन् दुधाच्या चरव्या करू दे रिकाम्या. चांगला पाठीत धा भालं घेऊन रानडुकरागत पळंल असा जवान करतो आन माजं कसब देतो माहिती करून. चुलत्याचं कसब घेऊन नाव राखलं पायजे पोरानं. माजं ऐक. मी नशिबानं खोटा. पोरगा न्हाई मला. तुजा दे. अरं, मांगाचं जिनं जगू दे त्याला! खंडोबाचा उदो गाजवून कुटंबी एकांदा हात मारील उडता, तर खांदाडीभर सोन्याचं डाग आणील. का चव हाय या गावकीत?"

राव्यानं खाली घातलेली मुंडी वर केली नाही.

तोंडावर येणारा धूर चुकविण्यासाठी मान वळवून भाव्या बोलला, "गप्प का बसलास महिंदावानी? का तुज्या मनात डचमाळतंय ते सांग!"

"काय बोलायचं? तुज्याम्होरं कोन बोलन्यात टिकनार? सुटून आलास त्याला दोन महिनं झालं न्हाईत, तवर ही भाषा. हे ढवाळं का? खा की चार घास सुखानं म्हातारपनी. मस्त झालं आजपातूर. वडीलकी इसरून तुज्यामागोमाग आलो. तू सांगशील तसा वागलो!"

"का आक्रित केलंस त्यात? वडील भाऊ म्हनून आनलं ते घबाड तुज्या हवाली केलं. न्हाई-न्हाई म्हनलं, तरी दोन-चार डालपाट्या, टिका, डोरली, वाक्या, साज तुज्या हवाली केलं असतील. त्येचं काय केलंस म्हणून कंदी इच्चारलय तुला? म्हसवडच्या डाक्यात तू फसगतीनं घावलास आन् मी पळालो. मागनं माझ्या कानावर आलं की, शिपायी राव्याला भयांकार मारत्याती, पायाच्या बोटात इस्तू धराय लावत्याती, तवा काळीज इरगारळं माजं. तुजा मार वाचवन्यापायी रातुरात हजर झालो फौजदाराम्होरं. समदं झालं त्येचा धनी मी.

राव्याकडं गुन्हा न्हाई, अशी कबुली दिली. पाच वर्सावर आनला तुला आन् मी अकरा वर्सांनी आलोय मागारी!''

''अरं व्हय. मी कुटं न्हाई म्हनतोय? म्हनूनच बस आता नित्रास आन् खा सुकानं!''

''बहिरी ससान्याला पिंजऱ्यात घालून खा भिजली डाळ आन् डाळिंबाचं दानं म्हनायचं म्हंजे काय! वाघाला कुंद्याच्या पडकात टाकायचं गुतवून आन् म्हनायचं खा हिरवं गवात!''

''ए गड्या, बोलन्यानं बोलनं वाढतं. पड आता. निमी रात झाली. माजं डोळं लागल्यात पेंगाया!''

अंगावरले घोंगडे सावरून राव्याने जांभई दिली.

राखेचा ढीग चिपाडाने फिस्कारून आत दडलेल्या आर वर काढीत भाव्या म्हणाला, ''बग, मी हिताचंच सांगतुया. पोराचा इच्यार घे. तूबी इच्यार कर. नाव राहिलं पायजे मागं. झेंडा लागला पायजे समद्या जिल्ह्यात की, दरवडं मारावं, तर मार्तंडा मांगानं. भाव्याच्या हातावर हात मारला पोरानं!''

आणि मग त्यानेही डोळे मिटून जांभई दिली.

राव्या उठला आणि खोपटात जाऊन पडला. भाव्याही 'इट्टला पांडुरंगा' म्हणून तिथेच आराच्या धगीला, खालीवर घोंगडे घेऊन मुरगाळला. शेकाट्याने अंगात आलेली ऊब निवायच्या आतच त्या दोघांना गडद झोपा लागल्या.

राव्या आणि भाव्याच्या कर्तुकीची बातमी साताऱ्यातील कानाकोपऱ्यात पोहोचली. ऐन जवानीत या दोघांनी असा धुमाकूळ, असा हमामा घातला की, जिल्ह्यातल्या सावकारांच्या झोपा कायमच्या उडाल्या आणि फौजदार-जमादारांना आठ-आठ महिने बायकापोरांची तोंडे बघायला सवड सापडली नाही. राव्या-भाव्याच्या मागावर जंगले हुसकत आणि डोंगर वेंघत फिरता-फिरता शिपाई मेटाकुटी आले. आज अमुक ठिकाणी दहा हजारांवर हात मारून राव्या-भाव्या पळाले, तर उद्या तपासाला आलेल्या अमुक फौजदाराच्या घोड्याचे कान कापून घेऊन राव्या-भाव्या नाहीसे झाले. आज 'सुकाचारीच्या डोंगरा'त, तर उद्या 'सुर्लीच्या घाटा'त वाऱ्याच्या चपळाईने, वाघाच्या छातीने राव्या-भाव्याचा संचार सातारा जिल्ह्यात चालू होता. त्यांच्या टोळीत किती जवान होते याचा कुणाला अंदाज नव्हता. त्यांचा ठावठिकाणा किती ठिकाणी होता, याचा कुणाला पत्ता नव्हता; पण साऱ्यांचे राव्या-भाव्याच्या धाडसाबद्दल मात्र एकमत होते. ''गुलाम छातीचे खरे! एवढे अंमलदार जंजर तोडतायत, पण हाती लागायचं नाव नाही! अहो, चक्क दिवसाउजेडी हलग्या वाजवत येतात गावात आणि घालतो म्हणून

घालतात डाका!'' असे कौतुकाचेच शब्द कुठेही ऐकू येत! भाव्या मांग मण सव्वा मण वाळूचे पोते पाठीशी टाकून या गावचे त्या गावाला नेईल अशा ताकदीचा गडी! हा म्होरक्या होता. आणि त्याचाच थोरला भाऊ राव्या हा टोळीचा कारभारी. सारी मिळेल ती चीजवस्तू भाव्या हरघडी त्याच्या स्वाधीन करी. ती टोळीतील इतर लोकांना शिस्तवार वाटून द्यायचे काम त्याच्याकडेच. या दोघा भावाभावांखेरीज तिसरा मांग त्या टोळीत नव्हता. कारण भाव्याचे धोरणच तसे होते. तो म्हणे, मांगाची जात उलटी, दगलबाज. आम्ही दोघे एका रक्ताचे म्हणून वागू नीट, पण तिसरा मांग टोळीत आला की, तो दगा दिल्याखेरीज राहणार नाही. म्हणून त्याने बेरड, कैकाडी यांचा भरणा टोळीत केला होता. या दोघा भावाभावातही थोरला राव्या हाडापेराने थोराड, पण उगीच मिलमिश्या स्वभावाचा होता. तो हाडाने दरवडेखोर नव्हताच. भावाच्या मागोमाग राहूनच त्याचे नाव पुढे आले होते आणि राव्या आणि भाव्या ही जोडी प्रसिद्ध झाली, पण थोरल्या भावाचा मानमरातब भाव्याने हरघडी राखला. कधी 'अरंतुरं' केलं नाही. हिडिसफिडिस केलं नाही. टोळीतल्या एखाद्याने उलटा जबाब दिला, तर भाव्या जातीने त्याचे पारिपत्य करी. त्यामुळे टोळीतही राव्याचा चांगला दबदबा होता.

वयाच्या तिशी-चाळिशीपर्यंत त्यांचा हा उद्योग चालला होता. त्यात ते सापडले, सुटले. कधी शिक्षा भोगून सुटले, तर कधी पळून आले. मामुली वर्षा-दोन वर्षांची शिक्षा झाली, तर ती भोगून सुटायचे. लांब मुदतीची झाली, तर हर प्रयत्नाने पळून यायचे. हा त्यांचा शिरस्ता. प्राण गेला तरी बेहत्तर, पण मुद्देमाल दाखवायचा नाही आणि साक्षीदारांची नावे सांगायची नाहीत, हा त्यांचा निर्धार! त्यामुळे त्यांना धरून गुन्हा शाबीत करणेही पोलिसांना जिकिरीचे जाई.

अखेर एकदा राव्या सापडला आणि पोलिसांनी त्याला जनावरासारखा बडवला. तेव्हा भाव्या हजर झाला. त्याने काही कबुलीजबाब दिले, मुद्देमाल दाखवला. कोर्टकचेरी, जाबजबान्या झाल्या आणि भाव्याला चौदा वर्षांची आणि राव्याला पाच वर्षांची सजा झाली. सावकारांचे जीव भांड्यात पडले. फौजदार-जमादारांना हल्लक वाटले. आणि शिपायांना 'मेटं' मोडायला सवड सापडली! राव्या-भाव्याच्या मागोमाग टोळीचा इस्कुट झाला. जिकडेतिकडे सामसूम झाली.

पाच साले सरली.

तुरुंगातली भाकरी बांधून घेऊन राव्या बाहेर पडला आणि लेंगरवाडीत आला. त्याच्या मागारी त्याची अस्तुरी देवाघरी गेली होती आणि आठ-नऊ

वर्षांचा एकुलता एक पोरगा मार्तंडा गावच्या तुकड्यावर जगत होता. राव्याने त्याला छातीशी घेतला आणि डोळ्यात पाणी आणून कोवळ्या पोराला असे वनवासी केल्याबद्दल स्वत:च्या मनाला बोल लावून घेतला. आता पुन्हा त्या फंदात पडायचे नाही; शहाजोगपणाने गावकी सांभाळून राहायचे; पोराला समद्या जिल्ह्यात वाढ असा पैलवान करायचा; दहा फडात गाजला म्हणजे एखादी पोरगी बघून गुंतवायचा; नातू मांडीवर खेळला म्हणजे डोळ्याचे पांग फिटले; – असे मनोमन ठरवून तो कामाला लागला. पडझड झालेले खोपट ठाकठीक केले. जागोजाग उसकटलेले जुने, कुजलेले काडाचे छप्पर उलगडून नवीन घातले. आतून-बाहेरून उखणलेल्या भिंती लिंपून, शाडूने सारवून पांढऱ्याफेक केल्या. केकताड, अंबाडी यांचा वाक बहुत मेहनतीने तयार करून ठेवला. कुठे डोंगरमाळावर खुणेने पुरलेल्या डागातून कामापुरते काढून आणले. भरल्या कासेची एक दुभती गाय घेतली. पोरगा दूध पिऊन तालीम करू लागला. राव्या भरण्याच्या शेतकऱ्यांना नाडा, सोंदूर, दावी इत्यादी साहित्य बारकाव्याने नजर देऊन, मेहनतीने मजबूत तयार करून पुरवू लागला. चार जणांसारखा उजळ माथ्याने मांगवाड्यात राहू लागला. चौसोपी वाडा आणि आठ दहा बैले करायची हिंमत त्याच्यापाशी होती, पण सारा चोरीचा मामला! म्हणून गावकीचे ढोंग त्याने चालू ठेवले. त्याचा हा चांगुलपणा पाहून गावकरी म्हणू लागले, "बेस झालं राव्या, असं भंजून खाल्लंस, तर कोन तुला बोल लावंल? शेवटाला आपला धंदाच खरा!"

सहा साले सरली.
तीन वर्षांची सूट मिळून भाव्या सुटला आणि आपल्या घरी परत आला. मांगवाड्यात आणि लेंगरवाडीत केवढातरी फरक झाला होता! झुडपांची झाडे झाली होती. पोरांचे बापई झाले होते. बापयांचे म्हातारे झाले होते आणि म्हाताऱ्यांची माती झाली होती. केवढा तरी बदल! राव्याचे केस पांढरे दिसू लागले होते आणि पोर मार्तंडा तरणाबांड गडी झाला होता. सगळे आनंदाने एकमेकांना भेटले. अकरा वर्षांत भावाभावांची भेट नव्हती.
राव्या म्हणाला, "बेस झालं भाव्या! दोघाला तिघं झालो. माझ्या मार्तंडाला आधार आला!"
आजपर्यंतच्या धकाधकीच्या मामल्यात लगीन करायला भाव्याला सवडच सापडली नव्हती. नाही म्हणायला तसे दोन-तीन ठिकाणी त्याचे लागेबांधे होते. तशा धामधुमीतही एडका मदन त्याला रेटत-रेटत तिथे नेई; पण बायकापोरे, घरदार याची सर त्यात कुठली? अखेर भाव्या सडाफटिंगच होता. जे मिळवले

ते सगळे त्याने थोरल्या भावाच्या स्वाधीन केले होते, त्यामुळे गाठीला एक तांबडा पैसाही नव्हता. 'एवढे सगळे करून अखेर काय? ना बायको, ना पोर! घर ना दार! मेलो तर मागे कोणी नाही. एखादा पोरगा असता, तर त्याला आपले सारे कसब सांगून, शिकवून तयार केला असता. त्याने पुढे नाव चालवले असते. आता कोण चालवणार?' सारा जन्म दरवडे मारण्यात गेल्यामुळे निवांत गावात राहून गावकी करायलाही मन राजी होईना. सुटून आल्यापासून भाव्याच्या मनात असले विचार येऊ लागले. 'राव्याने जर मार्तंडाला आपल्या ताब्यात दिला, तर त्यालासुद्धा तयार करता येईल. तो तयार झाला म्हणजे चार पोरे जमा करून पुन्हा घालील हमामा. सारे रान सोडील दणाणून. माझे नाव राखील मागे. पण राव्याला ही गोष्ट कशी रुचावी? तो तयार होईल का? त्याच्यापाशी बोलावे का?'

आणि अखेर मनातली ही मळमळ शेकाटा घेता-घेता त्याने राव्यापाशी बोलून टाकली.

भाव्याने फारच भुणभुण लावली, तेव्हा राव्याने एके दिवशी पोराला सांगून टाकले, ''पोरा, तुजा चुलता काय सांगल ते ऐक. त्याचं मन मोडू नको.''

भाव्याचे काळीज सुपाएवढे झाले! तालुक्याच्या गावी जाऊन त्याने खांदाडीभर खारीक-खोबरे आणले आणि त्याचा खुराक मार्तंडाला चालू केला. मार्तंडा सांजसकाळ लंगोटा कसून पारव्यागत घुमू लागला. जोर बैठका मारून घामाने अंगाखालची जमीन पाणी ओतल्यागत भिजवू लागला. हळूहळू त्याच्या दंडाच्या बेडक्या फुगल्या, मांडीचे पट फिरले आणि खांद्यावर मांदे चढले. गडी मस्त, बेफाम झाला. कोसळती भिंत सावरून धरण्याइतपत रग त्याच्या अंगात आली. रात्री-अपरात्री त्याला घेऊन भाव्या बाहेर पडू लागला. आपले कसब शिकवू लागला.

पण मार्तंडाची तालीम आणि राव्या-भाव्याची एकजूट पाहून काही मांग मनात जळू लागले. शिवाय कसेही करून राव्या-भाव्याला पुन्हा एक न होऊ देण्यासाठी पोलीसखाते जागरूक होतेच. त्यांनी काही मांगांना मलिदा चारून मुद्दाम या कामगिरीवर ठेवले होते. त्यांच्या कारवाया चालू झाल्या. एकाएकाला वेगवेगळे गाठून त्यांनी त्यांच्या मनात वाईट-वाईट भरविण्याचा धोशा चालवला; आणि एके दिवशी या तिघांचीही डोकी फिरली. बुद्धी चळली.

राव्याला वाटू लागले, 'भाव्याच्या मनात काळेबेरे आहे. मार्तंडाला माझ्याएकी खोटेनाटे सांगून, त्याच्या बालबुद्धीला भूल पाडून तो माझ्यापासून वेगळा करणार. आजपर्यंत त्याची सारी कमाई मी गिळली आहे. त्याचा डाव त्याच्या

मनात आहे. एके दिवशी तो माझे तुकडे करणार!'

भाव्याला वाटू लागले, 'हे सापाचे पिल्लू आपण दूध पाजून वाढवतो. बापाच्या सांगण्याने हे पोरगे एके दिवशी माझ्यावरच बिथरणार आणि माझा निकाल लावणार. नाही-नाही म्हणाले, तरी राव्याच्या गाठीला दहा-पाच हजारांची माया असेल. ती तो सुखासुखी का देईल?'

मार्तंडाला वाटू लागले, 'उगीच भावाच्या पोराला कोण एवढी माया लावंल? भाव्याच्या मनात डाव आहे. मला आणि बाबाला कुठेतरी गुन्ह्यात अडकवून तो एकला सगळे घशात घालणार आहे. पण एखाद्या दिवशी या मार्तंडाच्या हातानेच त्याचा मुडदा पडेल!'

तिघेही नमून वागू लागले. भाव्याबद्दल राव्या आणि मार्तंडाच्या मनात आणि मार्तंडाबद्दल भाव्याच्या मनात अंदेशा येऊ लागला. बोलण्यात डाव येऊ लागले. नजरेत खुनशीपणा दिसू लागला. तिघेही पेटू लागले. त्यात विघ्नसंतोषी इंधन टाकीत होतेच!

राव्याने एके दिवशी मार्तंडाला सांगून टाकले, "पोरा, सांभाळ. तुज्या चुलत्याच्या पोटात मळ हाय. त्याचा वस खुटला. माजा वाढीला लागलेला त्याच्या डोळ्यांना बघवेना. जपून वाग. एखाद्या वेळी दगाफटका करायला तो कमी करणार न्हाई. काळीज न्हाई त्याला!"

बापाचे हे बोल ऐकताच मार्तंडाची पैरण गच् झाली. मुठी आवळल्या.

"मला ठावं हाय, पण तू कायबी घोर करू नगंस. हाकडंतकडं कराय लागला, तर कच्चा खाईन त्येला!"

भावाभावात भाषा होईनाशी झाली. एक दिवसाआड बाचाबाची, शिवीगाळ होऊ लागली. भाव्या वडिलार्जित खोपटातून निघून वेगळा राहू लागला. दिवसेंदिवस हे भांडण भलतेच पेटू लागले. रोज डोसकी फुटायची वेळ येऊ लागली. मांगवाड्यात रोज उपदर होऊ लागला. तेव्हा काही जणांनी ही तक्रार गावातल्या पंचापुढे घातली.

"हे रोज भांडत्यात, मारहान करत्यात. एकांदिशी वर्मी टोला लागून एक जन मेला, तर समद्या मांगवाड्यात अंमलदारांचा तरास सोसावा लागेल. ह्यांच्यापायी आजपातूर कैक जन हाकनाक मार खावून आल्याती कचेरीतनं. ह्यो तरास आमच्याभोवती नगं. नगरीनं न्याव करावा!"

पंचांची खात्री होती की, हे भांडण मिटणारे नव्हते, पण मांगांच्या समजुतीखातर त्यांनी त्या दोघांनाही सकाळच्या प्रहरी बोलावून घेतले. गावातले पंच, काही

वजनदार मंडळी चावडीत बसली. राव्या आणि भाव्या दोघेही आले आणि चावडीच्या जोत्यावर एका टोकाला एक आणि दुसऱ्या टोकाला एक असे घुम्यासारखे बसले. राव्याने येताना मूठभर वाक आणला होता. त्यातल्या दोन बटा काढून, बोटाने फिस्कारून त्याने त्या उघड्या मांडीवर ठेवल्या.

पंचापैकी एकाने हटकले, ''काय रे, काय तक्रार आहे तुमची? भाव्या, सांग काय असेल ते. लेको, रोज उठून कळवंडता का कैकाड्यासारखे?''

राव्याने आपला रुंद पंजा पसरून तळव्यावर थुंक टाकली आणि मांडीवर बटांना घसरा मारला.

''माझी कसली तक्रार? आज ह्योच गावकी खातोय. अकरा वर्सांनी मी सुटून आलोय. आत्ता मला करू दे म्हनलं, तर न्हाई म्हनतोय. आजपातूर मिळवलं ते मी त्येच्या हवाली केलंय. त्यातला तांबडा पैसा मला दिला न्हाई. मी मागाय लागलो, तर दोघं बाप-लेक तर्रऽबतर्र हून माज्या अंगावर धावत्यात!''

पंचाने राव्याकडे पाहून म्हटले, ''काय रे, भाव्या म्हणतो ते खरं का?''

राव्याने बटांना मारलेला घसरा उलटा घेतला. चार बोटे तयार झालेल्या चरीची मजबुती बोटांनी चाचपून अजमावीत तो बोलला, ''का खरं हाय? तोंडाला आलं ते बोलला. सुटून आल्यापासनं गावकी करू आन् दोघं गुण्यागोविंदानं नांदू म्हनून मी मिनत्या केल्या. पर त्येला काय पसंत पडत न्हाई. तुज्या पोरानं मी सांगल तसं वागलं पायजे असा हाट धरून बसलाय आन् इळतीनदा कायतरी खुसपाट काढून भांडतोय. आजपातूर त्येनं दिलं ते सरलं खाऊन. आता त्येला काय देऊ?''

राव्या आपली कैफियत अशी मांडत होता. गावकरी, पंच ऐकत होते. एवढ्यात भाव्या एकाएकी उडी मारून बाजूला झाला आणि उभा राहून ओरडला, ''बघा हो मंडळी!''

मंडळी पाहू लागली.

मार्तंडा चावडीकडे येत होता. त्याने दोन्ही हातांची घडी छातीवर घातली होती. त्याच्याकडे हात करून भाव्या पुढे बोलला, ''माज्या बोलण्यातला खरं-खोटंपना आताच बघा. या पोराची झडती घ्या. त्याला हात खाली कराय लावा!''

भाव्याच्या या एकाकी ओरडण्याने सारे आश्चर्यचकित झाले. असे आहे तरी काय?

एकाने मार्तंडाला दाटला, ''मार्तंडा, हात काढून दाव बघू.''

मार्तंडाने दोन्ही हात काखेतून काढले, तेव्हा त्यात दोन भले मोठ्ठे धोंडे पाहून पंचांचे डोळे विस्फारले!

"अरं गाढवा! हे रं कशाला?"

"बघा!" भाव्या म्हणाला, "माज्या टकुऱ्याच्या चिंध्या करन्यापायी हातात धोंडं घेऊन चावडीवर यायला ह्यो दबकला न्हाई. बेसावध असताना दगा देऊन ह्यो मला ठार मारनार व्हता. समद्या पांढरीनं बघितलंय!"

आपले हे गुपित लोकांना कळले याचे मार्तंडाला बिलकूल काही वाटले नाही. त्याने बुद्ध्याच दोन गरगरीत गुंडे काखेतून छपवून आणले होते. आपल्या बापाला वेडेवाकडे बोलणाऱ्या चुलत्याच्या डोसक्याच्या वेळेवर चिंध्या कराव्यात, या हिशेबाने तो हिरवट पोरगा धोंडे घेऊन चावडीवर आला होता!

त्याचा तो बेडरपणा पाहून क्षणभर भाव्यासुद्धा खूश झाला. त्याचा बेगुमान चेहरा, उभे राहण्याचा नोकझोक! 'वा: रे, रग! य:!' अभावितपणे तोंडून शब्द गेले, "मर्दावानी दिसतोस पोरा!"

"निसता दिसत न्हाई, करनी करत असतो."

"करशील, करशील. पन त्या बापाचा नाद सोडलास तर!"

"अरं जा, तू नगंस मला शिकवाय. कळलाय मला तुजा कावा. पन याद राख! मोप हत्तीवानी मोठा असलास, तरी एका घावात करीन आडवा."

"अरं जा, तीन मिरीच्या उतरंडीएवढा न्हाईस आन् घावाच्या भाषा लागलास काय बोलायला? एका घावात शेरडाला ढाळा पाडाय शिक पिपरिणीचा आन् मग ये माझ्याम्होरं!"

"तोंड आवर भाव्या!"

"असा सुक्का दम गुडग्याएवढ्या पोराला दे मार्तंडा! 'भाव्या' म्हनत्यात मला!"

लोक तटस्थ होते. मी-तू करता-करता दोघे वर्दळीवर आले. शिव्यांचा अन् वेडेविद्रे बोलण्याचा कळस झाला. तेव्हा पंच बिथरले.

हुडुत करून त्यांनी तिघांनाही पिटाळून लावले.

"जावा लेकांनो, मांगवाड्यात जाऊन एकमेकांची डोकी फोडा, उरावर बसा. इथं चावडीसमोर नको बैदा. तुमची भांडणं देवाला मिटायची नाहीत!"

तरी जाता-जाता भडकलेला मार्तंडा ओरडला, "बराय राया, आजपासनं आट दिसाच्या आतच तुजं मुंडकं न्हाई धडाएगळं केलं, तर मांगाच्या पोटचा न्हाई!"

हे ऐकून भाव्या केवळ जोराने जमिनीवर थुंकला!

चार लोकांदेखत मार्तंडाने हा पण केला आणि साऱ्या मांगवाड्यात खळबळ माजली. मार्तंडाचे बोलणे म्हणजे पोकळ गप्पा नव्हत्या आणि सुखासुखी

मार्तंडाच्या हाती सापडण्याएवढा भाव्याही कच्च्या गुरूचा चेला नव्हता. 'मी'-
'मी' म्हणविणाऱ्यांना त्याने आजपर्यंत बोटांवर खेळवले होते, तिथे ओठ पिळले
तर दूध निघेल अशा पोराची काय पत्रास! काही का असेना, पण या आठ
दिवसांत काहीतरी घडून येणार होते, हे नक्की! कोणी म्हणे, मार्तंडा भारी
ताकदीचा असला, तरी कोवळा पोर आहे. भाव्या त्याला बधणार नाही. कोणी
म्हणे, भाव्या मोप छातीचा असला, तरी 'झालेला' गडी. नव्या दमाच्या
मार्तंडापुढे त्याचा निभाव लागणार नाही. उलटपक्षी कोणी असेही म्हणत की,
अरे, रागाच्या तावात माणूस बोलून जातो. सांगूनसवरून एखाद्याचा जीव
घ्यायचा म्हणजे काय वेड आहे? आणि कितीही झाले, तरी चुलते-पुतणेच ते!
उद्या एक होतील. लोक काही का म्हणेनात, पण राव्या, भाव्या आणि मार्तंडा
पक्के जाणून होते की, आता हे भांडण कुणाचातरी मुडदा पडल्याशिवाय थांबत
नाही. अशात तीन-चार दिवस गेले आणि भाव्या एकाएकी कुठे परागंदा झाला!
पाच, सहा, सात दिवस झाले, तरी तो कुणाच्या नजरेला पडला नाही. तो
नाहीसा झाल्यापासून पायावरचे केस निघतील एवढ्या धारेची कुऱ्हाड खांद्यावर
टाकून मार्तंडा त्याच्या मागावर हिंडला, पण त्याला सावट आला नाही. आठवा
दिवस उजाडला, तरी मार्तंडचा पण पुरा झाला नाही; पण त्याचे त्याला काही
वाटले नाही. उलट तो ज्याला-त्याला सांगत हिंडू लागला, ''माझा पन
आपसूकच पुरा झाला. भाव्यानं तोंड दडवनं हेच मर्दाचं मरान!'' आणि त्या
दमातच तो दुपारपर्यंत हिंडला.

त्या दिवशी शेजारी सहा-सात मैलांवर असलेल्या विठापूरचा बाजार होता.
लोक बाजारासाठी जाऊ लागले तेव्हा मार्तंडा राव्याला म्हणाला, ''मीबी जाऊन
येतो बाजाराला. पैरनीला कापड बघतो.''
राव्याने क्षणभर विचार केला.
''जा खरं, पन कुऱ्हाड असू दे संगं.''
''हुं:! तुला भ्या पडलंय व्हय भाव्याचं? भाव्या पळाला बाइलीवानी. न
मारताच मेला ठार!''
''तसं नसतं पोरा. भाव्या हाय त्यो!''
मार्तंडाने कितीही बेफिकिरी दाखविली, तरी मनातून त्याला धाकधूक वाटत
होतीच. म्हणून त्यानेही बोलणे वाढविले नाही. कुऱ्हाडीचे पाते त्याने अंगरख्याच्या
खिशात बंदोबस्ताने ठेवले आणि काचेच्या तुकड्याने तासून गुळगुळीत केलेला
तांबडालाल बाभळीचा दांडा हातात घेतला. आणि धोतर काखेला मारून पायात
पायताण सरकावले. जरीच्या पटक्याचा समला सावरत तो बाहेर पडला.

जाता-जाता राव्याने पुन्हा त्याला बजावले, ''गाफील राहू नगं रे!''

सनाट्याने पाऊल उचलल्यामुळे मार्तंडा लगोलग बाजारात पोहोचला. बाजार चिक्कार भरला होता. माणसांची गवगव चालली होती. तेल, सौदा, भाजीपाला, दाणेदुणे घेणाऱ्या गिऱ्हाइकांचा तोबा उडून राहिला होता. बाजूला असलेल्या हॉटेलात तळल्या जाणाऱ्या शेवभज्यांचा खमंग वास दरवळत होता. नाना लोक, नाना बोलणी, नाना वस्तू. घाई, गडबड, गिल्ला; मारे गोंधळ चालला होता. पण मार्तंडाला इतर फापटपसाऱ्याकडे लक्ष द्यायचे कारण नव्हते. गर्दीतून वाट काढत तो कापड-दुकानापाशी गेला. बराच वेळ चौकशी केल्यानंतर पातळ मलमली कापड पसंत करून तो दुकानदाराला म्हणाला, ''फाड तीन वार.''

दुकानदाराने गज घातले. तीन वार झाल्यावर त्या ठिकाणी कातरीने थोडासा कातरा मारला आणि मग हाताने तो तुकडा टाकरन फाडून वेगळा केला. त्याची घडी घालून ती आपटत तो मार्तंडाला घाईने म्हणाला, ''हं, काढा पैसे पैलवान!''

मार्तंडाने पैरणीचे टोक वर करून आतल्या छाटणीच्या खिशातून पिशवी काढली आणि बोटाने तिच्यातून पैसे काढून त्याच्या हातावर ठेवून तो उठला. नजीकच शिलाईची यंत्रे होती तिथे जाऊन मार्तंडाने माप दिले. अडीच-तीन घंट्यात पैरण शिवून तयार होणार होती. तोपर्यंत तो बाजारात इकडेतिकडे हिंडला. गारुड्याचा खेळ बघत घटकाभर, मणेऱ्याच्या दुकानासमोर त्याने मांडलेल्या नाना वस्तू न्याहाळीत घटकाभर असे करता-करता वेळ गेला. शिवलेली पैरण धोतरात गुंडाळून, ती काखेत मारून तो लेंगरवाडीच्या वाटेला लागला तेव्हा पार दिवस मावळून कडुसे पडले होते; पण हाकेच्या अंतरावर असलेल्या गावात आपण आता पोहोचू या हिशेबाने मार्तंडाने पायसुद्धा उचलून टाकला नाही. डुलत-झुलत तो चालला होता.

लेंगरवाडीला जाणारी पाऊलवाट सापागत वळसे मारीत मागे पडत होती. हळूहळू आजूबाजूची झाडेझुडपे काळीभोर झाली. काळ्या अंधाराचे दाट थर चढू लागले. बाभळी-शेर-ताटीतून किडे किचकिचू लागले. बाजाराला आलेले इतर बाजारकरू केव्हाच परतले होते. वाटेत कोणी चिटपाखरूसुद्धा भेटत नव्हते.

मार्तंडाच्या मनातली पाल चुकचुकू लागली.

'भाव्याला डिवचलाय आपण. तो परागंदा झाला तो भीतीनेच कशावरून? यात त्याचा काही डाव तर नसेल? तो भ्याला असं कसं म्हणावं? गावात परागंदा व्हायची हूल उठवून, नजर ठेवून, मला निसमाळ्या गाठायचा तर त्याचा विचार नसेल? तो अनमानधपक्या आत्ता इथेच आला तर?'

त्याने आजूबाजूला पाहिले. फिकट-फिकट झाडांच्या आकृती. लांबच लांब

पसरलेले काळे रान; शांत, भयाण.

'चिटपाखरू नाही अवतीभोवती. एकटेच आपण वाट चालतोय. तीन-चार मैल आलोच. आत्ता एवढ्यात भाकरओढा येईल. मग मुलाणकीचे रान, खवणीचे लवण, म्हातारा वड आणि मग गावच. बाबा घरी वाट बघत असेल. रात केली ते चुकलेच. एखाद्या वेळी दगाफटका व्हायचा अचानक. वेळ काही सांगून येत नाही. ओरडले, तर धावून यायलाही कोणी नाही.'

आणि हे विचार येताच मार्तंडाला स्वत:ची शरम वाटली. मुंडी झटकून त्याने हे कमकुवत विचार डोक्यातून पार पिकात शिरलेल्या जनावरागत हुसकून लावले.

'चल, येऊ दे भाव्या, न्हाईतर भाव्याचा बाप! कसाही आणि कुठंही आला, तरी जित्ता न्हाई जायाचा मागारी!' असे मनोमन उद्‌गार काढून त्याने खिशातली कुऱ्हाड काढली आणि दांड्याचा तुंबा खाली करून वरच्या निमुळत्या टोकाकडून आत सरकवली. गच बसण्यासाठी एक-दोन वेळा खाली आपटून त्याने ती रुबाबदारपणे खांद्यावर टाकली आणि बहुत धिमेपणाने पाऊल उचलले. भाकरओढा आला. पाण्याची खळखळ आणि बेडकांची टवटव कानावर आली. काठावरले करंज चिंचेचे गचपान डोळ्यांना जाणवले. काठाची उतर संपली. ओढ्यातला गारवा अंगाला झोंबला. पायाखाली वाळू कुरकुरू लागली.

'काय बेडकं ओरडतात! नाहीतरी भाकरओढ्याचं पात्र भलतच रुंद आणि आता रात्रीच्या या शांततेत तर अधिक रुंद झालंय. ओढा कसला, नदीच ही!'

एवढ्यात एकाएकी एक सणसणून शीळ उठली. मार्तंडाचे काळीज टुणकन उडी मारून खाली बसले. 'कुठून आली? का आली?'

मार्तंडाने मनाशीच विचारलेल्या या प्रश्नाबरोबर चार-सहा जवानांचा वेढा त्याच्याभोवती पडला!

"मार्तंडा!" धारदार आणि ओळखीचा आवाज उठला. "आठ दिस झालं. चल आटप. हाण घाव!"

मार्तंडाची हनुवटी गळ्यात रुतली. नाकपुड्या फुगल्या. डोळे बारीक झाले.

"अरं व्हय, भेतो काय?"

आणि खालचा ओठ दाताखाली गच आवळून त्याने समोर उभ्या राहिलेल्या भाव्यावर कुऱ्हाडीची घावटी टाकली!

पण भाव्याच्या लोखंडी पंजाने ती अधांतरीच ठेचली. कुऱ्हाडीचा दांडा गच धरून तो बोलला, "इतकं सोपं न्हाई ते पोरा. गेन्या, हाण!"

आणि त्याबरोबर कचाकच कुऱ्हाडीचे घाव बसले. एक-दोन किंकाळ्या आजूबाजूच्या झाडाझुडपांना थरथरवीत आरपार निघून गेल्या. गरम रक्ताच्या

चिंळकांड्या उडाल्या. आणि मग सारे सामसूम. गप्पगार! बेडकांची टवटव, पाण्याची खळखळ.

सकाळी डोंगराच्या कुशीतून दिवसाचा देव आला आणि पाहू लागला, तेव्हा भाकरओढ्यात रात्री काही विपरीत घडले असेल, अशी ओझरती शंकासुद्धा त्याला आली नाही. दोन दिवस उजाडले आणि मावळले.

राव्याचा जीव टांगून राहिला होता. बाजारला म्हणून गेलेला मार्तंडा अद्याप माघारी कसा आला नाही? शनिवारी रात्री अंधार पडला म्हणून राहिला असेल, उद्या भल्या पहाटे उठून येईल, अशी मनाची समजूत घालून तो झोपला; पण दुसरे दिवशी सकाळी मार्तंडा आला नाही, संध्याकाळीही नाही. आणखीही एक दिवस गेला. 'पोरगा कुठे परस्पर गावाला गेला म्हणावे काय? पण तसा न सांगता-सवरता जायाचा नाही. कुणा बाजारकरूपाशी सांगावा देऊन गेला असता.' सगळ्या गावात आणि मांगवाड्यात त्याने तलास केला, पण कुणापाशी मार्तंडाने काही सांगावा दिला नव्हता. भाव्याचाही अजून पत्ता नव्हता. 'त्याच्या मागावर पोर कुठे भडाडलं की काय?' नाना शंका, कुशंका. अशा चितागती स्थितीतच राव्या दिवस मावळून बराच वेळ झाल्यावर उठला. गाईला वैरण टाकून त्याने चार घास खाल्ले आणि दिव्यावर फुंक घालून तो आडवा झाला.

मध्यान रात्री राव्या एकाएकी जागा झाला. दचकून उठला. त्याची छाती धडकत होती आणि अंग घामाघूम झाले होते. डोळे विस्फारून त्याने इकडे-तिकडे पाहिले. काळाकभिन्न अंधार, भयाण शांतता.

अंगावरचे घोंगडे फेकून देऊन तो उठला आणि चाचपत-चाचपत कोपऱ्यात ठेवलेली कुऱ्हाड घेऊन बाहेर आला.

फिकट प्रकाश, किड्यांची किचकिच! दूर कुठे कुत्र्यांची भुकभुक!

त्याच्या निश्चयाने टाकलेल्या पावलांचा आवाज केवढातरी मोठ्ठा!

कुऱ्हाडीचा दांडा गच आवळून धरून तो भाव्याच्या खोपटापाशी आला. अंगणातच घोंगडे पांघरून मुरगाळून पडलेला भाव्या त्याला दिसला. त्याच्याकडे पाहत क्षणभर राव्या ताठ उभा राहिला आणि मग सटक्याने खाली वाकून त्याने घोंगड्याला बचकण मारली आणि ते ओढून बाजूला केले!

भाव्या खडबडून जागा झाला. दुमडून उशाशी घेतलेल्या हातावरून डोके किंचित वर उचलून, किलकिल्या डोळ्यांनी त्याने राव्याला न्याहाळला. आणि तिरसटून विचारले, "कोन हाय?"

"मार्तंडाचं भूत!" घोगऱ्या आवाजात राव्याने उत्तर दिले आणि पुन्हा खाली वाकून झटक्याने भाव्याला दंडाला धरून उभे केले.

दोघेही एकमेकांकडे रोखून पाहू लागले.

"खंडोबाची आण हाय तुला भाव्या. खरं सांग, माजा मार्तंडा कुठाय?"

भाव्याचे काळीज लटकन हलले. मार्तंडा कुठाय? राव्याचा एकुलता एक पोरगा. शेळीला आणि वाघाला एका जागी पाणी पाजणारा जवान मार्तंडा कुठाय?

"मला काय पुसतोस?"

"जन्माला येऊन एकदातरी खरं बोल. कोरट नव्हं हे. तू आन तुझ्या साथीदारांनी मार्तंडाला एकला गाठून कुऱ्हाडीनं तोडला का न्हाई?"

'या कानाची त्या कानाला दखल नाही आणि याला कसे अचूक कळले? लेकाला घावट्या घालून मारलेले या बापाच्या जिव्हाराला कुणी न सांगताच उमगले की काय? का मध्यान् रात्री जागोजाग कुऱ्हाडीच्या घावाने तुटलेल्या रक्तबंबाळ मार्तंडाने भेलकांडत, सरपटत येऊन बापाला सांगितले?' "बाबा, भाव्यानं एकला गाठून मला भाकरवड्यात दगा दिला. माजा पन आता तू पुरा कर. त्याचं रगात सांडल्याबगार माजा जीव घोटाळायचा थांबायचा न्हाई. बाबा, बघ भाव्यानं केलेली माजी दशा! वार लागून बाहेर लोंबकळत ऱ्हायलेला डोळा. नवीन शिवून आनलेली ही पैरन रक्तानं भिजून वाळून कडकडीत झालीया. हे तांबड्या गेरूनं रंगवलेलं धोतर, घावाजागोजाग चिरून पागळलेल्या रक्तानं अंगाला चिकटून बसलंय. ही गळ्यातली पेटी, ह्ये रुंद छाताड...."

"मी न्हाई तोडला. तू तोडलास. तुज्या वागनुकीनं तोडलास. एकुलता एक कवळा पोरगा, मांगाच्या एका घराच्या वसाचा दिवा तू फुकलास. तूच त्येच्या मनात न्हाई-न्हाई ते भरवलंस. तरनं रगात तापवलंस. माज्या मनात कायसुदीक नव्हतं. माजं नाव मागं कुनीतरी चालवावं म्हनून माजी तरमळ व्हती. पन तुजी बुद्धी म्हातारपनी चळली. तू त्येला हुलीवर घातलास! पोरगं माज्या जिवावर उठलं. भर चावडीवर 'आट दिसाच्या आत तुजं मुंडकं धडाएगळं करतो' म्हणून व्हड मारली. माज्या अब्रूचा सवाल आला, तवा म्या कुऱ्हाड उचलली. हत्तीवानी गडी हाकनाक घालवलास तू!"

एका दमात भाव्याने हे राव्याला ऐकवले. त्याचा आवाज सारखा चढत होता. राव्या लटलट कापू लागला.

"माज्या वागावाणी मार्तंडाला मारलंस! आता तुला कशाला जित्ता ठेवू?" असे ओरडून त्याने जीव खाऊन कुऱ्हाड हाणली. खांद्यावर वार तिरपा खोल रुतला. तो घेऊनच भाव्याने राव्याच्या गळ्यावर झेप घेतली.

"थोरला भाऊ म्हनून पयला घाव घेतला राव्या. पन आता संभाळ!"

दोन्ही पंजाच्या पकडीत त्याने राव्याचा गळा घेतला. दोन्ही अंगठे गळ्याच्या

घाटीवर आणले आणि अंगातली सारी रग पिळून ती कचकचून दाबली.

जिव्हारी बाण लागलेल्या डुकरागत रेकत राव्या कुऱ्हाडीची पकड सोडून भाव्याच्या हाताशी झाला आणि धडपडला. तोडल्या झाडागत खाली कोसळला.

दात खाऊन भाव्याने गळ्याकडच्या बाजूला खोल रुतलेली कुऱ्हाड उपसून काढून फेकली. आणि रक्ताचा मुसाडा दोन्ही हाताने अडवीत तो खाली आला.

एका मांगाच्या घराचा पार खणू पुसला!

हा सगळा प्रकार त्या वडिलार्जित खोपटाने पाहिला आहे.

लेंगरवाडीत मांगवाड्याच्या अगदी कडेला लागून ते खोपट आहे. गेल्या सालच्या हस्ताच्या पावसात त्याची ओबडधोबड पाठभिंत ढासळून तिला भले मोठे खिंडार पडले आहे. त्यातून आतले मोकळे कोनाडे, खुंट्या, उखणलेल्या भिंती दिसतात. सरपणाची वाण पडली म्हणजे शेजारीपाजारी एखादा वासा हलक्या हाताने काढून नेऊन चुलीला लावतात. त्यामुळे वरचे काडाचे छप्परसुद्धा जागजागी विसकटले आहे. काढून नेलेल्या आधाराजागी लहान-मोठे भोसके पडले आहेत. पावसाळ्यात भिंतीवर हिरवेगार गवत तरारले म्हणजे मांगवाड्यातली शेरडे-करडे मुंड्या वाकड्या करून, ढासळलेल्या दगडावरून उड्या मारीत भिंतीवर चढतात आणि त्या गवताचा मुडपा करतात. थंडीवाऱ्याला कुंभाराची गाढवे आत जाऊन निवारा घेतात. मोसम आला म्हणजे उपऱ्या कुत्र्या त्या खोपटाच्या आडोश्याला आपल्या बेवारशी छबड्यांना जन्म देतात. हे सारे बघितले की, माहीतगाराचे आतडे तुटते; वाटते, कसले जवानी गडी! पण....

■

उन्हाळ्याचे दिवस होते आणि दुपारी दोन-अडीचचा सुमार होता. सगळा महारवाडा शांत होता. पंचवीस-तीस झोपडी गप्प होती. नेहमी उंच आवाजात बोलणाऱ्या महारणी आपापल्या झोपड्यात बसून काहीबाही करीत होत्या. कुणी फाटक्या कपड्यांना दोरे घालीत बसल्या होत्या, कुणी मातेरे निवडीत होत्या, कुणी पोरांना पाजीत होत्या, कुणी एकमेकींच्या डुयी पाहत होत्या. बोलणी चालली होती; पण हलक्या आवाजात. पोरेठोरे सावलीला बसून मातीने, खड्याने खेळत होती.

काही बायका कामावर गेल्या होत्या. कुणी गावातल्या शेतकऱ्यांकडे खपली कांडायला, कुणी बामणांची घरे बाहेरून सारवायला. काही रानामाळात गेल्या होत्या. शेरडे चारायला, शेणी वेचायला, सर्पण गोळा करायला.

पुरुष-माणसेही कामावर गेली होती. काही बराशीवर गेली होती, कुणी गटारे काढायला गेली होती. कुणी खड्डे खांदायला, कुणी झाडे तोडायला, लाकडे फोडायला. कुणी कुठे, कुणी कुठे. ज्यांना ज्यांना कामे मिळाली होती, ती ती माणसे बाहेर पडली होती. जी रिकामी होती, ती तक्क्याच्या गार इमारतीत, धोतरांचे सोगे तोंडावर घेऊन झोपली होती.

तक्क्याच्या समोर कडुनिंबाचे भले मोठे झाड होते. त्याला मोठा पार होता. पाच-सहा महार मंडळी तिथे बसली होती. कुणाच्या झोपा झाल्या होत्या आणि कुणाला झोपा येत नव्हत्या. झाडावर कावळे, साळुंक्या बोलत होत्या आणि खाली ही माणसे बोलत होती.

लांबार शरीराचा गणा महार निंबाच्या मुळीला उसे देऊन, गुडघे उभे करून पडला होता. तो म्हणाला, ‘‘पाण्याची लई आबदा चाललीया, येताळानाना. यावर काहीतरी इलाज काढला पायजे. या उन्हाळ्याचं नदीस्नं पानी आनता आनता आपली लोकं झीट येऊन मरायला लागली!’’

उघडाबंब संदीपान गुडघ्याला हातांची मिठी घालून बसला होता. दंडाला

गोडे पाणी

/१२/

सुटलेली खाज हनुवटीने चोळीत तो म्हणाला, "अगा, पर गना! नदीला तरी पानी हाय कुठं? एक झरा आपला. धा घागरी भरल्या की त्याचं पानी खल्लास हुतंय. मग कापडं धुयाची कुटं आन् आंगुळी करायच्या कुटं?"

मग आणखी एकदोघे बोलले. सर्वांचेच म्हणणे पडले की, "यावर काईतरी इलाज केला पायजेल."

हा प्रश्न काही आजचा नव्हता, रोजचा होता. गावाला जवळ पाणीच नव्हते. नदी चांगली दोन फर्लांग दूर होती. पावसाळ्यात तेवढी ती तुफान वाहत असे, पण बाकी नुसते वाळवंट आणि हिरव्यागार शेवाळाखालून जाणारी उगीच मांडीएवढी धार. ऐन उन्हाळ्यात तीही आटायची! मग लोक जागोजाग हेळ खांदायचे. थोडासा झरा लागायचा, त्यात दोन्ही बुडे काढलेले लाकडी पीप रोवायचे. त्या पिपाभोवती पहाटेपासून पाणी भरण्यासाठी लोक पाळी लावून बसायचे. पिण्यापुरते चार घागरी पाणी आणायचे म्हटले, तरी त्यात चार घंटे जायचे. इतर वापराच्या पाण्यासाठी गावातून घरोघरी अरुंद आड होते. त्यांचे खारे पाणी इतर उपयोगासाठी गावकरी वापरायचे; पण महारमंडळींची फारच अडचण होती. महारवाड्यात आड नव्हता. सगळे पाणी त्यांना नदीचेच आणावे लागे. उन्हाळ्यात हेळ आटून पाणी फार कमी व्हायचे आणि पाण्याविना बेडक्या तडफडाव्यात, तशी ही माणसे तडफडायची. अन्नावस्त्राची ददात होती, ती होतीच; पण धड भरपूर पाणीही मिळत नव्हते.

येताळानाना हा पार पिकून पांढराधोट झालेला म्हातारा होता. त्याच्या गळ्यात पंढरीची माळ होती आणि तो महारवाड्यातला कारभारी होता. छातीवरचे पांढरे केस चोळीत तो सावकाशपणे म्हणाला, "अरं, दरसाल तुम्ही असं बोलता आन् काई करत मातूर न्हाई! आड पायजे, म्हनल्यानं आड कुनी देनार हाय का पाडून तुमास्नी? धा जनांनी एक इचार करून आड काढला पायजे."

ही गोष्ट बाकीच्या मंडळींना लागली.

गणा उंच आवाजात बोलला, "पर नाना, आडाला पानी लागलंच कशावरनं? मोकळं डबरं काढून त्यात जुंदळं भरायचं का? तेबी न्हाईत मिळायचं आपल्या लोकास्नी.'

यावर म्हाताऱ्या येताळानानाने सावकाश उत्तर दिले, "या फाटं फोडण्याच्या सोबावानंच आजपतूर काई झालं न्हाई, गना. आरं, गावात इकतं आड हायेत, त्येस्नी पानी हायेच की! मग आपल्याच आडाला लागनार न्हाई कशावरनं?"

"अगा, गावातली लोकं बकाका पैका घालत्यात, त्यो आपन आनावा कुटनं? आड एक आपन काढू; पन त्याला बांधला पायजे, ऱ्हाट बशिवला पायजे."

यावर संदीपान बोलला, "पयला आड तर होऊ दे, गनातात्या; ऱ्हाटाचं मग बघू, म्हनं!"

"आडाला काय उशीर? रोज धा गडी लागलं तर चार दिसांत आड हुईल!"

"पर धा गडी रोज येत्याल का? सांगून बग. कुनी म्हनंल, मला बराशीवर जायाचं हाय. कुनी म्हनंल, मला बाजाराला जायाचं हाय. कुनाचा हात दुखंल, तर कुनाचा उपास आडवा यील. आपल्या लोकांची कळ ठावं न्हाई व्हय आपल्याला?"

यावर गणाचा आवाज फारच उंच गेला, "आरं, पर मंग करतूस कसं? हाय आपन लोक गदाळ. म्हनून काय होनारच न्हाई, म्हनून गप ऱ्हायाचं?"

"न्हाई तर काय! निसतं बोलून काय व्हनार? वाळूत मुतलं, फेस ना पानी!"

"मग इतक्या कळकळीचा हायेस, तर तू का येत न्हाईस खांदायला? चल दोगं मिळून खांदू, म्हनं!'"

"मला न् तुलाच पानी पायजे आन् समद्यास्नी नकं हाय का? का तुला-मलाच कोरड पडलीया? पानी समद्यांना पायजे, तर समद्यांनी हात लावला पायजे."

मग असे तिढ्यातिढ्याचे बोलणे बरेच झाले. घोळच फार झाला आणि बाहेर काहीच आले नाही. तोवर तक्क्यात झोपलेल्या मंडळींच्या झोपाही झाल्या आणि तंबाखू दाढेला धरून तीही या बोलण्यात भाग घेऊ लागली.

शेवटी येताळानानालाच सगळ्यांनी आग्रह करून म्हटले, "नाना, तू म्होरं होत असशील तर आमी येतो. काय रोजगार बुडाला चार दिस तरी आमी उपाशी मरत न्हाई."

बऱ्याच जणांनी ही तयारी दाखवली, तेव्हा नाना तयार झाला. स्वत: उभे राहून आडाची खांदणी करून घेण्याची जोखीम त्याने आपल्या म्हाताऱ्या खांद्यावर घेतली आणि आड पाडायच्या बाबतीत तिथे आलेल्या सर्वांचे एकमत झाले.

मग एक जवान पोरगे म्हणाले, "आता वाऱ्यावर बोलनी नगत ही. जागा पक्की करा आन् चांगला दिस बगून कुदळ हाना."

जागेची, नाही म्हटले, तरी पंचाईतच होती. कुणा एकाच्या घरापुढे आड पाडून उपयोग नव्हता. सगळ्या महारवाड्याचा आड म्हणजे महारवाड्याबाहेर प्रशस्त जागेत पाहिजे. कारण कपडे धुण्यासाठी, अंघोळी करण्यासाठी पुरेल इतकी जागा आसपास पाहिजे. शिवाय या जागी पाणीही लागले पाहिजे.

गणा म्हणाला, "माझ्या मनानं या पल्याडल्या वढ्याच्या काठाला जर आड घेतला तर पानी खायम लागंल."

गाव आणि महारवाडा यांच्यामध्ये तक्क्याला लागूनच एक लहानसा ओढा होता. ओढा म्हणण्यापेक्षा ओघळ म्हणा. तिला फक्त पावसाळ्यात पाणी येई आणि ते दोन-तीन दिवसांत आटून जाई. कधी पंधरा-एक दिवस वाहती धार लागली आहे, असे घडत नसे. कारण ही ओघळ अगदी गावाशेजारच्या टेकडीवरूनच येत होती.

गणाची कल्पना सगळ्यांना पसंत पडली. त्या जागी महारवाड्याची विहीर

झाली, तर ते सर्वच दृष्टींनी सोयीचे होईल, असे सर्वांचे म्हणणे पडले. तेव्हा सर्वांत जुना असा म्हातारा येताळानाना बोलला, "आरं पर लेकरांनू, ती जागा आपली न्हाई."

"म्हारवाड्याची न्हाई? मग गावठाण काय गा, ते?"

हनुवटीला झोले देत म्हाताऱ्याने खुलासा केला, "ती जागा सुकादादा जाधवाच्या हक्कातली हाये. त्याच्या परवानगीबिगार आपल्याला आड घ्याला येनार न्हाई."

म्हणजे फिरून खोडा आला!

"पर नाना, सुकादादा मेला न्हवं?"

"मेला, पर त्येची लेकरं हायेत तिकडे धुळं-मोर्चापुराकडं."

मग गळ्यात काळा कंडा असलेले ते जवान पोरगे म्हणाले, "ती कशाला येत्यात हाकडं मरायला? ईस वर्स झाली, तकडंच हायेत म्हनं ती. नाना, एक तू सोडलास, तर गावात दुसऱ्या कुनाला ठावंसुदीक नसंल ही जागा त्यांची हाय हे. समदी लोकं म्हनत्यात, वगळीच्या अल्याड म्हारवाड्याचीच हाद हाय!"

डोक्यावरून हात फिरवीत येताळानाना बोलला, "तसं नसतं लेकरा! कायदा हाय. कायबी करावं तर ते कायदेशीर करावं. त्यात घोटाळा पुढे येऊ नये, इकतं पक्कं करावं."

सगळे म्हणाले, "ही गोष्ट मातूर खरी हाये हां!"

मग दुपार टळली आणि उन्हे उतरली. तक्क्यांपुढे बसून चर्चा करणारी मंडळी पांगली. कुणाला घरचे बोलावणे आले. कुणाला गावाहून हाळी आली. कुणाला रात्रीच्या जेवणाची सोय करायची होती. कुणाला रोजगाराचे थकलेले पैसे वसूल करायचे होते.

हळूहळू मंडळी पांगली. येताळानाना, गणा, संदीपान हे तिघेच राहिले. त्यांनाही आता उठायचे होते.

शेवटी गणाने उठून आळस देत विचारले, "मग येताळानाना, ठरलं काय?"

विहिरीसंबंधीच्या बोलण्यानंतर आणखी बरीच बोलणी झाली होती; नाना विषय येऊन गेले होते. गणाचा प्रश्न ऐकून म्हातारा म्हणाला, "कंच्या गोष्टीचं?"

संदीपान म्हणाला, "घ्या! रातभर कथा ऐकली आन् सकाळी रामाची शिता कोन! आरं, दुसरं कशाचं नाना? आडाचं काय ठरलं, म्हनून इचारतोय गना."

यावर म्हाताऱ्याने दोन्ही गुडघ्यांत घेतलेल्या हातांचे तळवे वाजवले आणि वर निंबाकडे बघत म्हटले, "आपन आठी-सोळा जनं मिळून जाऊ, म्हनं उद्या. गावात सुकादादाची भावकी हाय, तिची परवानगी घिऊ, म्हनं!"

मग संदीपान आणि गणा उठले. धोतराने काचलेल्या कमरा बोटाने सैल करीत

चालू लागले. म्हाताऱ्याने पांडुरंगाचे नाव घेतले आणि तोही घराकडे निघाला. तक्क्याची इमारत मोकळी झाली. सारवलेल्या जमिनीवरून चिमण्या नाचू लागल्या.

सकाळी धारा काढायच्या वेळेस दहा-बारा महार मंडळी येदू बकूच्या वाड्यात शिरली आणि चौकाच्या अंगणात घोळामेळाने बसून राहिली. येदू बकू परसदाराच्या आडावर अंघोळ करीत होता. मंडळी आल्याची वर्दी पोरांनी दिली, तेव्हा क्षणभर तो विचारात पडला आणि म्हणाला, "बसा म्हणावं– मी आलो."

इतकी मंडळी का आली असावीत, याचा अंदाज त्याला लागेना. महार मंडळी आली आहेत, त्या अर्थी काही मागणी असलीच पाहिजे, एवढे त्या अनुभवी शेतकऱ्याने जाणले; पण त्यांची मागणी काय असावी, हे नेमके त्याच्या ध्यानात येईना. ते ध्यानात आल्याशिवाय मागणी डावलणे किंवा तिला बगल देणे शक्य नसते. अशा पवित्र्यासाठी थोडासा सुगावा आधी लागणे सोयीचे होते; पण तो लागला नव्हता. लगेच बाहेर जाऊन बोलणी न करता काही वेळ काढला, तर कदाचित काही समजण्याची शक्यता होती. पोरे अथवा घरातील बायकामाणसे यांच्या कानी काही पडले किंवा त्यांनी आपल्या स्वभावानुसार ते काढून घेतले तर महार येण्यामागचे कारण कळणे शक्य होते. हा विचार मनात घेऊन येदू बकूने अंघोळीस बराच उशीर घेतला. ओले धोतर आपटून आपटून नीट धुतले, व्यवस्थित वाळू घातले आणिमग धोतराचा खोचा सोडीत तो घरात आला. अगदी सहज विचारावे तसे त्याने बायकोला विचारले, "का आलीत माणसं?"

बायको म्हणाली, "काय की! म्यां काय इचारलं न्हाई."

"पांडा गेला का रानात?"

"मघाच गेला की."

"त्येनं काय बाचाबाची केली न्हाई महारांशी?"

"काय की– मला ठावं न्हाई."

"हं!"

येदू बकू बाहेरच्या सोप्याला आला, तशी काहीजण उठून उभे राहिले आणि म्हणाले, "जोहार! बाहीर निगाला काय, मालक?"

"व्हय, तालुक्याला जायचं हाय. जरा काम हाय मामलदार कचेरीत. का आला होता रं?"

गना, संदीपान आणि येताळानाना सगळ्यांच्या पुढे होते. गणा म्हणाला, "काय न्हाई जी, सहजच आलतू."

यावर खुंटीवरचा अंगरखा अंगात चढवीत आणि पटक्याचा गुंडाळा भूमीवर उलगडून टाकीत येदू बकूने म्हटले, "आसं व्हय! मला वाटलं, घोळामेळानं आला,

तवा काय काम काढलं काय की.''

त्यासरशी महारांपैकी काहीजणांनी एकमेकांच्या तोंडाकडे बघितले आणि कसनुसे हसून म्हटले, ''कामाशिवा कशाला जी, तुमाला तरास द्याला याचं?''

''मग बोला चट्दिशी. मला घाई हाय.''

संदीपानने म्हाताऱ्याला खुणविले आणि म्हटले, ''हां बोल गा, येताळानाना. उगंच आपल्या घोळात तेना उशीर नकं हुयाला!''

येताळानाना बूड उचलून दोन पायांवर बसला आणि खाकरला. हाताशेजारी पडलेले दोन-तीन खडे आणि चिपाड उचलून त्याने दरवाज्याबाहेर फेकले आणि मग बेताने सुरुवात केली, ''पान्याची काई सुयी कराल, या आशेनं आलुया आमी, मालक. पान्याइदमानं तरास हुतोय आमा लोकास्नी!''

मागणीचा रोख नेमका कशावर आहे हे येदू बकूच्या अद्याप ध्यानात आले नव्हते. त्यामुळे जोत्याच्या काठावर बसत त्याने नुसतेच म्हटले, ''हूं!''

''सगळ्या गावाचंच हाल हायेत खरं पान्याचं; पर त्यातल्या त्यात आमचं ज्यास्ती. का, तर आड म्हना, हीर म्हना, न्हाई!''

येदू बकू म्हणाला, ''ती व्हावी, हे पटलं.''

''व्हावी, पर कशी?''

''सगळ्या महारवाड्यानं काम करावं आन् हीर काढावी. दुसऱ्याच्या तोंडाकडं बघून कुटं असली कामं होत्यात काय, येताळा? आरं, आपलं आपनच मेलं पायजे. काळ कसा आलाय ते बघतोयस नव्हं तू?''

संदीपान मध्येच बोलला, ''काळ कसाबी आला तरी आई लेकराला पाजायची ऱ्हाती का पाटील?''

''ते खरं रं! पर आपली एक गोष्ट सांगितली तुला.''

''व्हय जी, ते खरंच की. ज्येला त्येला आपलंच जड झालंया. मग दुसऱ्याचं बगावं कवा?''

''हा गं अश्शी, आता कसं बोललास! आरं, पहिला काळ गेला आता. जे ते मानूस आपल्या पोळीवर तूप कसं पडंल ते बगायला लागलंय. माजं पोट भरलं, म्हंजे झालं. दुसरा उपाशी हाय, का त्यानं एकादस केलीया, हे कोन बगतंय? का रं गना?''

''व्हय की जी, पर जित्याची खोड मेल्याबगार सुटतीया का? किती बी कुनी सांगटलं, तर खोड ती खोडच ऱ्हानार. ती काय जानार न्हाई, कुत्र्याचं शेपाट वाकडं ते वाकडंच की, जी!''

इतका वेळ येताळानाना धुरळ्यात बोटे ओढीत गप्प ऐकत होता. तो म्हणाला, ''सोभाव हाय, त्येला का करता, पाटील?''

"अरं कशाचा येताळा, स्वभाव घेऊन बसलाहेस! तुझी-माजी सद्दी सरली आता. ही नवी पोरं बग, बाला बा म्हनत्यात का आता?"

हे कुणीकडचे बोलणे कुणीकडेच भरकटत चालले होते. नित्याचा घोळ घातला जात होता आणि त्यामुळे काळा कंडा गळ्यात घातलेला तो जवान पोरगा संकऱ्या मनातल्या मनात तापला होता. मघापासून तो भिंतीला पाठ लावून उभा होता. जवळजवळ घंटा होत आला, तरी मूळ बोलणे निघत नव्हते. पाटील चऱ्हाट वळीत होता आणि बाकीची त्याला वाखाच्या बटा पुरवीत होती. ही काय तऱ्हा झाली काय?

गणा म्हणाला, "पोरांनी जरी बाला बा म्हटलं न्हाई तरी आपण आपलं सोडावं का? आपनबी वळख सोडावी का? शेजार-पाजार, गरीब-शिरीमंत, नडलं-अडलं बगाय पायजे."

पण गणाचे बोलणे अर्ध्यावरच तुटले. कारण संकऱ्या एकाएकी पुढे आला आणि धीटपणाने येदू बकूला बोलला, "आमी वढ्याला लागून हीर खांदतोय. ती जागा तुमच्या भाऊबंदाची हाये, म्हनं. आमी काय भीक मागत न्हाई– काय जागेची किंमत असंल ती देतो. खरेदीपतर होऊ द्या. तुमी आपली किंमत सांगा."

संकऱ्याच्या या एकदम बोलण्याने सगळी मंडळी दचकली. क्षणभर येदू बकूसुद्धा गप्प बघत राहिला. मग कुणीतरी म्हटले, "अरं ए संकर, तुमास्नी दम असा न्हाईच बगा!"

पण आता ही मंडळी का आली आहेत हे येदूच्या ध्यानात आले होते. ओढ्याकाठची जमीन कुणाच्या मालकीची आहे हे त्यालाही नक्की माहीत नव्हते. निदान ती त्याची स्वत:ची तरी नक्कीच नव्हती. तेव्हा फुकट मोठेपणा घ्यायला काही हरकत नव्हती.

घाईघाईने जागचा उठत येदू बकू म्हणाला, "लेका, हीरच पाडायची तर पाडा जा की. त्येला कागद आन् खरेदी कशाला? कुठं मोठा जमिनीचा डाग लागून गेलाय तो. खुशाल पाडा हीर– जा!"

येताळानानाने जमिनीवर डोके ठेवून नमस्कार केला आणि म्हटले, "तुमची परवानगी घ्यावी म्हणूनच आलतू."

"अरं, त्यात कशाची परवानगी? माळावर बोंबलायला पाटलाची परवानगी कशाला?... झालं? जाऊ का मी?"

"व्हय जी, व्हय जी."

संतुष्ट होऊन महार मंडळी उठली आणि महारवाड्यात परत आली. आता तिढा असा काही राहिला नव्हता. विहीर पाडायची, हे नक्की झालं होतं. जागा कोणती

हे ठरले होते. आता कुदळी-फावडी घ्यायची आणि सुरुवातच करायची!

मग त्या दिवशी दिवसभर महारवाड्यात हीच बोलणी बोलली गेली. बायाबापड्या काखेला पोरं घेऊन एकमेकींकडे जाऊन बसल्या आणि हेच बोलल्या, "दोडा, हीर पाडत्याती म्हनं तक्यापाशी, खरं का?"

"आता आनिक खरं-खोटं काय त्येच्यामधी? अगं, सुक्कीरवारी कुदळ हाननार हायेती की मानसं."

"बरं झालं बाई! पानी झालं, जवळच्या जवळ. माझा तर जलम गेला हे पानी आनता आनता. तुला तर लईच जवळ झाली हीर. घरात भाकरी खाता खाता उठून पानी पिऊन पुन्ना मागारी यावं."

ठरल्याप्रमाणे शुक्रवारी कुदळ हाणण्याचा समारंभ झाला. भूमिपूजा झाली आणि चांगल्या हाताच्या येताळानानाने कुदळ मारून मुहुर्त केला. तक्क्याची विहीर– हो विहीरच. प्रथम आडाचा विचार होता, पण ठरलं की विहीर पाडावी– खांदायला जुपी झाली.

नीट घेरा धरून महार लोक डबरे खणू लागले. रोज आळीपाळीनं नेटके-नेटके गडी खांदायला येत. कधीकधी पोक्त बायका, जाणती पोरं आतली माती बाहेर टाकायच्या कामी मदत करीत.

काम मोठ्या धुमधडाक्याने सुरू झाले. रोज सकाळी दिवस कासराभर आल्यापासून ते संध्याकाळी दिवस कासराभर राहीपर्यंत कुदळी-खोरी चालत. सगळा महारवाडा उत्सुकतेने पाहत होता. आज दोन हात झाली, उद्या चार हात झाली, अशी भाषा घरोघरी बोलली जाई. रोज महारवाड्यातले हरेक माणूस विहीर बघून जाई. म्हाताऱ्या बाया आपल्या पोरास्नी पाणी घेऊन येत. उन्हाच्या वेळेला पोरं हातातली कुदळ टाकून पाणी पिऊ लागली, की त्या त्यांच्या घामेजल्या पाठी पदराने पुशीत. म्हातारी माणसं काम बघत काठावर बसत आणि 'शाब्बास रं, बहादर! वा, रं नर!' असं ओरडून तरण्या पोरांना गौरवीत. लहान पोरे सकाळी येऊन विहिरीत वाकून-वाकून बघत आणि ऊन कडक होईपर्यंत मातीच्या ढिगावर खेळत. सवड होईल तशा तरण्याताठ्या बायकाही येत. तोंडाला पदर लावून लांबून बघत. कामाने दमलेल्या नवऱ्याला 'व्हय-नव्हं' विचारीत.

नेहमी कष्टाची सवय असलेले आठ-दहा महार फार झट्या घेत होते. त्यात संदीपान होता, गणा होता, तो संकऱ्या होता. नुसत्या खिस्ताकाशिवाय अंगभर काहीही कपडे न घालता ही मंडळी धसासा कुदळ मारीत; डोईला धोतरांच्या चुंबळी घालून कचाचा कचऱ्याच्या पाट्या टाकीत. घामाने त्यांची अंगे निथळत. हातांचे दोन्ही बाव्हटे आणि पायांच्या पिंढऱ्या वरचेवर भरून येत. मग कमरेवर हात ठेवून

ते आत उभे राहिल्या राहिल्या विहिरीची उंची बघत आणि थोडा दम खाल्ल्यासारखा करून पुन्हा तळव्यांवर थुंकी टाकून कुदळ हातात घेत. दुपारी उन्हाचा कहार झाला म्हणजे घटकाभर मातीत रुतलेल्या पाट्या तशाच पडून राहत, कुदळी फावडी तशीच डोक्यावर उभी राहत आणि मंडळी घरोघरी जाऊन भाकर खाऊन येत. आल्या आल्या काम थोडे सैल पडे.

तसा येताळानाना काठावर उभा राहून म्हणे, ''नगा रे, गड्या हो, सैल नगा पडू! आवरा. आता किती ऱ्हायलंय? आरं संकऱ्या, कसली तयारी रं तुजी? नुसतीच का अंगाला काव लावून हिंडायचं? आवरा, आवरा.''

– आणि पुन्हा कामाला जोर चढायचा, तो थेट पाच-साडेपाच वाजेपर्यंत. मग दमगीर झालेले कामकरी विहिरीच्या काठावर बसून पानतंबाखू खायचे आणि अवघडल्या अंगाने घरी जायचे. रात्री भिंतीशेजारी पालथे पडून पोरासोरांकडून दुखऱ्या पाठी तुडवून घ्यायचे.

महारवाड्याचे हे काम मोठ्या धडाक्याने चालले होते आणि गावात त्याच्याविषयी कुणाला काहीही माहीत नव्हते. महार मंडळी आपली स्वत:ची अशी विहीर पाडीत आहेत या गोष्टीत कुणाला काही विशेष वाटत नव्हते. पाडीत असतील, म्हणून जो तो आपला उद्योग बघत होता. काहीजण मुळीच बोलत नव्हते आणि काही वाईट बोलत होते. म्हणत होते, ''कशापायी ही महारं मरत असत्याल? त्या जागी का पानी लागायचंय व्हय? निव्वळ अडानी ही लोकं.''

पण इकडे विहीर भराभर खोल जात होती. माती झाली, मुरूम लागला. मुरूम झाला, शाडू लागली. शाडूचा थर झाला आणि कावेचा थर लागला आणि एके दिवशी कुदळीसरशी पडलेले भोक पाण्याने डब भरून आले!

पाणी बघितल्यासरशी मंडळींनी जयजयकार केला. पाणी लागल्याची बातमी लगोलग झोपडीझोपडीत पोहोचली आणि सगळा महारवाडा विहिरीकडे धावला. लोकांनी वाकून वाकून विहिरीत पाहिले आणि देवाचे नाव घेतले. येताळानानाची वाहवा केली.

मग कोणी म्हणाले, ''अगा, पानी झाका कापडानं. पुंजा झाल्याशिवाय मालकानं पानी बघायचं नसतं. येताळानानानं बघितलं का?''

येताळानाना म्हणाला, ''मी कोण रं लेकरा मालक! हीर सगळ्यांची हाये. सगळेच मालक हायेत. कुनाच्या डोळ्याला हात लावावा! बघू द्या पानी सर्व्यास्नी; पर पुंजा मातूर करू या.''

मग पाण्याची यथासांग पूजा झाली. पाण्याला नवे वस्त्र अर्पण करण्यात आले आणि पुढे खांदत चालू झाली.

दोन दिवसांतच विहीर पाण्याने भरली. ते निवळशंख पाणी बघून लोक घागरी घेऊन धावले.

संदीपान म्हणाला, "थांबा रं! नाना, पयलं पानी तुझ्या मुखात पडू दे. मग गाव पील म्हनं!"

ही गोष्ट नानाने ऐकली आणि तांब्या भरून पाणी वर आणले. तो नीट खाली बसला आणि नारळाचे पाणी प्यावे, तसा त्याने तांब्या तोंडाला लावला.

चार घोट पिऊन होताच नानाच्या म्हाताऱ्या चेहऱ्यावर विलक्षण आनंद उमटला. पुन्हापुन्हा त्याने दोन-दोन घोट घेतले.

लोक मोठ्या डोळ्यांनी बघत होते. नाना काहीतरी विशेष सांगणार आहे असे त्याच्या तोंडावरून दिसत होते; पण तो गुळमट साखरपाण्याचे घुटके घेत असल्यासारखा वाटत होता आणि तो काय बोलतो, ते ऐकण्यासाठी लोक पुढेपुढे येऊन उभे राहत होते.

शेवटी नानाने तांब्या खाली ठेवला आणि हात जोडून म्हटले, "पांडुरंगाची किरपा झाली लेकानू, पाणी गोड की रं, हाय हिरीचं!"

– आणि सर्वांच्या तोंडून आश्चर्योद्गार बाहेर पडले! गुऱ्हाळावर रसासाठी उडावी तशी गर्दी अद्याप नीट न बांधलेल्या त्या विहिरीभोवती उडाली!

महारांनी खांदलेल्या विहिरीला पाणी लागले, यावर गावकऱ्यांचा प्रथम विश्वास बसला नाही. काहीजण मुद्दाम पाहून आले आणि मग सर्वांनाच अचंबा वाटला. हे पाणी गोडे आहे, ही बातमी हां-हां म्हणता सगळ्या गावभर झाली. संध्याकाळी गाव देवळापाशी जमले. येताळा महाराला मुद्दाम बोलावणे धाडले गेले.

येताळानाना आणि दोघेचौघे भीतभीत आले आणि जोहार घालून गप्प उभे राहिले. लोकांची गडबड चाललीच होती.

तुकाराम वाण्याने विचारले, "लेकानूं, हीर काढली म्हनं तुम्ही महारवाड्यात– खरं का?"

येताळा म्हणाला, "व्हय जी."

"आन् पानी रं, तिला? का रिकामीच हाये पेवावानी?"

"न्हाई जी. आपल्या पायाच्या पुन्याईनं पानी लागलंय."

"खरं?"

"व्हय जी."

"कसलं हाय पानी? काय बरं हाय, का खारंच समद्या गावावानी?"

येताळानानाला मोठे अपराध्यासारखे झाले. तो आपला खाली मान घालूनच उभा राहिला.

गणाच हलके म्हणाला, "न्हाई जी, पानी गोडं हाय."
मग पुष्कळ आवाज खवळल्यासारखे उठले, "असं कुटं झालंया का?"
"महार लबाड बोलत्यात!"
"त्येंच्या काय नादाला लागताया उगाच! चावटपना हाये!"
"गावाला खिजवण्याचा ब्योत हाय का रं यताळ्या?"
कुणी काही, कुणी काही बोलले.
मग हरिबाबाने मोठ्याने म्हटले, "येताळा, गळ्यात माळ हाय तुज्या. खरं सांग, पानी गोडं हाय का खारं?"
"गोडं हाय मालक!"
"अन्नाच्यानं रं?"
"पांडुरंगाची आन. ह्या पांढरीम्होरं खोटं बोलून काय मिळायचं हाय मला? मी सोता पानी चार येळा पिऊन बघतलं. ते अगदी गोडं हाये."
"मारुतीची पायरी शिवून सांगतोस का?"
"व्हय जी, सांगतू! लबाड न्हाई माजं."
"अरं ए, त्यो येताळा न्हाई लबाड बोलायचा."
"पर शिवू द्या की पायरी. त्याला का पैसं पडत्यात काय?"
"बरं शिवू द्या."
मग म्हाताऱ्या येताळानानाने मारुतीच्या पायरीला हात लावला आणि तो म्हणाला, "मी खोटं सांगत अशीन, तर माजी जीभ झडंल. ह्यो हनुमंत माजं वाटुळं करील. हिरीचं पानी म्यां पेलेलं हाय, आन् ते खारं न्हाई, गोडं हाय!"
यावर काही वेळ स्तब्धता पसरली आणि मग एकाएकी वाणी जोराने बोलू लागला, "मग लेकानू, तुमच्यावर फिर्याद केली पायजेल. दुसऱ्याची जागा दांडगाव्यानं घेऊन त्यात हीर काढली तुमी. ही काय मोगलाई हाय, व्हय रं? तुम्ही चढ झाला गावाला."
गणा म्हणाला, "सरकार, आमी जागा विचारून घेतलीया. इचारा पाटलास्नी!"
इतका वेळ येदू बकू गप्प होता. तो उंच आवाजात म्हणाला, "अरं, पर मी कोन जागा देनारा? जागेचा मालक धुळ्याला आन् मी इथं जागा देतो कशी? का मलाबी अक्कल न्हाय, व्हय रं?"
"पर पाटील, तुमी म्हनाला–"
"अरं पाटील लाख म्हनाला, तुमास्नी अब्रू नसावी का? ती पोरं परदेशी झाली, म्हणून त्येंची जागा बळकवावी का तुमी? आन् गावात त्येंचं कुनी न्हाईच का– आं? अरं, काय न्याय-अन्याय? निव्वळ मनगटशाही झाली की रं, ही तुमा लोकांची!"
लोक फारच संतापले. महारांऐवजी ते एकमेकांशीच रागाने बोलू लागले.

कोणसे ओरडले, ''कशाला महारांशी घोळ घालता? ती बदनार न्हाईत. सरळ कोरटात जाऊ म्हनं. ततं लागंल त्यो निकाल!''

कोर्टाचं नाव निघताच महारांना भीती वाटली. संदीपान बोलला, ''नगा जी मायबाप, आमाला मारू! अवं, तुमच्या पायाचं चेंडू आमी.''

''ये बास कर ते मऊ बोलनं? जा तू, आमाला जास्ती वाटाघाटी करायच्या न्हाईत.''

''जा रं जा, संद्या! ऐकू न्हाई का येत तुला, गण्या?– जा!''

सगळ्या गावाने गर्दी केली आणि भयभीत झालेली महारमंडळी हात पाठीमागे टाकून महारवाड्याकडे गेली.

रात्रभर तक्क्यापुढे बसून मंडळींनी खल केला. येताळानानाने आपल्या थोबाडीत मारून घेतल्या आणि म्हटले, ''मी म्हातारा गाढाव असून चुकलो. गावाचं इरुदपन घेतलं!''

संकऱ्या म्हणाला, ''नाना, तू का भितोस? जाऊ दे त्येस्नी कोरटात. आपल्याबी लोकास्नी इचारनारं कुनी हायेच की! आता पयला काळ राहिला न्हाई. पार पंतपरदानाम्होरं जाऊ. तू का भेला हायेस?''

वरचेवर मान हलवीत म्हातारा म्हणाला, ''पंतपरदान ऱ्हाईल मंबईला. आपल्यास्नी हतंच दीस काढायचे हायेत, लेकरा. जळामंदी ऱ्हाऊन माशाशी वैर कसं करतूस?''

संदीपान बोलला, ''आन संकऱ्या, हत्तीसंगं इटीदांडू खेळायला ताकद हाय का आपनापशी? कोरटात पैका लागतो, तो कुनी रं घालायचा? गावासंगं खटला खेळायचा, म्हंजे काय चेष्टा हाये, व्हय रं?''

''पर मी म्हनतो, येदू बकू एकदम उलटला कसा? शाप त्यानं लबाड सांगितलं ते कशापायी?''

झाला हा प्रकार अगदीच अनपेक्षित होता. त्यामुळे महार गोंधळून गेले होते. एकीकडून संताप येत होता, काहीतरी करावे आणि गावाचा काटा बसवावा, असे वाटत होते; पण हे करण्याचा मार्ग तर सापडत नव्हता. एवढे कष्ट करून विहीर काढली आणि आता गावकऱ्यांनी ही भानगड उपस्थित केली होती. सगळा विरस झाला होता.

येताळानाना म्हणाला, ''गोडं पानी लागून सगळा घोटाळा झाला. पानी खारंच लागलं असतं, तर कुनी काय बोललं नसतं. पर आता असं झालं की गावानं खारं पानी प्यायचं आन् म्हारवड्यानं गोडं! ही गोष्ट गावकऱ्यांना कशी बरी वाटंल?''

महारांनी एकमेकांकडे बघितले. एकाएकी गावकरी का उलटले, ही गोष्ट आता सगळ्यांच्या ध्यानी आली.

“मग गना, यावर आता उपाय काय?”

“मी म्हनतो, सकाळच्या पारी जाऊन समद्यांचं पाय धरावंत. फिर्याद करायच्या आत हे केलं पायजे. कसं गा नाना?”

“आता सगळंच फसलं, गड्यानूं! काय जरी केलं, तरी आता आपन खोलात जानार, हे खायम!”

मग सकाळी सगळेजण उठून मुख्य गावकऱ्यांच्या घरी गेले. महारांनी त्या सर्वांचे पाय धरले. विनवण्या केल्या.

“म्हाराज, आमावर असं कठीन होऊ नका! गावानं ठरवल्यावर आमा लोकांचा का दम हाये! अवं, निसत्या मुंग्या चिरडल्यावानी तुमी आमाला चिरडाल.”

यावर गावकऱ्यांनी महारांस पुष्कळ छेडले, आडवे-तिडवे बोलून घेतले आणि ‘तंटा आपसांत तोडून घेऊ, कोरटात जाणार न्हाई’ असा शब्द महारांना दिला.

चार-दोन दिवसांतच गावकरी जमून निकाल लागला. जे व्हायचे तेच झाले. केल्या कष्टांबद्दल पन्नासभर रुपये महारांच्या हाती ठेवून गोड्या पाण्याची विहीर आपल्या ताब्यात घेतली.

आता तक्क्याची विहीर गावकऱ्यांनी नीट बांधून घेतली आहे आणि तिला दोन रहाट लावले आहेत. गावातल्या मराठ्यांच्या, वाण्यांच्या, बामणांच्या बाया विहिरीवरून पाणी नेतात. महारवाड्याच्या बाजूने काटेरी तार लावून गावकऱ्यांनी विहीर आपल्या हद्दीत घेतली आहे. ओढ्यातून वाट पाडली आहे. त्या तारेपलीकडे उभ्या राहून महारणी कधीकधी गयावया करीत असतात, “ताई, मला योक हंडा वाढा हो! काकी, मला एक घागर वाढा हो!”

पण या ओरडीकडे कुणी विशेष लक्ष देत नाही. फारच चिकाटी लावली म्हणजे एखादी बाई घागर शेंदून ती महारणीच्या हंड्यात ओतते आणि मग अनेक महारणी गलका करून हंडे पुढे करू लागतात.

गावातल्या बायका चिडून म्हणतात, “यांच्यावर उपकार करायचीसुद्धा सोय नाही. काय तरी गं बाईमानसं?”

असे चालले आहे.

■

सुगीचे दिवस साधून परदेशी पाखरांची जोडी यावी, तशी एके दिवशी फासेपारध्यांची दोन पाले आमच्या पावाच्या काळ्या रानात येऊन उतरली, तेव्हा मला वाटले, 'बरे झाले, सोबत आली!'

सोबत म्हणण्याचे कारण सुटी घेऊन मी गावी आलो होतो आणि माझा मुक्काम रानातल्या पत्र्यात होता. फिरतीवर आलेल्या प्रांताचा मुक्काम पडावा, तसा माझा मुक्काम रानात पडला होता; पण सुगीची धांदल असल्यामुळे पत्र्याकडे येऊन घटकाभर माझ्याशी बोलायलासुद्धा मंडळींना फुरसद नव्हती. दिवसरात्र मी एकटाच रानात राहत होतो. असला, तर एखादा रामोशी रखवालदार सोबतीला असे. एरवी माझी एकच वस्ती त्या बाजूला होती. साहजिकच सोबत पाहिजे होती, ती आली. मला बरे वाटले.

पाखरे उतरावीत, तशी पारध्यांची पाले काळ्या रानात उतरली. घोड्याप्रमाणे पावंडावर चालणाऱ्या त्यांच्या चार गायी रानात हिंडू लागल्या, लेकुरवाळ्या कोंबड्या पालाभोवती फिरू लागल्या. अंगावर काहीही कपडे न घातलेली पारध्यांची पोरे झिंज्या आवरीत धावू लागली. कुशल चित्रकाराने रंगविलेल्या निसर्गचित्राप्रमाणे माझ्या झोपडीच्या चौकटीतून हे दृश्य दिसत होते. काळ्या रानातील पांढरी पाले, पलीकडे बाजरीच्या पिकाने हिरवीगार झालेली राने, त्याही पलीकडे ओढ्याकाठची उंच झाडे आणि त्यापलीकडे निळेभोर आकाश!

दोन पोरे पाण्याचे भांडे घेऊन झोपडीमागे असलेल्या आमच्या विहिरीचे पाणी नेण्यासाठी आली. एक पोर विहिरीत उतरले. दुसरे विहिरीच्या भोवती हिंडू लागले. हिंडता हिंडता त्याच्या बारीक नजरेला पारव्याची दोन पंखे पडली. दुसरे पोर विहिरीबाहेर पडल्यावर त्याला ती पंखे उचलून दाखवीत पहिले पोर म्हणाले – ''विहिरीत पारवे आहेत, रात्री जाळी लावू.''

पोरे आपल्या भाषेत बोलली, पण मला आशय कळला. चटदिशी उठून मी

पारधी

/१३/

बाहेर आलो.

"मुलांनो, विहिरीतले पारवे धरायचे नाहीत हं! मार मिळेल."

पावाच्या विहिरीत पारव्याच्या दोन जोड्या वस्तीला होत्या. पारध्याप्रमाणे तीसुद्धा सोबत होती. शिवाय अलीकडे काही वर्षांत फासेपारधी, गाढवी सोनार, रोहिले यांसारख्या भटक्या लोकांनी गावातल्या पारव्यांचा, लाव्ह्या-चितुरांचा पार बीमोड केला होता. झाडावरच्या खारी, ओढ्याकाठच्या गाडीतील मुंगसे, फार काय सांगावे, गावातील मांजरेसुद्धा त्यांनी संपवीत आणली होती.

मी ताकीद दिली, तेव्हा पोरे 'नाही दादा, नाही पाटील' म्हणाली. मागे बघत बघत पालांकडे निघून गेली.

काही मागायला-सवरायला म्हणून पारधी माझ्या झोपडीकडे येतील, अशी माझी कल्पना होती; पण तिसऱ्या प्रहरपर्यंत कुणीही झोपडीकडे फिरकले नाही. मग मीच उंबऱ्यात उभे राहून हात वर केला आणि पारध्यांना बोलावले.

वीसएक वर्षांचे एक तरणेबांड पोर आणि पन्नाशीच्या घरात गेलेला एक बुटका गडी असे दोघे जण आले आणि अदबीने झोपडीबाहेर उभे राहिले.

झोपडीतील टेबलखुर्च्या, कॉट, मच्छरदाणी, दोन बंदुका हे इकडच्या भागात सहसा न दिसणारे साहित्य पाहून पारधी दबकले होते. रामराम घालून ते गप उभे राहिले.

मी विचारले, "कोण लोक रे तुम्ही?"

वयाने झालेला पारधी हेल काढून उत्तरला, "पाटील, आम्ही पारधी, राजपारधी."

राजपारधी, भिल्लापारधी, हरिणपारधी असे प्रकार पारध्यांत असतात, हे मला ऐकून ठाऊक होते.

"नाव काय तुझं?"

"माझं नाव मिठू शिपाई."

शिपाई हा पेशा आहे, हे मला ठाऊक होते; पण ते नावसुद्धा असू शकते, याचा पत्ता नव्हता.

"आणि याचे?"

"हा माझा पुतण्या आहे. यांचं नाव रमजान."

एकाने पेशाचे नाव घेतलेले, तर दुसऱ्याचे हिंदू असून मुसलमानी नाव हौसेने ठेवलेले. आडनावाची चौकशी केली, तेव्हा ते भोसले होते, असे कळले! नाव रमजान आणि आडनाव भोसले; रमजानच्या बापाचे नाव होते – फाकल्या. या नावात तुम्हा-आम्हाला विनोद दिसेल. पारध्यांना त्यात काही वावगे मुळीच दिसले नव्हते. नाव विचारले, गाव विचारण्याची सोय नव्हती. भटकीच जमात ती! रानचा मेवा खात दाही दिशांना हिंडणारी! गाव नाही, घर नाही, जमीन नाही, जुमला नाही.

"दोन पाले कुणाची?"

सगळे तपशीलवार सांगायचे, ते उभ्या-उभ्याने कसे सांगता येणार, म्हणून मिठू शिपाई दोन पायांवर बसला. दोन पिसे पाहून त्याच्या मुलाने ज्याप्रमाणे त्या विहिरीत पारव्यांची वस्ती होती, हे ओळखले होते; तसेच माझ्या दोन शब्दांवरून, इथे अघळपघळ बोलायला हरकत नाही, असे मिठूने ओळखले असावे. उंबऱ्याला लागून ते दोघेही चुलते-पुतणे खाली बसले. मिठू शिपाई सांगू लागला, "ही दोन माझ्या भावाची, फाकत्याची पोरे. हा रमजा, आन् दुसरा धाकटा मेदवाऱ्या. फाकत्या मेला, त्येची बायकूबी मेली. मंग पोरांनी कुठं हिंडावं, म्हणून ती माज्याबरुबर ऱ्हात्यात. ह्यांचं लगीन दोन सालामागं झालं. आमी दोनशे रुपये देऊन पोरगी केली, पर पोरीच्या बापाला लोभ सुटंना. पोरगी माघारी नेली आन् पुन्ना दोनशे रुपयं मागू लागला. ते आमी कुठलं देनार दादा? म्हनलं तुझी लेक तुझ्यापाशी ऱ्हाऊ दे. आमी पैका देनार नाही. आमचा पहिला पैका माघारी दे. त्येनं दिला. त्येच्यातून पोरांनी काही सामान-सुमान घेतलं. दोन गाया घेटल्या. कापडं केली. आन् आता माज्या संगं असत्यात!"

इतके सविस्तर समजल्यावर विचारण्यासारखे काही विशेष राहिले नाही. एकच शंका मनात होती. ती ही की, एरवी गावापासून दूर माळावर उतरणारे पारधी या खेपेला गावाच्या इतक्या शेजारी का उतरले? हाही प्रश्न मी विचारला. मिठू शिपायापाशी त्याचे असे एक कारण होते :

"पाटील, आमची जात खराब लोक म्हणून नाव मिळवलेली. आम्ही गावाबाहेर लांब राहिलो आन् तुमच्यासारख्याच्या रानातला काही जिन्नस नाहीसा झाला, तर पहिली पाळी आम्हांवर. आम्ही नेलेलं असू-नसू, पर पाटलानं आम्हाला धरून नियाचं, चार काठ्या आमच्या अंगावर ओढायच्या, इळभर धरून चावडीत बसवायचं; म्हणून आम्ही गावाशेजारीच ऱ्हातो. कुनीबी नजर ठेवावी, पालाच्या झडत्या घ्याव्यात."

मिठूने गावाशेजारी राहण्याचे हे जे कारण दिले होते, ते खोटे म्हणता आले नसते. आता ही मंडळी इथे माझ्या रानात आली होती. उद्या जर रानातील वैरण किंवा धान्य गेले असते, तर प्रथम मला शंका आली असती ती पारध्यांचीच! मारठोक मी केली असती का नाही, हा भाग वेगळा; पण वहिम आला असता तो पारध्यांचाच!

मिठूचा पुतण्या रमजा इतका वेळ हांहूं करीत होता. चुलत्याच्या बोलण्याला टेकू देत होता. त्याचे लक्ष सारखे खुंटीला अडकविलेल्या बंदुकांकडे होते. भीड चेपली, तसा तो म्हणाला, "पाटील, तुम्हीबी शिकार करता?"

"करतो तर! अरे आता ज्याचा धंदा त्याने करावा, असे कुठे राहिले आहे? आम्हीही शिकार करतो. हरीण दाखव आम्हाला, आम्ही शिकार करू त्याची."

"हरण कुठं ऱ्हायलंय आता आपल्या देशाला? पार बुडालं! आम्ही हरणाचं

फासं पाळत होतो, तवा दिवा बघत नव्हतो. गावाबाहेर ऱ्हायाचो ते त्या कारनानं. दिवा बघितल्यावर फासं आंधळं होत्यात!''

पारध्याची जात आपल्या पालात दिवा कधीही लावत नाही, हे मला ठाऊक होते. नेहमी फिरस्ते असल्यामुळे, रानात वस्ती असल्यामुळे दिवा लावला, तरी तो वाऱ्यात टिकणार कुठे? आता कंदील निघाले, पण पूर्वी लामणदिवेच होते. ते पारध्याच्या पालात टिकाव कसे धरणार? शिवाय गुन्हे करणे हाही पारध्यांचा जोडधंदा होता. गुन्हा झाला की, पाळतही आलीच आणि ज्याच्यावर पाळत आहे, त्याला अंधार उत्तम! या कारणानेच पारधी सदैव ब्लॅकआऊट पाळीत असावेत, असा माझा अंदाज होता. रमजाने सांगितलेले कारण काही मला माहीत नव्हते.

असे आम्ही बोलत बसलो होतो. तेवढ्यात मिठूचा दुसरा पुतण्या धावत आला आणि दक्षिण दिशेला हात करून काही सांगू लागला. त्यासरशी मिठू उठला. कपाळावर हात घेऊन क्षितिज न्याहाळू लागला. गडबडीने मला बोलला, ''बरं तर. मी जाऊन येतो दादा.''

आणि माझ्या होकाराची वाटही न पाहता ते दोघे-तिघे पारधी पालांकडे सुसाट पळाले. फासे घेऊन गाईवर स्वार झाले. एखाद्या ऐतिहासिक कादंबरीतील स्वाराप्रमाणे काळ्या रानातून भरधाव असे दक्षिण दिशेकडे निघाले. एवढ्या तातडीने मिठू शिपाई कशावर सुटला, हे मला काही समजले नाही. झोपडीबाहेर येऊन मीही हात कपाळावर घेऊन दक्षिण दिशेकडे पाहिले, पण काही दिसत नव्हते. फक्त आभाळात चार-सहा काळे ठिपके दिसत होते. यमाजी पाटलाच्या वाडीकडे एखादे गूर मेले असावे आणि हे ठिपके म्हणजे त्यावर फिरणारी गिधाडे असावीत, असे मला वाटले. पारधी फासे घेऊन गेले, त्या अर्थी ते शिकारीवर गेले होते, हे नक्कीच; पण ते कशावर गेले, हे काही मला समजले नाही. कदाचित पारव्यांचा एखादा थवा कुठे उतरलेला या पोराने पाहिला असेल किंवा लांब ओरडणाऱ्या चितुरांचा आवाज ऐकला असेल. काहीतरी होते खास!

दिवस मावळायच्या सुमारास मिठू आणि त्याचे पोरांचे लेंढार आमच्या झोपडीकडे आले. मिठूच्या बायकोने गावात हिंडून धान्य मिळविले होते. नेहमी बरोबर असलेल्या जात्यावर ते दळलेही होते. ताज्या भाकरीचे तुकडे गुळाच्या नखभर खड्याशी लावून खातखातच पोरे बापापाठीमागे आली होती. या खेपेला मिठू उंबऱ्याच्या बाहेर न बसता आत येऊन बसला. कोंबडीच्या पंखाखाली पिले बसावीत, तशी त्याची पोरे त्याच्या मांडीवर, काखेतून बसली.

मी विचारले, ''झाली का शिकार मिठू शिपाई?''

आपली दाढी वाढलेली हनुवटी हलवीत मिठू म्हणाला, ''नाही दादा, मस्त

खटपट केली, पर गिधूड काय फाशावर आलंच नाहीत!''

मी थोडासा चकित झालो.

''म्हणजे तू गिधाडावर गेला होतास?''

पारध्याने मान हालवून होकार दिला. मला इतके आश्चर्य वाटत होते, हे त्याच्या ध्यानी आले नाही. मी पुन्हा खात्री करण्यासाठी विचारले, ''गिधाड खाता तुम्ही लोक?''

पारध्याला माझा प्रश्न थोडासा भोळसटपणाचा वाटला. जणूकाही मी त्याला विचारले होते, 'म्हणजे तुम्ही लोक जिलबी खाता?'

मिठू बोलला, ''गिधूड ना खायला काय झालं पाटील? तो तर कोंबडीवाणी लागतो आन् इळभर खाल्ला, तरी सरत नाही.''

गुणवत्ता आणि प्रमाण दोन्हीही असे भरघोस सांगितल्यावर मी काय बोलणार? काही बोललो असतो, तर पारध्याने मलाच वेड्यात काढले असते; हिणवले असते. साहजिकच मी गप्प राहिला; पण मिठूला वाटले की, हाही शिकारी गडी आहे. याला माहिती नाही, ती करून दिली पाहिजे. त्याने उलट मलाच विचारले, ''तू घुबड खाल्लेस कंदी?''

आता या पारध्याला काय सांगावे? ज्या पाखराचे नावसुद्धा दिवसा घेत नाहीत, त्याची चव तो मला विचारीत होता. माझा चेहरा ओशाळला आणि काही बोलण्याऐवजी मी केवळ मान हलवली.

''तुम्ही लोक खात न्हाई, हे मला ठावं हाये, पर इचारावं म्हणून इचारलं. घुबड चांगला लागतो दादा. कोतमीर, मिरची लावून, उलीसं तेल टाकून परतावा. झकास, झकास लागतो!''

'असेल बुवा! नाही कसे म्हणावे?' यानंतर तुम्ही लोक आणखी काय काय खाता, हे विचारण्याची ताकद माझ्यापाशी राहिली नाही. बहुधा स्वत:ची जात सोडून पारधी चटसारे खात असावा.

सकाळपासून मिठू पाहत होता आणि त्याला काही उमज पडत नव्हता. झोपडीतील सर्व सामानसुमानाकडे पाहून त्याने मला विचारले, ''हा सगळा सांचा संगं घेऊन हिंडतोस दादा?''

प्रश्नाचा रोख माझ्या चटकन ध्यानात आला नाही; थोड्या उशीरा आला, तोवर मी 'होय' म्हणून गेलो होतो. मला वाटले, फक्त बंदुकांना उद्देशून केलेला हा प्रश्न असावा, म्हणून मी होकार दिला; पण मिठूचा भाव तो नव्हता. तो आपल्याच मापाने मलाही मोजत होता. तो जसा फासे, पाले, कोंबड्या, जाते घेऊनच या गावचे त्या गावी जातो; त्याचप्रमाणे मीही हा पलंग, ही टेबलखुर्ची, ही हत्यारेपात्यारे, ही बैठक, लोड-तक्क्या घेऊनच गावोगावी हिंडतो का, अशी त्याची विचारणा होती.

मी सुटीत आलो होतो, एरवी इथे नसतो, एवढी बातमी त्याने गावात मिळवली असावी.

मी होकार दिला, तेव्हा गंभीर होऊन मिठू म्हणाला, "समदं आनायचं, तर तुमा लोकास्नी मोटार, आगीनगाडीनं आनावं लागतं. खर्ची बहु येत असंल पाटील?"

मीही गंभीरपणे म्हणालो, "तर तर, खर्च येतोच मिठू; पण आपल्याला पाहिजेत या वस्तू बरोबर, तर खर्च होतो म्हणून भागते का?"

मिठू म्हणाला, "तेबी खरंच!"

मिठूचा मोठा पोरगा आठदहा वर्षांचा होता. त्याचे नाव बंदरी होते. आपल्या अर्थाने पाहावयाचे, तर बंदरी म्हणजे परदेशहून समुद्रमार्गे आलेला माल; विशेषत: धान्यधुन्य. बंदरावर उतरला म्हणून तो बंदरी! राष्ट्रभाषेत बंदर म्हणजे वानर. त्यावरूनही कदाचित बंदरी झाले असावे. हे आपले माझे अर्थ. मिठूने अर्थाचा काही विचार केलेला दिसत नव्हता. मिठूचा हा थोरला मुलगा रंगाने करवंदासारखा काळाभोर होता. अंगाने सडसडीत आणि मोठा चलाख होता. त्याने केस वाढवून त्याची वेणी पाठीवर सोडली होती. खाली माधुकरी मुलासारखी सुरेख लंगोटी ठेवून दिली होती.

मी गमतीने विचारले, "बंद्ऱ्या, लंगोटी का बरं लावलीस?"

यावर तोंडातला भाकरीचा घास गिळून नाक सुरूसुरू वाजवीत ते पोर उत्तरले, "जातीची देणं हाये ही पाटील. ती सोडून कशी द्यावी?"

'पारध्याने धोतर नेसता कामा नये, त्याने कमरेभोवती चार हात फडके गुंडाळणेसुद्धा योग्य नाही. म्हाताऱ्यापासून लहान पोरांपर्यंत सर्वांनी लंगोटीच वापरली पाहिजे.' असा जातीचा रिवाज असल्याचे मिठूने सांगितले. "केस राखून वेणी पाठीवर सोडण्याची चिनी पद्धत हाही जातीतला रिवाज आहे का?" अशी मी चौकशी केली, तेव्हा 'बंदरीचे केस हे देवाच्या नावाने राखलेले आहेत' असा खुलासा झाला. देव कोणता? तर भवानीआई! आडनाव भोसले होते, तेव्हा कुळस्वामिनी म्हणून भवानी आली, यात विशेष काही नव्हते. तिच्या नावाने मुलाने पाठीवर केस सोडावेत, हेही काही वावगे नव्हते.

दिवेलागणीची वेळ झाली, तेव्हा रखवालदार नाईक गावातून आला. झोपडीत ही मंडळी बसलेली पाहून त्याला थोडे आश्चर्य वाटले. मला उद्देशून तो म्हणाला,

"ही पीडा कशाला आली इथं?"

मी म्हणालो, "मी मुद्दाम त्यांना बोलावून घेतलं आहे. मेदवाऱ्या, तू चित्तूर धरतोस का?"

सळसळीत लांब मांड्या असलेले आणि अंगात एक फाटका कोट, गळ्यात

मण्यांच्या माळा घातलेले ते बांड पोर बोलले, ''धरतो जी!''

''कसा धरतोस?''

गळ्यातल्या गोफात अडकवलेली एक लहान नळी ओठाला लावून मेदवाऱ्या चितुरासारखा ओरडला. रानात असे ओरडले की, लपून असलेले चितूर पक्षी त्या ओरडण्याला साथ देत असत. त्यांचा ठावठिकाणा कळत असे. मग फास लावायचा. त्यात दाणे टाकायचे आणि गाईपाठीमागून दडत दडत जाऊन चितुराला त्या फाशापर्यंत न्यायचे, अशी चितूर पकडण्याची पद्धत त्याने प्रात्यक्षिकासहित मला करून दाखवली. कमरेच्या पिशवीतील फासही दाखवला. मी बोली केली, ''मेदवाऱ्याने एक चित्तूर पकडून आणून आम्हाला दाखवावा, आम्ही त्याला एक गिधाड पक्षी मारून देऊ.''

मिठू शिपायाच्या तोंडाला पाणी सुटले. तो कळवळून म्हणाला, ''दे ना दादा एक गिधूड बंदुकीने मारून! माझी लेकरंबाळं खातील!''

नायकाने विचारले, ''अरं, आम्ही दिऊ तुला, पर तू काय देशील ते बोल की!''

हाताची पाची बोटं जुळवून ती रामोशापुढे करीत मिठू म्हणाला, ''तुला बग, पाच आण्यांचे पैसे देईन.''

इळभर न सरणारा, कोंबडीवाणी लागणारा मिठू एक गिधाड मिळविण्यासाठी बंदे पाच आणे द्यायला तयार होता. सुगीच्या दिवसांत पेंडीपेंडी धान्य मागून त्याने नुकतीच दहाबारा रुपयांची ज्वारी विकली होती. पारध्याने देऊ केलेली ती रक्कम ऐकून नाईक म्हणाला, ''बरा पैसेवाला दिसतोय रं तू! लेका, एका बंदुकीच्या गोळीला काय पडतं ते माहीत आहे का तुला?''

बापड्या मिठूला काडतुसांचा भाव काही माहीत नव्हता. ओशाळवाणा चेहरा करून त्याने विचारले, ''काय पडतं दादा?''

रमजाला थोडी माहिती असावी, असे दिसले. त्याने परस्परच चुलत्याला गुजराती भाषेत सांगितले – ''एका गोळीला सव्वा रुपया पडतो.''

हा भाव ऐकून मिठू चकित झाला. हात जोडून बोलला, ''इक्ता पैका आम्ही कुठनं द्यावा पाटील.''

मी म्हटले, ''तुला पैका मागतंय कोण? तू फक्त एक चितूर आणून दे. त्याच्या बदली आम्ही तुला गिधाड देऊ!''

''देऊ ना! चितूर रानात दिसला, तर त्याला काय आम्ही सोडणार? खटपट करून त्याला फाशात आणून घालू. पर न्हाईच दिसला, तर मग काय करायचं पाटील?''

तरण्या रमजाला आणि मेदवाऱ्याला चुलत्याचे हे गुळगुळीत बोलणे रुचले नाही. चितूर मिळत नाही म्हणजे गोष्ट काय? जिथे रान आहे, तिथे चितूर आहेच; आणि रानातला चितूर फाशात नाही आणला, तर त्यात पारध्याचे कसब ते काय?

रमजा म्हणाला, ''आम्ही चितूर देऊ.''

हा सौदा पक्का झाला. पारधी निघून गेले.

दुसऱ्या दिवशी भल्या सकाळीच ती दोन्ही पोरे फासे घेऊन पश्चिम दिशेकडे गेली. त्यांना जाताना पाहून नाईक मला म्हणाला, ''तात्या, पारधी चितूर आणत्याल. आपल्याला गिधूड आनला पायजे, नाहीतर वचनाला बाध येईल.''

मी म्हणालो, ''अरे गिधाडांना काय तोटा! आता फिरायला जाऊ, तेव्हा बंदूक बरोबर घे. दोन-चार गिधाडं आणून देऊ पारध्यांना!''

''ते खरं, पर तुम्ही त्या वंगाळ पाखरांवर बार कसा घालनार?''

''आपल्याला ओंगळ वाटतं, पण पारधी त्याला जर कोंबडीसारखा मानतो, तर त्याची मागणी पुरी करायला काय हरकत आहे? तरस काय कमी ओंगळ जनावर असतं? आपण बार घालतोच का नाही त्याच्यावर?''

माझ्या या खुलाशाने नायकाचे समाधान झाले. पारधी चितुरासाठी पश्चिमेकडे गेले आणि आम्ही गिधाडासाठी दक्षिणेकडे गेलो.

ती मुलखावेगळी शिकार शोधीत एकदीड वाजेपर्यंत रानातून भटकलो, तरी गिधाड कुठे नजरेला पडले नाही. आदल्या दिवशी पारध्यांनी पाहिलेली गिधाडे बातमी लागल्याप्रमाणे कुठल्या कुठे नाहीशी झाली होती. आमचा फार हिरमोड झाला. पारध्याला थोर तोंडाने दिलेला शब्द खोटा पडतो की काय, अशी धास्ती वाटू लागली.

जेवण-वेळ टळून गेली. उन्हही फार झाले. इथून पुढे रानात फिरण्यात मतलब नव्हता.

''बापू, पारध्याला दिलेले वचन खोटे पडणार रे!''

रामोशी म्हणाला, ''तात्या, बारा कोस रान बघीन, पर तुमचं वचन खोटं नाही पडू देनार. तर आता घराकडं चला. जेवण करा, जरा लवंडा, तवर मी गिधाडाचा तपास लावतो.''

पाच-सहा मैल रपेट मारून आम्ही परत घरी आलो. पारध्याची पाले दिसू लागली, तेव्हा मला नक्की वाटले की, आता ती मंडळी चितूर घेऊन समोर येणार आणि आम्ही मात्र तोंडे वाकडी करून त्यांना काही मिळाले नाही, म्हणून सांगणार. सहज गंमत म्हणून बोलून गेलो होतो, पण आता दिला शब्द पाळायचे झाले. दोन बंदुका आणि ओझेभर काडतुसे बरोबर घेऊन आलो आणि कसल्या शिकारीसाठी हिंडणे आले! मोठी गंमत होती. गिधाड ते काय आणि त्याची शिकार ती काय, पण

दिवसभर का होईना, एक पेचप्रसंग समोर उभा राहिला होता. पारधी जन्मजात शिकारी! रानात जाऊन ते चितूर आणल्याशिवाय राहिले नसते. फासे लावून, शिळा घालून त्यांनी चितूर आणले असते यात शंकाच नव्हती. पण आम्ही काय करावे? शीळ घालून गिधाड काही बोलवता येण्यासारखे नव्हते. अब्रू जाण्याचा प्रसंग होता खरा!

"बापू, आजच्या दिवसात पारधी मागतो त्या पाखराचा तपास लागला पाहिजे. एक वेळ पारध्यांनी त्यांची शिकार आणून हजर केल्यावर आपल्याला वायदे करता येणार नाहीत."

रामोशाने काही बेत केला होता, असे दिसले. कारण त्याच्या बोलण्यात आत्मविश्वास होता.

"तात्या, पाखरू तुमच्या नजरंला पडंल, असं करनं माज्याकडं लागलं. आज-उद्या ते तुमाला दिलं म्हंजे झालं का नाही?"

"झालं!"

"मग तुमी नित्रास ऱ्हा. माझं मी बघतो."

पारध्यांच्या पालाशेजारी पोहोचलो. मेदवाऱ्या आणि रमजा आडवे आले. मागून मिठूही आला. त्यांचे चेहरे पाहूनच मी ताडले की, यांनाही शिकार मिळालेली नव्हती. 'चला! आजचा दिवस तरी सुटलो!'

"काय मिठू शिपाई, चितूर कुठाय?"

"पोरं मस्त फिरून आली दादा, पर पाखराचा तपास नाही लागला; पर लागंल आता घटकाभरानं. ह्या अंगाला धाडतो दोघास्नी. मीबी संगं जातो."

"ठीक ठीक! बघा, तुम्ही चितूर आणला की, आम्ही तुझा कोंबडा आणलाच म्हणून समजा!"

मिठू माझ्यापुढे येऊन उभा राहिला. तोंड पुढे करून म्हणाला, "तुझी अट घटकाभर बाजूला ठेव. तुझ्यापाशी हत्यार आहे. एक गोळी माझ्यासाठी खर्ची घाल बघ! माझी लेकरंबाळं खातील!"

आता काय करावे?

"अरे, पण तू पाखरू दाखव ना ते!"

"दाखवल्यावर मारशील?"

"हो हो; मारीन!"

"बरं, मी दावीन. हितं बंगल्यापुढं आनतो बघ त्याला!"

मी जेवायला घराकडे निघून गेलो. पारध्याने आणि रामोशाने काय बेत केला, मला कळले नाही; पण त्यांचे आपापसात काही बोलणे झाले.

तिसऱ्या प्रहरी झोप घेऊन मी उठलो, तेव्हा झोपड्यांपासून उलटया वाऱ्याला

दोन अडीचशे यार्डांवर काही जनावर मेल्याचे मला आढळून आले. गावातले एक भटके कुत्रे होते. रानचा वाघ समोर येण्यासाठी आम्ही बकरे बांधतो, त्याप्रमाणे काहीतरी करामत पारध्यांनी केली असावी, असा संशय मला आला. रामोशी घराकडून आला, तेव्हा त्याने माझा संशय खरा असल्याचे सांगितले. खटपटी पारध्यांनी शिकार मिळावी, म्हणून मुद्दाम हा बनाव घडवून आणला होता. रानात गेलेली पोरे पुन्हा हात हलवीतच माघारी आली होती. मिठू आणि रमजा बांधावर बसून आभाळातून शिकार केव्हा जमिनीवर उतरते, याची वाट बघत होते. रामोशीही मोठा उत्सुक झाला होता; पण दिवस मावळला, तरी घारी-कावळ्यांशिवाय कोणी फिरकले नाही.

अंधार पडला. काळ्या रानातली पारध्यांची पाले काळोखात बुडून गेली. थोडेसे आभाळ आले आणि पावसाची थोडीशी सर येऊन गेली.

मला वाटले, 'काळ्या रानात चिखल झाला आहे, गार वारा सुटला आहे. त्या एवढ्या पालातून पारध्याची प्रजा कशी झोपली असेल? त्यांच्या अंगावर वस्त्रे नव्हती, मग अंथरायपांघरायला काय असणार? त्या गाईंनी कुठे आडोसा घेतला असेल? ती लेकुरवाळी कोंबडी कुठे बसली असेल? आणि दोन पुतणे आणि पाच मुले असलेला मिठू कुठे झोपला असेल?' पण हा विचार मीच करत होतो. पारध्यांची पाले अगदी निवान्त होती.

मध्यान रात्री मी एकाएकी दचकन जागा झालो. कुणीतरी रडते आहे, असा आवाज पालाकडून कानी येत होता. कुणीतरी गहिवर घातलाा होता. दोन रात्रीसाठी माझ्या रानात मुक्कामाला आलेल्या पारध्यांवर काही बरावाईट प्रसंग आला होता काय? आवाज लहान मुलाचा नव्हता; चांगल्या प्रौढ माणसाचा होता. एकच करुण स्वर निघत होता. 'सदा वाऱ्यावर वरात असलेल्या, अन्नासाठी दाही दिशा हिंडणाऱ्या या पारध्याला काय बरे प्रसंग आला आहे?'

"बापू, ए बापू. तुझ्या कानावर काही आवाज येतो का?"

सावध झोपेचा रामोशी तत्काळ उठून अंथरुणावर बसला. कान पाडून आवाज घेऊ लागला, "पारध्याच्या पालात कुणीतरी विव्हळताय तात्या!"

"काय झालं असंल बरं?"

"कायतरी नवराबायकूचं भांडन झालं असंल. मिठू शिपायानं बायकूला मारलं असंल!"

"हेच का दुसरं काही?"

"छ्या! काय परसंग आला असता, तर आपल्याहिकडं पळत आली असती. कायतरी भांडणतंटाच हाय! तुमी निजा खुशाल!"

उशीरपर्यंत गलबला ऐकू येत होता. पुढे सगळीकडे शांत झाले. झोपमोड

झाल्यामुळे मी वरचेवर उलथापालथा होत होतो. पहाटे पहाटे झोप लागली.

सकाळी पालात जाऊन चौकशी केली, तेव्हा मिठू बाहेर आला. त्याचा चेहरा थोडा चिंताग्रस्त दिसला होता.

"काय गडबड झाली रात्री मिठू?"

"माजा मुलगा बंदरी आजारी झाला दादा. एकाएका ढाळ-वांत्या सुरू झाल्या!"

"बरं आहे का आता?"

"हाय बरं."

"मग रडत होतं कोण?"

"मग देवीला बोलवत होतो दादा. माज्या अंगात देवी आली भवानी. तिनं सांगितलं काय धोका न्हाई. समदं खुशाल होईल म्हणून. म्हणजे काय झालं. दिवस मावळताना मेदवाऱ्यानं एक मुंगूस धरून आणला. तो मी माज्या हातनं भाजला, शिजिवला आणि समद्यास्नी वाटून दिला. माझा पोरगा खाऊन झोपला आन् मध्यानरात्री आजारी झाला."

मी म्हटलो, 'असो! सारा प्रकार फासेपारध्याला शोभेल, असाच होता. मुलाला आता बरे आहे. भोसल्याच्या कुलदैवताने अंगात येऊन विठूला दृष्टान्त दिला आहे. आता काळजी करण्यासारखे काही नाही.'

संध्याकाळी बांधावर गिधाडे उतरली. त्यातले एक बार घेऊन पडले. पारध्यांना हाक मारावी म्हणून मी पाहिले, तो रान मोकळे होते! पारधी निघून गेले होते. काही वेळापूर्वी तर मी पाले पाहिले होती. थोडी झोप घेऊन उठतो, तोवर गिधाडे दिसली; आणि एवढ्यातल्या एवढ्यात पाखरे उडावीत, तशी ही पाले गेली कुणीकडे होती?

रामोशी म्हणाला, "तुमची झोप लागली तवाच पारध्यांनी पालं गुंडाळली. मी इचारलं, 'लेकानूं जाता का?' तर म्हणाली, 'सुगीचं दिवस आहेत. एका गावात चार दिवस राहिलो, तर पोटाला कसं मिळंल?' मी म्हणालो, 'आन शिकार रं तुमची?' तर म्हणाली, 'कुठं पाखरं उतरतायंत? कुठंवर वाट बघावी?' अन् गेली निघून!"

उडून गेलेल्या पाखराचा कुठे म्हणून शोध करावा? तरी मी दोन माणसे शेजारच्या वाडीकडे पाठवली. संध्याकाळी ती परत आली. पारधी लांब गेले होते.

त्या मेल्या पाखराकडे पाहून रामोशी म्हणाला, "काय सांगावं तात्या, तुमी रागं भराल म्हणून बोललो न्हाई; पर हे पाखरू जेवायला मिळावं, म्हणून पारध्यांनी गावातलं कुत्रं धरून आणून मारलं आन् हितं टाकलं. दोन जीवन फुकट की हो गेले!"

■

'लोकसत्ता', दिवाळी अंक, १९५७

पुण्याच्या आसमंतात घोटवडे नावाचे गाव आहे. या गावापासून मैलावर झाडीने गर्द हिरवे झालेले डोंगर आहेत. त्या डोंगराच्या उतरणीवर गवताने शाकारलेल्या पाच-सहा सुरेख झोपड्या आहेत. त्यांच्यापुढची अंगणे मेंढ्यांच्या लेंड्यांनी सारवून हिरवीगार ठेवलेली असतात. पुढे लागूनच असलेला ओढा बारा महिने तेरा काळ खळखळत असतो. यांपैकी एका झोपडीत गोविंदा कातकरी राहतो. तिथे राहणाऱ्या सगळ्या कातकऱ्यांचा तो नायक आहे. तो एक राजाच म्हणा ना! कमरेभोवती एक मळकट फडके आणि त्यातलाच काही भाग काढून डोक्याभोवती गुंडाळलेला, अशा थाटात हे राजेसाहेब अठरा-वीस मैलांची पायपीट करून कधीकधी पुण्यास येतात. भाऊसाहेब चव्हाणांच्या घरात धुळीने भरलेल्या पायांनी शिरतात. दाराशेजारी, भिंतीला पाठीचा रेटा देऊन दोन पायांवर बसतात.

त्याला बघून भाऊसाहेब बाहेर येतात. म्हणतात, ''वाहवा, वाहवा! काय गोविंदराव, काय खबर आहे?'' गोविंदाचा काळाभोर मुखवटा हसरा होतो. डोईच्या चिंधीशी तो उगाचच चाळा करतो. घशातल्या घशात थोडा खाकरतो. भिंत सोडून त्याची पाठ थोडकी पुढे झुकते आणि मग उत्तर येते, ''जनावर आल्येत डोंगराला. येतोस काय?'' आदरार्थी बहुवचन गोविंदाच्या व्याकरणात नाही. तो आपला सगळ्यांना 'अरेतुरे'च म्हणतो. उद्या जवाहरलाल नेहरूंची आणि त्याची जरी ओळख झाली, तरी त्यांना तो म्हणेल, 'मोटा खडू आला रे डोंगराला! चलतोस?' होय! नेहरू असले म्हणून काय झाले? त्यांनी हातात बंदूक घेऊन खडू हा मारलाच पाहिजे! माणसाच्या जीवनात शिकारीपरते आणखी काही जरुरीचे, महत्त्वाचे असते, यावर गोविंदाचा विश्वास नाही. कारण तो आणि त्याचे जातभाई हेच जरुरीचे काम आजवर करीत आले आहेत. यापलीकडे त्यांना काही माहिती असले, तर ते कुठे जंगल तोडणे, कुठे

गोविंदा कातकरी

/१४/

दुसऱ्याच्या रानात रोजगारास जाणे. बस इतकेच!

मग भाऊसाहेब दिलगिरीने म्हणतात, ''मला नाही कामातून सवड व्हायची गोविंदा. लिवून लिवून माझी कंबर अक्षी ढिली झालीये बघ!'' रांगड्या भाषेत ते असे गमतीने म्हणतात आणि लगेच आपल्या तरुण मुलाकडे वळून म्हणतात, ''शिवाजीराव; हं. तुम्ही करा तयारी. मोटा धा वझ्याचा डुकूर द्या ठोकून गोविंदरावास्नी. गड्याच्या तोंडाला वशाट आलेलं दिसतंय.''

यावर गोविंदा आजून थोडका हसतो. पुन्हा आग्रह धरतो. ''तू चल. ताजा पायसर लागलाय बघ! मोटी सार आलीये.''

मग भाऊ म्हणतात, ''गोविंदा, आपण पुष्कळ शिकार केली जवानीत. आता थोडी पोरांना करू दे. जा रे शिवाजी, बघ तुझे दोस्त लोक कोणी येतात का. मजा करून या.''

आणि मग गोविंदाची ही खबर आम्हा साऱ्या मित्रांत पसरते. दुधाच्या घागरीची वाहतूक करणाऱ्या ट्रकमधून गोविंदासह आम्ही घोटवड्याला निघतो. धूळ आणि गचके भरपूर खातो. 'अंगे घागरीसारखी धातूची नाहीत म्हणून बरे, नाहीतर पार पोचे पडले असते' असे म्हणत सुखरूप गोविंदाच्या झोपडीत पोहोचतो. त्याची राणी पाणी आणून देते. गोविंदा झाडलोट करून बसण्यासाठी जागा करतो. त्याच्या पाहुणचारात काळ मोठा आनंदाचा जातो.

सारा जन्म जंगलात काढलेल्या गोविंदापाशी वाघाची नजर आहे, पिसोऱ्याची चपळाई आहे आणि डुकराचे बळ आहे. जंगलात, सावजाच्या मागावर फिरताना त्याच्या अनवाणी पायाखाली कधी पाचोळा वाजत नाही का अभावितपणे घशातून आवाज निघत नाही. सावली जावी, तसा गोविंदा जंगलातून जातो. सावजाच्या हालचालीने मोडलेल्या काटकीचा आवाज त्याचे कान बरोबर टिपतात. झुडपात बसलेल्या भेकराच्या कानाची हालचाल त्याचे डोळे हेरतात. मुरडत, पडत गेलेले गवत डुक्कर कुणीकडे गेला आहे, हे त्याला बोटाने दाखवते. पाण्याकडे भेकर वा अवघड कडेकपारीत एखाद्या चित्त्याच्याच पोटी जन्माला यायचा, तो गफलतीने माणसाच्या आला! तरी हरकत नाही; विशेष फरक नाही. चित्त्याची सारी हुशारी, सारे कसब त्याच्यापाशी आहे. क्रौर्य तेवढे नाही. माणसावर झडप घालणे तेवढे नाही.

गोविंदा चांगला जवान असताना एकदा एक डुक्कर गर्द जाळीतून फाडकन उठला आणि त्वरेने झाडाझुडपाचा आडोसा घेत घेत घाणेरीच्या गिचमिड्या जाळकटीत शिरला. पार कुठे आत घुसून स्वस्थ राहिला. बोट शिरायला वाव न देणाऱ्या त्या काळ्याइतक्या काटेरी जाळकटाच्या डबंग्यामध्ये त्याला कुठे शोधावे आणि कुठे बार घालावा? टाचा उंचावून पाहिल्या, पालथे पडून पाहिले,

पण त्या बहाद्दरच्या अंगाचा एवढासा भागही डोळ्यांना दिसेना. आरडाओरडा केला, धोंडे-दगड फेकले; पण धोका जाणून चाणाक्ष झालेले ते जनावर जाम बाहेर पडेना! चव्हाण म्हणाले, "आता रे गोविंदा, हा मुरला तो मुरलाच की!"

पण गोविंदा त्याला काय सोडतो? असली घाणेरी म्हणून काय झाले? ओचकारेल, बोचकारेल, काळ्याभोर अंगावर ओरखाडे निघतील, तांबडेभडक रक्त येईल, येईना! तळहात पसरून त्यावर थुंक टाकली आणि ती जागा चोळली, म्हणजे झाले, आहे काय त्यात? हलक्या आवाजात तो कुजबुजला –

"तू थांब इथं. मी आत जाऊन कुठं बसला ते बगून येतो." आणि तीरकामठा सरसावून अजूनही पाषाणयुगात वावरणारा गोविंदा वासाळ कुत्र्यासारखा नकटे नाक सुरूसुरू करीत त्या जाळकटात शिरून पार दिसेनासा झालाही. सगळ्यांना वाटले, 'जर का पाठीचा रेटा जाळीला देऊन आणि उलटा फिरून तो वराह बसला असेल, तर खिंडीत सापडलेल्या या एका कातकऱ्याचे दोन कातकरी अलबत करील! इकडे का इकडे वळू म्हटले, तर जागा मिळणार नाही.'

क्षणभर वातावरण कसे तंग झाले. कानाच्या पाळ्या तापल्या, लाल झाल्या, श्वास रोधले, बंदुकीच्या दस्त्यावरची हाताची पकडे घामेजली; आणि खसपसाट झाला. लांबोडक्या नाकाने 'फा फू' करीत, मुंडी खाली घालून ते मस्त जनावर बेधडक बाहेर पडले. त्याने कशाची पर्वाच केली नाही. प्राणाचे भयच बाळगले नाही. कड्यावरून सुटलेला धोंडा यावा, तसा तो बाहेर आला. काडकाड बार झाले. डुक्कर धरणीशी पडला. "ओहो! पाडला, पाडला रे, डुक्कर लोळवला!"

'पण गोविंदा? अरे त्या कातकऱ्याचे काय? या तडाख्यात तो जगला का वाचला?'

"गोंदा ऽऽ हय् ऽऽ गोंदा ऽऽ! अरे कुठे आहेस रंऽऽ?"

पण हाकेला उत्तर आले नाही. जाळकटामागून पळत गोविंदाच आला. ठिकठिकाणी खरचटलेला, दमून धापा टाकणारा तो आदिमानव आला आणि पडल्या डुकराच्या मुस्कटावर पाय देऊन म्हणाला, "हात रे तुजी! माज्या अंगावर येतूस, आं? लोलवला का नाय!"

– आणि बाजूला तोंड करून थुंकला.

"का रे गोविंदा, हा अंगावर आला होता का?"

हेल काढून गोविंदा उत्तरला –

"तर काय सांगतोय! अडचणीत गाठला मला आन् आला अंगावं. इकडे वलीन म्हनलो, तर जागा नाय. बाजूस जालकट, मागं जालकट, वर जालकट

आन् हा तर सामने येऊन धडकला!''

''मग, अरे भल्या माणसा तू सुटलास कसा? काय केलंस तरी काय?''

''काय करताव! आल्लाद वर उडून पडलो जालीवर पालथा आन् डुकुर गेला खालून निगून?''

''वाहवा, वाहवा! वा रे गब्रू, शाबास बहाद्दर!'' डुक्कर अंगावर आला, तेव्हा हा कातकरी कोल्हाटी उडावा तसा अधांतरी उडाला. बुळबुळीत साबण ओल्या हाताच्या पकडीतून निसटावा, तसा निसटला आणि वरच्या जाळीवर पडला. झुडपावर पतंग अडकावा तसा अडकला आणि बापडा डुक्कर मुसंडीसरशी बाहेर येऊन गोळ्या खाऊन लोळला!

त्या रात्री गोविंदा सपाटून जेवला. त्याने किती खाल्ले? जेव्हा खरोखरीच भुकेला असतो, तेव्हा हा गडी दहा ते बारा पौंड मटन सहज बडवतो!

भरपूर जेवल्याचा आनंद गोविंदाला क्वचित मिळतो. भाकरी हा खरोखरीच त्याच्यापुढचा जळता प्रश्न आहे. कंदमुळे, रानटी फळे खाऊन त्याला महिनोन्महिने राहावे लागते. अन्नाच्या तुटवड्यामुळे हा कातकरी काहीही खातो. कातडे आणि मांस असलेले त्याला काहीही चालते. पोटचे पोर सोडून कुठलाही कातकरी काहीही खातो. एकदा झाडीत बसून मोठ्या मोठ्या डोळ्यांनी आमच्याकडे बघणारे घुबड दिसले. गोविंदा म्हणाला, ''मार ते!''

''मार? घुबड रे कशाला मारायचे? एक छरा फुकट दवडावयाचा?'' यावर गोविंदा निर्विकारपणे म्हणाला, ''खायास होईल!''

आणि एकदा भेकर मारले. त्याचे कातडे झोपडीच्या खनपटावर मीठ लावून सुकत ठेवले. गोविंदाला बजावले, ''ध्यान दे हो गोविंदा, कोल्हा पळवील.''

चार-सहा तासांनी परत येतो, तो कातडे नव्हते.

''गोविंदा, अरे कातडे रे?''

गोविंदा म्हणाला, ''खाल्लं पोरांनी भाजून.''

असा कातकऱ्यांचा राजा आणि त्याची प्रजा ! त्यांना उत्तम निवारा माहीत नाही. कातकऱ्याचे बिऱ्हाड आंब्याखाली! झोपड्या बांधल्या, तरी त्या पावसाळ्यांत चार महिने उपयोगी. एरवी ओसाड. बिऱ्हाड आंब्याखालीच. ऊन नाही, वारा नाही, काळोख नाही नि अंधेर नाही. यांना दोन हात कापडाच्या धडप्यापलीकडे वस्त्र नाही. अंथरूण नाही. पांघरूण नाही. जंगलात आम्ही रग, ब्लँकिटे घेऊन कुडकुडू लागलो, तरी कातकरी जाळ पेटवून धगीला बसलेले. सकाळी जागे होऊन बघावे, तर कोणाचा मागमूसही नाही. जरा वेळाने शेजारी असलेल्या भाततुसाच्या ढिगातून दोन पावले वळवळावीत. डोळे चोळून बघत राहावे, तर

उंदीर बाहेर येतात, तसं कातकरी त्या ढिगातून बाहेर पडावेत! कसली थंडी आणि कसला गारवा! कातकऱ्यांना काही नाही!

शय्याभूमितलं, दिशोपि वसनं ज्ञानामृतं भोजनम्।
एते यस्य कुटिम्बिनो वद, सखी कस्मात् भयं योगिनः।।

आता यांना योगी म्हणा वा न म्हणा; आणि त्यांचे भोजन जर ज्ञानामृताने होत असते, तर कशाला ही दगदग हवी होती? तुम्ही म्हणता ते ज्ञान काय असते, हे गोविंदाच्या गावीही नाही. ते फळ त्याने चाखलेच नाही. अणुबॉम्ब उडाला हिरोशिमावर आणि वर्षानुवर्षं चाललेले युद्ध खलास झाले; पण गोविंदाला रसायनशास्त्र हा शब्दही माहीत नाही. कोण साहेब कुठे गेला आणि कसले स्वातंत्र्य कुणी मिळविले, गोविंदाला पत्ता नाही. तो आपला जंगलातून फिरतो आहे, कंदमुळे खाऊन पोटाचा टिचभर डबरा भरतो आहे. कसले नवयुग येणार आहे आणि कसली मानवता उलथणार आहे, कुणा लेकाला ठावे? हां! पुण्याहून जे लोक शिकारीसाठी येतात, त्यांना नीट वागवावे हे गोविंदाला ठाऊक आहे. त्यांना जंगलचे राहणे सरावाचे नाही, हे त्याला माहीत आहे. त्यांच्या जिवाला धोका, तर आपल्या जिवाला धोका, हे त्याला उमगते.

एकदा शिवाजी आणि गोविंदा संध्याकाळी वाटा धरून बसले. सोबत एक हौशी, पण नवखा शिकारी होता. गोविंदाला असे कोणी आले म्हणजे खपत नाही. तो कातावून म्हणतो, ''कशाला आनतोस असली भुतं? खायास भार!''

तिघेही जाऊन ठिकाणी बसले. एक भला मोठा दगड होता, त्याच्या आडोशाला दोघे शिवाजी आणि गोविंदा बसले. पाठीमागे झाड होते, त्यावर नवा साहेब बसला. हलके हलके अंधार झाला. हिरवी झाडे काळवंडली. त्यांच्या सावल्या हलू लागल्या. त्यांना जीव आला. 'नाइट जार'चे 'चकर चक्' हे कंटाळवाणे गीत सुरू झाले. दिवसा, हसतेखिदळते वाटणारे जंगल गंभीर झाले. भयाण वाटू लागले. गार वारा, कोल्ह्यांची कुई, तरसाची 'खे खे' बरोबर घेऊन वाहू लागला. मघा सुट्या सुट्या वाटणाऱ्या झाडांच्या आकृत्या एकमेकांत मिसळून अंधाराचा गडद थर जमिनीवर बसला. आकाशाला वेगळा रंग आला. चांदण्या चमकारे मारू लागल्या.

आणि एकाएकी शांततेच्या चिंधड्या उडविणारा बार झाला! पाठीमागल्या झाडावर बसलेल्या बुवाजीचा हात चुकून चापावर पडला आणि तो वाघाला लोळवील असा दणक्या बार नेमका जाऊन शिवाजी व गोविंदा पाठमोरे बसले

होते, त्यांच्या मधोमध असलेल्या धोंड्यावर ठाणकन बसला. दगड फुटून कपऱ्या उडाल्या. दोघांच्या चेहऱ्यावर तडातड लागल्या. बाराने कानशिळी बसली. माराने डोके दगडासारखे झाले. काय झाले, ते कुणालाही कळले नाही. क्षणभर वाचा गेली, विचार गेला, अस्तित्वही नाहीसे झाले!

यातून प्रथम भानावर आला गोविंदा. भानावर आल्यावर पहिली गोष्ट त्याने काय केली? हातातल्या कामटीला सणसणीत विषारी असा बाण जोडला. मूर्ख-पणाने चापावर हात टाकणाऱ्या झाडावरील साहेबाकडे मोहरा वळवून तो कानापर्यंत खेचला आणि शेजारी, जाणीव बोथट होऊन गेलेल्या तरुण शिवाजीला हलक्या आवाजात पुसले, ''शिवाजी, रे शिवाजी, हायेस का?''

दरम्यान तो तरुण पोरगा भानावर आला. म्हणाला, ''हो, गोंदा काय झालं रे!''

'ठीक! हा पोरगा जिवंत आहे. नवशिक्याच्या अडाणीपणाने ह्याचा जीव घेतला नाही हे नक्की!'

गोविंदाने खेचलेला बाण खाली घेतला आणि पोराच्या हाताला धरून म्हटले, ''बस झाली पारध, चल झोपडीकडे.''

मुक्कामावर आल्यावर भाऊसाहेब चव्हाणांनी विचारले, ''का रे, मोकळेच आलात? बार चुकला काय?'' तेव्हा त्यांना बाजूला घेऊन रागाने पेटलेला तो कातकरी म्हणाला, ''कशाला आनलास भुताला? हातात बंदूक उडाली त्याची! बराच्या बरा, न्हाईतर तुजा पोरगा मरत व्हता. सावद झाला, ओ म्हनला म्हनून गप्प ऱ्हाईलो. न्हाईतर आनत व्हतो त्या सायबाला झाडावरून वानरावानी खाली तिरकामठ्यानं, हा! तर तुला तोंड दावायला कसा येनार!''

या गोविंदाला काय म्हणावे?

गोविंदा आता थकला आहे. त्याचे भरत आले आहे. एखाद्या वठल्या झाडासारखा तो आता दिसतो. पूर्वीचे अंग जाऊन तो आता भलताच चोपला आहे. डोळे खोल गेले आहेत. गालफाडे बसली आहेत. थोडा कमरेत वाकला आहे! त्याचे वय फार झाले आहे. मी परवा विचारले, ''गोविंदा, आता वय काय तुझे?''

तर म्हणतो, ''कुनाला ठावं!''

खरी गोष्ट! त्याला काय ठाऊक! कुठेतरी आंब्याखाली तो जन्माला आलेला. तो दिवस, तीथ, वार, वेळ कुणी लिहून ठेवली आहे? कुणी त्याची कुंडली मांडली आहे? कुणी पाळण्यात झोपवून कानात 'कुर' करून त्याचे

नाव ठेवले आहे? आईबापाच्या पोटी कुठेतरी, कधीतरी तो जन्माला आला. रानावनातून जनावराप्रमाणे भक्ष्य शोधण्यासाठी फिरण्यात त्याची हयात गेली. वार्धक्य आले. आणखी काही दिवसांनी तो जागी बसेल. दुर्बल झोपडीत पडल्या पडल्या जवानीत केलेल्या शिकारीची आठवण येऊन आनंदेल किंवा कष्टीही होईल. आणखी काही दिवस, म्हणजे धरणीशी पडेल आणि एके दिवशी मरून जाईल. जाणारच. ते दिसतेच आहे!

पण अजूनही, अशा वयातही अठरा-वीस कोस तुडवून तो पुण्याला येतो. धुळीचे पाय घेऊन चव्हाणांच्या घरात शिरतो. भिंतीला पाठ लावून दोन पायांवर बसतो. 'काय गोविंदा! कसंकाय, ठीक चाललंय ना?' अशी चौकशी केली की, होकारादाखल मान हलवितो. त्याचे ठीक चालले आहे. येताना चिरगुटात बांधून आणलेले नाना प्रकारचे कंद तो सोडून पुढे ठेवतो. अगत्याने म्हणतो, ''हे भाजून खाऊन बग. हे उकडून चव तरी घे! गुलावानी लागतो!''

त्या म्हाताऱ्याचे हे बोलणे ऐकून मन हलते आणि जवानीत दांडगादुंडगा असलेला हा कातकरी आता फार थोड्या दिवसांचा सोबती आहे, असे जाणवून वाईट वाटते.

आणि गोविंदा भिंतीपासून पुढे सरकून विचारतो, ''जनावरं आलेत, चलतोस?''

गोविंदा, गोविंदा!

■

संध्याकाळ झाली तशी लाडाबाईनं पुढे पसरलेली सतरा रंगांची चिरगुटं आवरली. चिंध्या बांधल्या– गोळा केल्या. दोऱ्याच्या गुंडीत सुई टोचली. हे सगळं तिने सावकाशीनं केलं आणि मग भुईला हाताचा रेटा देऊन 'बया बया बया गं–' असं करीत ती बसल्या जागची उठली. आता बसता उठता पोटाचं ओझं फार जडशीळ वाटत होतं. या खेपेला लाडाबाईला पोट फारच आलं होतं. पुढे वाकून बघितलं तर आपले पाय दिसू नयेत इतकं.

अंगणातनं उठून खोपटात शिरताना लाडाबाई आपल्याशीच म्हणाली, ''पोट जास्ती आलंय या खेपेनं–''

–आणि लगोलग भीतीनं तिचं काळीज लकलकलं. सुकून कोळ झालेल्या ओठानं ती पुटपुटली, ''जुळंबिळं हुतंया, की काय? नकं रं परमेसरा, नकं बाबा.''

या शब्दांमागोमाग तिनं दमगीर माणसासारखे दोन सुस्कारे सोडले. बाळंतपणाला लागतील म्हणून गोळा केलेला चिरगुटांचा गळाठा दोरीवर टाकला आणि छातीवर हात ठेवून, जमिनीकडे टक लावून ती उगीच उभी राहिली. पुलाच्या आडोशानं बसलेल्या या गलिच्छ वस्तीत गोंधळ चालला होता. नाना तऱ्हेचा उद्योग करून परत फिरलेली माणसं मोठमोठ्यानं बोलत होती. पोरंबाळं खेळत होती. रडत होती. बाया वसावसा बोलत होत्या. सगळा कालवा चालला होता.

उंच पुलाच्या पायाशी वसलेली ही वस्ती एखाद्या भिंतीच्या आडोशाला बसलेल्या गलिच्छ डुकरिणीसारखी वाटत होती. सांडपाण्यात डुंबत बसलेल्या लेकुरवाळ्या डुकरिणीसारखी.

पुलावरून वाहणाऱ्या गर्दीच्या लोंढ्याला महापूर आला होता. माणसं, रिक्षा, मोटारी, हातगाड्या सारख्या वाहत होत्या आणि कानाला नको वाटावा असा आवाज सारखा होत होता.

लाडाबाईच्या मनात विचार आला आपली ही कितवी खेप? आणि आठवण

ओझं

/१५/

करकरून तिला काही आठवेना. एकीकडे ती सांजच्या भाकरी टाकण्यासाठी पीठ बघत होती, डबे उलथेपालथे करीत होती, बाहेर जाऊन लाकडं आणत होती, चुलीला पेटत घालण्यासाठी काड्याचं डबडं शोधत होती आणि एकीकडे म्हणत होती: "सात का आट? आट कशी? सातच..."

शेवटी तिच्या डोक्यात फार गोंधळ झाला. सगळ्या खोपटात धूर झाला तशी ती सगळं सोडून बाहेर आली आणि चिखलाचा गोळा पडावा तशी खाली बसली. पाय पसरून बसली आणि दोन्ही हातांनी भुईचा आधार घेऊन नीट आठवण करू लागली. हिशेब काही लागेना... लागावा तरी कसा? एक पोर पोटातनं आलं, ते गेलेलंच. एक पोरगी दहा दिवसांची झाली आणि एकाएकी गप्प झाली. एक मधेच नासलं. पोरगा की पोरगी, देवाला डोळं. दोन जगली. नाम्या आठ वर्सांचा झाला अन् रुसून निघून गेला. त्येचा पत्त्या आजवर न्हाई. जगन्याला आता सात वर्सं झाली. त्यो कुठं खडकीला व्हटीलात लागलाय. कंदी येत न्हाई, जात न्हाई... ही किती झाली? एवढीच का सगळी? आन् सोनी ऱ्हायलीच की. तेरा वर्सांची झाली आन् एक दिशी गेली. बाबाचा हात धरून. काय त्येचं नाव? कायबी असू मुडद्याचं, काय करायचं हाय मला?

लाडाबाईला काहीबाही जुन्या आठवणी येऊ लागल्या. चिरगुटाचं गठळं उपरात बसावं तशी ती आठवणी उपशीत राहिली. कसले कसले वास येऊ लागले. काळीज सारखं लकलकू लागलं. दोऱ्याच्या गुंडीचा व्हावा, तसा मधेच सगळा गुंता झाला. डोळे बारीक करून लाडाबाई गुंता सोडवू लागली.

गावातली फेरी पुरी करून सोमा माघारी आला. गंजलेले पत्रे, या ठिकाणांहून गोळा केलेल्या फाटक्यातुटक्या विटा, तरटाचे तुकडे, काळ्या कुजक्या फळ्या, असलं काहीबाही सामान गोळा करून चिमणीनं बांधावं तसं बांधलेल्या आपल्या खोपटाकडे परत आला.

घरोघर हिंडून जमा केलेली रद्दी त्यानं बोहाऱ्याच्या दुकानात घातली होती आणि खिशात साडेसात आणे आणि खांद्यावर तागडीनं जड झालेलं पोतं घेऊन तो घराकडे आला होता. अंगणात येताच त्यानं खांद्यावरचं पोतं टाकलं आणि बायकोला विचारलं, "का गं बसलीयास?"

लाडाबाईनं गुंता तसाच आवरला. नवरा आलेला बघून "बया बया, देवा माज्या रं!" म्हणत उठली आणि पोट सावरत आत गेली. चूल फुंकू लागली. कपाळावरच्या झिंज्या सावरू लागली. सोमा वाकून आत आला. टोपी-कोट घालून तसाच भुईवर बसला.

"मग गं काय करायचं?"

लाडाबाईनं दचकून विचारलं, "कशाचं?"

"बाळातपनाचं?"

लाडाबाई काही न बोलता फुंकत राहिली. टोपी काढून केस खाजवीत सोमाच बोलायला लागला, "मी अजून तपास केला बग. लई सुयीचं पडंल ते. एक डाव आत गेलं की दवाखान्यातनं सगळं मिळतंय. दवापानी, होय नव्हं. खायापियाकडं तर लई ध्यान देत्यात. काम न्हाई, धाम न्हाई. निवांत पोराकडं बगावं आन् दिस काडावं... आं? तुजा काय इचार?"

लाडाबाई काही बोललीच न्हाई. नुसती म्हणाली, "हूं."

बाळंतपण आता तोंडावर आलं होतं आणि सोमा गडबडून गेला होता. कारण तो आता पार खंगला होता. डोक्याचे केस पिकले होते. दात पडले होते. खोकला झाला होता. हातापायातलं बळही गेलं होतं. शरीरानं थकला, म्हणजे मनानंही माणूस थकतो. सोमा आता थकला होता. आजपर्यंत त्यानं सगळं धकावून नेलं होतं. पण आता काही जमत नव्हतं. रद्दीपेपराचा, डबा-बाटल्यांचा धंदा करून काय मिळणार आणि पोटाला काय खाणार? सोमाचं म्हणणं होतं की लाडाबाईनं एखादी बारीकसारीक चोरी करावी आणि तुरुंगात जावं. तिथं सगळं बाळंतपण व्यवस्थित होईल. बेताबेतानं ही गोष्ट त्यानं बायकोच्या कानावर घातली होती. लाडाबाईला ही वाट एकदम भलतीच वाटली. बारीकसारीक चोऱ्या तिनं कधी केल्या नव्हत्या, असं नाही; पण त्याला गुन्ह्याचं स्वरूप नव्हतं. तुरुंगात जाण्याची पाळी आली नव्हती. गरिबी झाली म्हणून काय झालं? माणसानं अब्रू सोडावी?...

बायको काहीच बोलेना तेव्हा सोमा तिला पटवून द्यायला लागला, "अगं, आता पावसाळा तोंडावर आला. झोपडं गळलं. आत समदं राडीराड हुईल. आपल्यापाशी कांबुरनं न्हाईत, धड हातराय-पांघरायला न्हाई आन् तुजं खान्यापेन्याचं लई हाल हुतील बग. आजकाल वलंवाळलं सुदा मिळण्याची मुश्कील झालीय... बरं, बाळंतपनात काय आजार झाला, व्हय नव्हं झालं, तर काय करनार आपन?... म्हनून म्हनतो, हे बरं हाय. कुटं आता आपन भाऊबंदात ऱ्हायलोय, तवा अब्रू जाईल म्हनावं? आन् आपण वेळ पडली तर हात पसरून भीक मागतोय आन् अब्रूला कशाला जपावं गं? आं?"

लाडाबाई चूल फुंकून दमगीर झाली होती. ती काही बोलली नाही. भाकरी टाकण्याच्या तयारीस लागली. सोमा उठला आणि बाहेर येऊन अंगणात दोन पायांवर बसला. खिशातनं बिडी काढून त्यानं ती पेटविली आणि कडक धूर छातीत घेतला. खोकल्याच्या उबळीसरशी त्यानं दोन-चार शिव्या हासडल्या, "ह्यो खोकला एक रांडंचा, बिडीबी वडू दिना."

लाडाबाईनं तरटावर पडून रात्रभर विचार केला. कसा त्यो तुरुंग आसंल? तितं बेड्या पायांत घालतील, दंडुक्यानं मारतील, मग काय करावं? बाळातपणासाठी चांगल्याचुंगल्या बाया माहेरी जातात, नात्यागोत्याच्या मानसांकडं जात्यात, आन् आपण हे इपरीत कसं करावं? बाळात व्हायला तुरुंगात कसं जावं?

तिला सगळी भीती वाटू लागली. कैचीत सापडल्यासारखं झालं आणि इट्ठलानं ह्यातनं सोडवावं असं म्हणून तिनं डोळे मिटले. केव्हातरी झोप लागली.

भर दुपार झाली तशी खांद्यावर पोतं टाकून लाडाबाई बाहेर पडली आणि चांगली वस्ती गाठून हिंडू लागली.

"डब्ब बाटली ये,... हाय का बाई, काय मोकळं डबं, बाटल्या?"

सगळीकडे शुकशुकाट झाला होता. मुंबई रोडवरची रहदारी थांबली होती. बंगल्याची आवारं मोकळी दिसत होती. मग एका बंगल्यापाशी येऊन लाडाबाईनं धीर केला आणि ती फाटकातून बंगल्याच्या आवारात घुसली. कुत्रं नव्हतं. रखवालदारही नव्हता. लाडाबाईनं हिकडेतिकडे बघितलं आणि चांगल्या धीट चोरासारखी ती खिडकीतून आत डोकावू लागली. बंगल्याची डाव्या बाजूची ती खोली मोकळी होती. चकपक सामान मांडलं होतं. तांबड्या रंगाच्या मोठमोठ्या खुर्च्या, खाली गालिचा, रंगीबेरंगी पुस्तकानं भरलेलं कपाट, रेडिओ, अमुक ना तमुक. खोलीत कोणीच नव्हतं. समोरच्या दारावरचा हिरवा पडदा हलत होता. त्याच्या अलीकडे आत जायला जे दार होतं, त्याला कडी घालायची राहून गेली असावी.

लाडाबाईनं कान देऊन सावट घेतला. बोलणंही ऐकू येत नव्हतं. बंगल्यातली बाई आत कुठंतरी निवांत निजली असावी. पोरंबाळं शाळेत गेली असतील. नवरा कामावर गेला असेल आणि बाई दुपारची निवांत निजली असेल...

खिडकीतून बघणाऱ्या लाडाबाईनं पुन्हा मागं वळून बघितलं. कोणी तिला पाहत नव्हतं. देव बऱ्यावर म्हणायचा. मग उचलायला येण्यासारखी कुठली वस्तू आहे का हे तिनं पाहिलं... रेडिओ होता, पण ते वझं घेऊन काय करायचं? दडवायचा कुठं आणि काढायचा कसा? पण लाडाबाईला काही खरीखुरी चोरी करायची नव्हती. नुसतं तसं दाखवायचं होतं, पकडलं जायचं होतं– लाडाबाईनं पुन्हा नीट पाहिलं. "बया गं! तांब्या हाय की ह्यो."

बाजूच्या लहान टेबलावर लखलखीत चांदीचा तांब्या आणि भांडं होतं. बाईंच्याकडे कुणी चांगला माणूस सकाळी आला असावा. त्याला पाणी देण्यासाठी आणलेला हा तांब्या तसाच बाहेर राहिला होता.

मग मांजराच्या पावलानं लाडाबाई खिडकी सोडून दाराकडे वळली. हलक्या हातानं तिनं दार आवाज न होईल अशा खबरदारीनं हळूच उघडलं आणि चट्‌शिरी

तांब्या उचलला, भांडं उचललं. तिचं काळीज धाडधाड उडायला लागलं. तांब्याभांडं पोत्यात घालून ती बाहेर पडली. होतं तसं दार पुन्हा हलकेच ओढून घेतलं आणि तरीही आतल्या बाई जाग्या झाल्या नाहीत. लाडाबाईची चोरी कोणी पाहिलीच नाही. आता काय करावं?

लाडाबाई गोंधळून गेली. चोरी केली, ध्यादिवसा केली; पण ती आता चोरी म्हणून धरणार कोण?

''काय बया, ह्यो एक कारच झाला की. का जावं असंच निगून?''

इकडेतिकडे बघत लाडाबाई भराभरा फाटकाकडे येऊ लागली आणि एकाएकी ''ए, ए बाई – थांब, पळतीस कुठे?'' असं म्हणत माळ्यासारखा दिसणारा माणूस आला. आल्यासरशी त्यानं गप्पकन लाडाबाईचं मनगटच धरलं.

''आँ? ए बाबा, हात का धरतुयास? म्या काय केलंय?''

''काय केलंय, ते बगितलंच मी. घरात शिरल्याली बगितली तुला. चल, मुकाट्यानं चौकीत नेतो.''

माळ्यानं लाडाबाईला ओढत पुन्हा दाराशी आणलं.

''बाईसाहेब, अहो बाईसाहेब –''

''कोण आहे?''

''मी माळीबुवा पल्याडल्या बंगल्यातला. ही बाई तुमच्या घरात शिरून भाईर पडल्याली मी बघटली. तुमचं काय गेलंय का बगा.''

मग दार पुढे करायचं राहून गेलं, याची बाईंना आठवण झाली. बाहेर तांब्या होता, याची याद आली. भीतीची सणक त्यांच्या मणक्यातून गेली. तोवर माळ्यानं लाडाबाईचं पोतं हिस्कावून घेऊन उघडलं होतं. आतनं तांब्याभांडं निघालंच.

''अगं सटवाई, ध्यादिवसा घरात शिरू लागलीस. बरीच दिसतीस की!... मी बगतच हुतो सगळं पल्याडल्या कुपनातनं. दिऊ का दोन टोलं?''

बाईंनी तांब्याभांडं आपल्या हातात घेतलं आणि डबाबाटलीवालीकडे न्याहाळून बघितलं. लाडाबाईच्या डोळ्याला पाणी आलं होतं. ओठ थरथरत होते. पटकुरं नेसलेली, केसात खंडीभर धुरळा साठलेली लाडाबाई भीतीनं पांढरीफटक पडली होती.

लग्न होऊन आठ वर्षं झाली तरी बंगल्याच्या मालकिणीला अद्याप मूल नव्हतं. ह्या बाईचं पोट बघून त्यांना वाटलं, बिचारी! तुरुंगात गेली तर हालहाल होतील तिचे! परिस्थितीमुळे केली असेल चोरी! होतो मोह माणसाला! आणि बाईनं कनवाळूपणानं विचारलं, ''बाई, कितवा महिना?''

लाडाबाईला रडायलाच आलं.

''दिस भरल्यात बगा माजं. दिवसात हाय बगा मी. बाई, पाया पडते तुमच्या,

नका मला मारू.''

"गप्प. रडू नकोस. आम्ही काही चौकीत नाही नेत तुला. मारहाण करीत नाही. माळीबुवा, सोडा तिला, जाऊ द्या.''

"लई उपकार झालं बगा! पुन्ना न्हाई मी अशी करायची.''

मागं न बघता लाडाबाई सटक्यानं सुटली आणि धापा टाकत, पोट सावरत घराकडे आली. भुईवर निपचित पडली.

संध्याकाळी सोमा माघारी आला तेव्हा लाडाबाई पाय पसरून अंगणात बसली होती.

आल्या आल्या सोमानं विचारलं, "मग गं, काय ठरविलंयस तू?''

तशी लाडाबाई म्हणाली, "मी झाडाच्या आडुशाला बाळात हुईन, आन् नदीच्या पाण्यात पोरगं धुईन; पन झेलात न्हाई जायाची. परान गेला तरी न्हाई जायाची.''

■

❋ व्यंकटेश माडगूळकरांची पुस्तके ❋

माणदेशी माणसं

हस्ताचा पाऊस

गावाकडच्या गोष्टी

काळी आई

उंबरठा

पारितोषिक

वाघाच्या मागावर

सीताराम एकनाथ

एक एकर

जंगलातील दिवस

गोष्टी घराकडील

परवचा

नागझिरा

चरित्ररंग

जांभळाचे दिवस

सुमीता

मंतरलेले बेट

मी आणि माझा बाप

सिंहाच्या देशात

वारी

डोहातील सावल्या

वाळूचा किल्ला

बाजार

ओझं

वाटा

रानमेवा

चित्रे आणि चरित्रे

सरवा

पांढऱ्यावर काळे

चित्रकथी

प्रवास एका लेखकाचा

कोवळे दिवस

करुणाष्टके

पुढचं पाऊल

सत्तांतर

छोटा जवान

बेलवण

वावटळ

जनावनातील रेखाटने

काळी मेंढरे हिरवी कुरणे

अशी माणसं : अशी साहसं

www.ingramcontent.com/pod-product-compliance
Lightning Source LLC
Chambersburg PA
CBHW070038030726
47506CB00003B/795